AF741607

ഗ്രീൻ ബുക്സ്

മടക്കയാത്ര

തിക്കോടിയൻ

എഴുത്തുകാരൻ, നാടകകൃത്ത്, നോവലിസ്റ്റ്, കവി.
കോഴിക്കോട് ജില്ലയിലെ തിക്കോടിയിൽ ജനനം.
അമചർ നാടകങ്ങളിലൂടെ കടന്നുവന്നു
മലയാള നാടകപ്രസ്ഥാനത്തിനു കരുത്തുറ്റ
സംഭാവനകൾ നൽകിയ നാടകകൃത്ത്.
ആകാശവാണിക്കുവേണ്ടി നിരവധി
റേഡിയോ നാടകങ്ങൾ രചിച്ചിട്ടുണ്ട്.
പുഷ്പവൃഷ്ടി, ഒരേ കുടുംബം, ജീവിതം,
പ്രസവിക്കാത്ത അമ്മ, അശ്വഹൃദയം,
ചുവന്ന കടൽ, അരങ്ങ് കാണാത്ത നടൻ (ആത്മകഥ)
തുടങ്ങിയ ധാരാളം കൃതികൾ.
പുരസ്കാരങ്ങൾ: കേന്ദ്ര സാഹിത്യ അക്കാദമി അവാർഡ്,
കേരള സാഹിത്യ അക്കാദമി അവാർഡ്,
ഓടക്കുഴൽ അവാർഡ്.

ഗ്രീൻ ബുക്സ് പ്രസിദ്ധീകരിച്ച
ഗ്രന്ഥകാരന്റെ ഇതര കൃതി

മഞ്ഞുതുള്ളി

നോവൽ

മടക്കയാത്ര

തിക്കോടിയൻ

ഗ്രീൻബുക്സ്

green books private limited
gb building, civil lane road, ayyanthole,
thrissur- 680 003, kerala, ph: +91 487-2381066, 2381039
website: www.greenbooksindia.com
e-mail: info@greenbooksindia.com

malayalam
madakkayathra
novel
by
thikkodiyan

published april 2021

cover design : shahzad

branches:
thrissur 0487-2422515
thiruvananthapuram 0471-2335301
calicut 0495 4854662

isbn : 978-93-89671-46-9

GBPL/1178/2021

ആമുഖം

മാതൃഭൂമിയുടെ സ്വാതന്ത്ര്യത്തിന് വയസ്സ് അൻപത്. ഇത് കനകജൂബിലിയുടെ കാലം. എല്ലാ സ്ഥാപനങ്ങളും ജന വിഭാഗങ്ങളും സംഘടനകളും മാധ്യമങ്ങളും വൈവിധ്യമാർന്ന വർണ്ണപ്പൊലിമ കലർന്ന പരിപാടികൾ അവതരിപ്പിക്കുന്നു. ദൂരദർശനിൽ പ്രത്യക്ഷപ്പെടുന്ന വൻകിട വ്യവസായശാല കളുടെ പരസ്യങ്ങളിൽപ്പോലും ജൂബിലി ആഘോഷം പ്രത്യ ക്ഷപ്പെടുന്നു. ഇതെല്ലാം നഗരമധ്യത്തിലിരുന്ന് കാണുകയും കേൾക്കുകയും നിരന്തരമായി അനുഭവിക്കുകയും ചെയ്യുന്ന എന്നെ എന്റെ മനസ്സ് ഒരു മടക്കയാത്രയ്ക്കു പ്രേരിപ്പിക്കുന്നു.

കോഴിക്കോട് പട്ടണം. കടൽത്തീരം. ദശകങ്ങൾക്കുമുമ്പ് ആ കടൽത്തീരത്തുനിന്നുയർന്ന സമരകാഹളം എത്രയെത്ര ധീരദേശാഭിമാനികളെ കോഴിക്കോട്ടേക്ക് ആകർഷിച്ചില്ല! കൊടുങ്ങല്ലൂരിൽനിന്ന് കേരള സിംഹം മുഹമ്മദ് അബ്ദു റഹ്മാൻ സാഹേബ്, ജനാബ് മൊയ്തു മൗലവി സാഹേബ്, യോഗക്ഷേമസഭയോട് വിടപറഞ്ഞുപോന്ന മഹാനായ ഇ.എം.എസ്., വൈക്കം മുഹമ്മദ് ബഷീർ, ആലപ്പുഴനിന്ന് സാക്ഷാൽ കൃഷ്ണപിള്ള, എൻ.സി. ശേഖർ, തിരുവനന്ത പുരത്തുനിന്ന് പൊന്നറ ശ്രീധർ, പാലക്കാട് ശബരി ആശ്രമ ത്തിൽ നിന്ന് കൃഷ്ണസ്വാമി അയ്യർ, കടലുണ്ടിയിൽനിന്ന് മാധവനാർ, മൂടാടിയിൽനിന്ന് കേരളഗാന്ധി കേളപ്പജി, തല ശ്ശേരിയിൽനിന്ന് സി.കെ.ജി., കല്യാശ്ശേരിയിൽനിന്ന് എ.കെ.ജി, പിന്നെ, ഓർമ്മയിൽനിന്ന് വഴുതിപ്പോയ ദേശാഭിമാനികളായ മറ്റനേകം പേർ.

കോഴിക്കോട്ടുനിന്ന് വടക്കോട്ട് - പയ്യന്നൂർ, കാഞ്ഞങ്ങാട്, മഞ്ചേശ്വരം, കാസർകോട്, മംഗലാപുരം വരെ നീണ്ടുകിട ക്കുന്ന കടൽത്തീരം മുഴുക്കെ അന്ന് സ്വാതന്ത്ര്യസമരകേന്ദ്ര ങ്ങളായിരുന്നു. കടൽത്തിരകൾക്കു പാടാനും പൂഴിത്തരി കൾക്കു പറയാനും അവിടങ്ങളിലൊക്കെ ചരിത്രകഥകൾ

അനേകമുണ്ട്. ഈ വഴിത്താരയുടെ ഓരത്താണ് എന്റെ ഗ്രാമം – മനസ്സ് അവിടെ ഉടക്കി.

എനിക്കു ജന്മം നൽകി, അലങ്കോലപ്പെടാത്ത, മാലിന്യം പുരളാത്ത വഴികളിലൂടെ കൈക്കുപിടിച്ച് എന്നെ പിച്ച നടത്തിച്ച ഗ്രാമം. നെൽപ്പാടങ്ങളും കൈത്തോടുകളും ഒരിക്കലും വറ്റാത്ത കുളങ്ങളും സർപ്പക്കാവുകളും സർവ്വോപരി ജീവന സൗജന്യമൊഴുക്കുന്ന 'അകലാപ്പുഴ'യും ചേർന്ന് രൂപപ്പെടുത്തിയ പ്രകൃതിസൗന്ദര്യംകൊണ്ട് അനുഗൃഹീതമായ ഗ്രാമം. യുദ്ധകാല ഭീകരദാരിദ്ര്യത്തിലും നാടുനീളെ മരണം വിതച്ച 'വിഷൂചിക'യുടെ പടയോട്ടത്തിലും ആത്മവീര്യം കെടാതെ സൂക്ഷിച്ച ഗ്രാമം. അവിടെ അമ്പലവും പള്ളിയും അടുത്തടുത്തുണ്ടായിട്ടും ഭിന്നമതവിശ്വാസികൾ ഒരിക്കലും കഠാര കൊണ്ട് കുശലപ്രശ്നം നടത്തീട്ടില്ല.

ഈ നൂറ്റാണ്ടിന്റെ രണ്ടാം ദശകത്തിൽ കേളപ്പജി എന്റെ ഗ്രാമത്തിൽ വരുന്നു. അന്ധവിശ്വാസവും ജാതിവ്യത്യാസവും ദാരിദ്ര്യവും തൊഴിലില്ലായ്മയുംകൊണ്ടു വലയുന്ന അവിടം തന്റെ പ്രവർത്തനകേന്ദ്രമാക്കാൻ അദ്ദേഹം തീരുമാനിക്കുന്നു. പിന്നീടുള്ള ദിവസങ്ങളോരോന്നും പുതുമപൂണ്ടതായിരുന്നു. ആദ്യമായൊരു വായനശാലയുണ്ടാവുന്നു; പിന്നീടൊരു ഗ്രന്ഥശാലയും. സ്ഥാനികളുടെയും ജന്മിമാരുടെയും കുടുംബത്തിലുള്ള യുവാക്കൾ അലസരും സുഖലോലുപരും തൊഴിൽ ചെയ്യുന്നതിൽ വിമുഖരുമായിരുന്നു. ഉന്നതജാതിയിൽ പിറന്നവർ ഉദ്യോഗത്തിനും തൊഴിലിനും പോകുന്നത് അവർ നിഷിദ്ധമായി കരുതിയിരുന്നു. ഗ്രന്ഥശാലയുമായി ബന്ധപ്പെട്ട് പ്രസംഗ പരിശീലനവും നാടകാവതരണത്തിനുള്ള ഒരുക്കങ്ങളുമുണ്ടായപ്പോൾ ആരുടെ പ്രേരണയുംകൂടാതെ യുവാക്കൾ ഓരോരുത്തരായി അടുക്കാനും സഹകരിക്കാനും തുടങ്ങി. സാമൂഹിക -സാംസ്കാരികപ്രവർത്തനങ്ങളിൽ കേളപ്പജിയോടൊപ്പം മുന്നിട്ടിറങ്ങിയത് ഇ.സി. കുഞ്ഞിക്കണ്ണൻനമ്പ്യാരായിരുന്നു. ഗ്രാമത്തിലെ പരമോന്നതകുടുംബത്തിലെ അതിപ്രശസ്തനായ അധികാരിയുടെ മകൻ. പിറകെ വലിയ വലിയ തറവാടുകളിൽനിന്ന് പലരും താഴോട്ടിറങ്ങിവന്നു. തട്ടാടത്ത് കുഞ്ഞനന്തൻനായർ, പാലടി കൃഷ്ണൻകിടാവ്, മറ പൊളിച്ചകണ്ടി ഗോവിന്ദൻനായർ, കൈനോളി അച്യുതൻനായർ. അങ്ങനെ വഴിക്കുവഴി യുവാക്കൾ വന്നുകൊണ്ടിരുന്നു. വന്നവരെ മുഴുവനും ചേർത്തുകൊണ്ട് 'യുവക് സംഘം' രൂപീകരിച്ചു.

ജാതിവ്യത്യാസത്തിനെതിരേയുള്ള പ്രസംഗപരമ്പരകൾ, അന്ധവിശ്വാസത്തിനും ദുഷിച്ച മാമൂലുകൾക്കുമെതിരെ

നാടകാവതരണങ്ങൾ. എന്നുമെന്നോണം കേരളത്തിനു പുറത്തുനിന്ന് ഉന്നതരായ നേതാക്കൾ വരുന്നു. ഗ്രാമത്തിൽ നിന്ന് ഏറെ ദൂരെയല്ലാത്ത വടകരയിൽ രാഷ്ട്രീയസമ്മേളനം നടക്കുന്നു. ആന്ധ്രകേസരി പ്രകാശവും സെൻഗുപ്തയും നരിമാനും സമ്മേളനത്തിൽ പ്രസംഗിക്കാനെത്തുന്നു. അവരിൽ ചിലർ ഗ്രാമത്തിലെ പ്രവർത്തനരീതി കാണാനും മനസ്സിലാക്കാനുമായി വന്നുചേരുന്നു. അവരെ കാണാനും പ്രസംഗം കേൾക്കാനും ഗ്രാമീണർ തടിച്ചുകൂടുന്നു. എങ്ങും ഉണർവ്വ്. എങ്ങും ഉന്മേഷം. ജാതിവ്യത്യാസത്തിന്റെ അർത്ഥശൂന്യത ഗ്രാമീണരെ ധരിപ്പിക്കാൻ ഭാരതകേസരി മന്നത്ത് പദ്മനാഭനും സി. കുട്ടൻനായരും കേശവപുലയനാരും വന്ന് പ്രസംഗിക്കുന്നു.

ഒരു പ്രകടനമോ സമ്മേളനമോ പ്രസംഗമോ നാടകാവതരണമോ ഇല്ലാത്ത ദിവസങ്ങൾ ചുരുക്കമായിരുന്നു. കലാ സാംസ്കാരിക പ്രവർത്തനങ്ങളോടൊപ്പം രാഷ്ട്രീയപ്രവർത്തനവും യുവക് സംഘത്തിന്റെ പരിപാടിയിൽ സ്ഥലം പിടിച്ചു. ഏറെ താമസിയാതെ ഭാരതം മുഴുക്കെ ഉപ്പുനിയമലംഘനത്തിനുള്ള ആഹ്വാനമുണ്ടായി. യുവക്സംഘത്തിലുള്ളവരും അനുഭാവികളും ചേർന്ന് കടൽത്തീരത്തു ചെന്ന് ഉപ്പ് കുറുക്കാൻ തുടങ്ങി. തുടക്കത്തിൽ പൊലീസ് ഇടപെട്ടിരുന്നില്ല. പക്ഷേ, ഏറെത്താമസിയാതെ സാമ്രാജ്യത്വത്തിന്റെ ഭീകരരൂപം സമുദ്രതീരത്ത് പ്രത്യക്ഷപ്പെട്ടു. ബലപ്രയോഗവും അറസ്റ്റും നടന്നു. യുവക്സംഘത്തിലെ മുഴുവനംഗങ്ങളും തടവറയിലായി.

നിയമലംഘനം വരുമ്പോൾ ജയിലിൽ, അല്ലാത്തപ്പോൾ നാടകപ്രദർശനം. അതായിരുന്നു യുവക്സംഘത്തിന്റെ പ്രവർത്തനശൈലി. നാളെ സ്ഥാനമാനങ്ങൾ വല്ലതും നേടാൻ കഴിയുമെന്ന് സ്വപ്നം കാണാൻപോലും കഴിയാത്ത ആ കാലത്ത് ത്യാഗോത്സുകരായി തല്ലും തടവും ഏറ്റുവാങ്ങാൻ ധീരതയോടെ മുന്നിട്ടിറങ്ങിയ സമരസൈനികരെ എന്റെ

ഗ്രാമം മാത്രമല്ല, കേരളത്തിലെ ഒട്ടുമിക്ക ഗ്രാമങ്ങളും ഇന്നു വിസ്മരിച്ചപോലെയാണ്. അവരുടെ പേരുപോലും പലർക്കുമറിയില്ല. അവർ മുന്നിട്ടിറങ്ങിയ കാലത്ത് ഇവിടെ നിലവിലുണ്ടായിരുന്ന ചുരുക്കം പത്രങ്ങളിൽപ്പോലും അവരുടെ പേരുകൾപോലും പ്രത്യക്ഷപ്പെട്ടിരുന്നില്ല. ചുരുക്കത്തിൽ, ഒന്നും നേടാതെ അവർ നമ്മുടെ ഇടയിൽനിന്ന് വിടവാങ്ങി. അവർക്കതിൽ ദുഃഖമോ നിരാശയോ ഉണ്ടായിരുന്നില്ലെന്നു

തീർച്ച. അന്നത്തെ രാഷ്ട്രീയപ്രവർത്തനം പേരും പ്രസിദ്ധിയും പ്രതിഫലവും ആശിച്ചുകൊണ്ടുള്ളതായിരുന്നില്ല. എങ്കിലും നമ്മൾ ദുഃഖിക്കണ്ടേ? നാം അവരെ വിസ്മരിക്കാൻ പാടുണ്ടോ? ഭൂതകാലസംഭവങ്ങളിലൂടെ എന്റെ മനസ്സ് ഒരു ഓട്ടപ്രദക്ഷിണം നടത്താനൊരുങ്ങിയത് അവരെക്കുറിച്ചുള്ള എന്റെ ദുഃഖം നിമിത്തമാണ്.

അധികാരം ജനങ്ങളിലേക്കിറങ്ങിവന്ന ഈ കാലഘട്ടത്തിലെങ്കിലും നമ്മുടെ പഞ്ചായത്തുകൾ അവരെ ഓർക്കേണ്ടതാണ്. മറ്റൊന്നും അവർക്കുവേണ്ടി ഇപ്പോൾ ചെയ്യേണ്ടതായിട്ടില്ല. അവരുടെ പേരെങ്കിലും പിൻതലമുറകളറിയട്ടെ. അതിനുള്ളൊരു സംവിധാനമെങ്കിലും പഞ്ചായത്തുകളുണ്ടാക്കണം. പഞ്ചായത്താപ്പീസുകളുടെ മുമ്പിൽ ഒരു സ്തൂപമുണ്ടാക്കി, തങ്ങളുടെ പഞ്ചായത്ത് അതിർത്തിയിൽ സ്വാതന്ത്ര്യസമരത്തിൽ പങ്കെടുത്ത സേനാനികളുടെ മുഴുവൻ പേരും അതിൽ രേഖപ്പെടുത്തുക. അവർ ഭാരതചരിത്രം തിരുത്തിയെഴുതിയവരാണ്. പിൻതലമുറക്കാർക്ക് അവരുടെ ചരിത്രമറിഞ്ഞില്ലെങ്കിലും പേരെങ്കിലും അറിയാനവകാശമുണ്ട്. ഈ പ്രവർത്തനത്തിൽ ഒരിക്കലും രാഷ്ട്രീയവേർതിരിവുണ്ടാവരുത്.

എന്റെ ഗ്രാമത്തിൽനിന്ന് സ്വാതന്ത്ര്യസമരത്തിൽ പങ്കെടുത്ത് മർദ്ദനമനുഭവിച്ചവരുടെയും ജയിൽവാസം വരിച്ചവരുടെയും ചരിത്രത്തിൽനിന്ന് ചെറിയൊരേട് ചീന്തിയെടുത്താണ് 'മടക്കയാത്ര'യ്ക്ക് രൂപം നൽകിയത്. അവരിൽ പലരുടെയും അനുഭവങ്ങൾ മാത്രം സ്വീകരിച്ച്, വ്യക്തികളെ മറന്ന്, കഥാപാത്രങ്ങളെ സൃഷ്ടിക്കുകയാണ് ചെയ്തത്. എന്റെ ഗ്രാമത്തിലുള്ളവർക്കുപോലും ആരെന്നു തിരിച്ചറിയാൻ കഴിയാത്ത വിധമാണ് സംഭവങ്ങളും കഥാപാത്രങ്ങളും രൂപപ്പെടുത്തിയത്. പോരായ്മകൾ ക്ഷമിക്കുക! ■

മടക്കയാത്ര

ഒന്ന്

വണ്ടിയുടെ വേഗം കുറഞ്ഞപ്പോൾ മനസ്സിന്റെ പരിഭ്രമം. പുറത്തു കടക്കാനുള്ള വഴിയിൽ വലിയ തിരക്കായിരിക്കും. ആരും ആരേയും ശ്രദ്ധിക്കില്ല. തൻകാര്യം മാത്രം. തിരക്കിനിടയിൽ ആരെങ്കിലും വീണ് വണ്ടിക്കടിയിൽപെട്ടാൽ പെട്ടതുതന്നെ. വാതിലിനടുത്ത് മുമ്പേ ചെന്നുനിൽക്കണം. ഇല്ലെങ്കിൽ പുറത്തുകടക്കാൻ പറ്റില്ല. കരിയും പുകയും തുപ്പിയ പണ്ടത്തെ തീവണ്ടിയല്ലിത്. ഇവൻ ഡീസലാണ്. നിൽക്കുന്നതും പുറപ്പെടുന്നതും അറിയില്ല. പിന്നെ സ്പീഡാണെങ്കിൽ പറയുകയും വേണ്ട. എഴുന്നേൽക്കാൻ ശ്രമിച്ചു. പ്രയാസമുണ്ട്. ഏതുമട്ടോ എഴുന്നേറ്റ് തട്ടിയും മുട്ടിയും യന്ത്രപ്പാവപോലെ മുമ്പോട്ടു നീങ്ങി. വീഴുമെന്നു തോന്നിയപ്പോൾ കുടക്കാൽ നിലത്തൂന്നി രക്ഷപ്പെട്ടു. ഇപ്പോൾ കുട വടിയാണ്. ഊന്നുവടി. കാലത്തിന്റെ ഒരു കളി നോക്കണേ! പണ്ട് ഓടുന്ന തീവണ്ടിയുടെ ചവിട്ടുപടിയിൽനിന്ന് അനായാസം യാത്രചെയ്തിട്ടുണ്ട്.

ഇന്നോ...?

ഇന്നെന്നൊരവസ്ഥതന്നെ ഇപ്പോഴില്ല. നാളത്തെ കാര്യമാണിന്നു സംഭവിക്കുന്നത്. കാലചക്രം തിരിയുകയല്ല, ചാടുകയാണ്. വണ്ടി നിന്നു. ഒരു തിരക്കുമില്ല. ഇറങ്ങാനും കയറാനും ആരുമില്ല. ഭാഗ്യം! ദൈവത്തിനു സ്തുതി! സൂക്ഷിച്ചു പുറത്തിറങ്ങി. പരിഭ്രമം പൂർണമായി നീങ്ങിയപ്പോൾ ചുറ്റുപാടും നോക്കി. പ്ലാറ്റ്ഫോമിലും ആരുമില്ല. മരുപ്പറമ്പുപോലെ ശൂന്യം. ഈ വണ്ടിയാപ്പീസിന്, പോരാ ഈ ഗ്രാമത്തിനുതന്നെ എന്തുപറ്റി? അന്ന്; പിന്നേയും അന്നത്തെ കാര്യങ്ങളാണ് ഓർത്തുപോകുന്നത്. ഓരോ വണ്ടി വരുമ്പോഴും അന്നെന്തു തിരക്കായിരുന്നു!

''ദേ, ഒരു ടിക്കറ്റ്. വേഗം വേഗം, വണ്ടി പുറപ്പെടാറായി.''

''എന്റെ ലഗേജ് ഇറക്കിയില്ല. കൂലിപോർട്ടർ എവിടെപ്പോയി? ഗാർഡ് പച്ചക്കൊടി വീശുന്നല്ലോ. എടോ, ഒന്നു വേഗമാകട്ടെ.''

''ആരാ അവിടെ ഓടുന്നത്? കള്ളവണ്ടിക്കാരനാവും. ഓടിച്ചെന്ന് പിടിച്ചാട്ടെ.''

നാനാഭാഗത്തുനിന്ന് നാനാശബ്ദങ്ങൾ. അങ്ങോട്ടുമിങ്ങോട്ടും ഓടുന്ന ജനങ്ങൾ. ബഹളത്തിന്റെ നടുവിലൂടെ കൃഷ്ണൻനായർ വരുന്നു;

പോയിന്റ്സ്മാൻ കൃഷ്ണൻനായർ... ചുവപ്പും പച്ചയും കൊടികൾ കക്ഷത്തിലിറുക്കി യാത്രക്കാരിൽനിന്ന് ടിക്കറ്റുകൾ വാങ്ങി കൃഷ്ണൻ നായർ ബുക്കിംഗ് ഓഫീസിനുനേർക്കു നടക്കുന്നു. അപ്പോൾ പുറകിൽ നിന്ന് അട്ടഹാസവും ശകാരവും കേൾക്കുന്നു. പോർട്ടർ രാമൻകുട്ടി രണ്ടു കള്ളവണ്ടിക്കാരെ ഓടിച്ചിട്ടു പിടിച്ചുകൊണ്ടുവരുന്നതാണ് സംഭവം.

''വിട്ടേക്കടോ രാമൻകുട്ടീ.'' കൃഷ്ണൻനായർ വിളിച്ചുപറയുന്നു.

''പാവങ്ങൾ പൊക്കോട്ടെ. സംഗതി വയറ്റുപിഴപ്പാണെടോ. യാചിച്ചോ കട്ടോ എങ്ങനെയെങ്കിലും ജീവിക്കണ്ടേ?''

രാമൻകുട്ടി മനമില്ലാമനസ്സോടെ കള്ളവണ്ടിക്കാരെ വിട്ടയയ്ക്കുന്നു. എന്നും ഇത്തരം സംഭവങ്ങൾ ആവർത്തിച്ചുകൊണ്ടിരിക്കും. അരനൂറ്റാണ്ടു മുമ്പത്തെ കാര്യങ്ങൾ ഒന്നും ഒരിത്തിരിയും മറന്നിട്ടില്ല. തടിച്ചു കുറുതായി മുൻവരിയിൽ നഷ്ടപ്പെട്ട രണ്ടു പല്ലുകളുടെ വിടവുകാട്ടി ചിരിച്ചു കൊണ്ടു വരുന്ന കൃഷ്ണൻനായരുടെ രൂപം പരിസരത്തെവിടെയോ ഉണ്ടെന്ന തോന്നൽ. ആരോടും കയർക്കില്ല. കടുപ്പിച്ചൊരു വാക്കു പറയില്ല. ആർക്കും ഒരു സഹായവും ചെയ്യാൻ മടിയില്ല. കൃഷ്ണൻനായർ പോയി. രാമൻകുട്ടി പോയി. സ്റ്റേഷനിലെ ആൾത്തിരക്കും പോയി. എല്ലാം പോയി.

എങ്ങോട്ടെന്നറിഞ്ഞുകൂടാ. എങ്ങോട്ടായാലും എവിടെയായാലും കൃഷ്ണൻനായരേ, നിങ്ങളുടെ ആത്മാവിനു നിത്യശാന്തി ലഭിച്ചിരിക്കും; തീർച്ച.

അകാലചരമത്തിന്റെ ദുഃഖഭാരമേറ്റുവാങ്ങിയ വീടുപോലെ മൗനമന്ത്രമുരുക്കഴിക്കുന്ന സ്റ്റേഷൻ കെട്ടിടത്തിനു മുമ്പിലൂടെ സ്വപ്നാടനക്കാരനെപ്പോലെ നടന്നു. മനസ്സു നിറയെ ഓർമ്മകൾ, കാൽക്കീഴിൽ റെയിൽപ്പാളത്തിനിടയിൽ കരിങ്കൽച്ചീളുകൾ, പാളംവിട്ടു പുഴയിലിറങ്ങി പഴയ കുറുക്കുവഴിയിലൂടെ നടന്നാൽ പൂവെടിത്തറയിലെത്താം. അവിടുന്ന് കിഴക്കോട്ടു നേരെ നടന്ന് കന്നിപ്പാടം കടന്ന് നരസിംഹക്ഷേത്രത്തിനടുത്തെത്തണം. അതാണ് ലക്ഷ്യം.

വഴിമുടങ്ങുന്നു. മുമ്പിലൊരു മുൾവേലി. റെയിൽവേയുടെ സ്ഥലം വളച്ചുകെട്ടി തെങ്ങിൻതൈകൾ നട്ടിരിക്കുന്നു. ഗതാഗതവകുപ്പിൽനിന്ന് കാലുമാറി റെയിൽവകുപ്പ് കൃഷിവകുപ്പിൽ കടന്നുകൂടിയോ ആവോ? ഇനി നടത്തം നിരത്തിൽക്കൂടിയാവാം. നടന്നു. നിരത്തിൽ കയറിയപ്പോൾ നാരായണൻനായരുടെ ചായപ്പീടിക മനസ്സിലെത്തി; ഒപ്പം പരിപ്പുവടയും! തിളയ്ക്കുന്ന വെളിച്ചെണ്ണയിൽ കിടന്നു വേവുന്ന കരിവേപ്പിലയുടെയും പച്ചമുളകിന്റെയും ആർത്തിപിടിപ്പിക്കുന്ന ഗന്ധം അനുഭവപ്പെടുമ്പോലെ. ചായപ്പീടിക നോക്കി നടന്നു. പീടികച്ചെരിവിൽ രാത്രി വണ്ടിയിലെ യാത്രക്കാർക്ക് ഓലച്ചൂട്ടു വിൽക്കാനിരിക്കുന്ന കിഴവനവിടെയുണ്ടോ? ഇല്ല. അവിടെ ഓട്ടോറിക്ഷകളും ടാക്സിക്കാറുകളുമാണ് യാത്രക്കാരെ കാത്തിരിക്കുന്നത്. അല്ലെങ്കിൽ എങ്ങും വിദ്യുച്ഛക്തിവെളിച്ചം പരന്നുകിടക്കുമ്പോൾ ആരെങ്കിലും ഓലച്ചൂട്ടിനെ ആശ്രയിക്കാമോ?

പാവം ഓലച്ചൂട്ടുകാരാ, താങ്കൾ നേരത്തെ പോയതു നന്നായി. ഇല്ലെങ്കിൽ പട്ടിണി കിടന്നു മരിക്കേണ്ടിവരുമായിരുന്നു. എവിടെ നാരായണൻ നായരുടെ പീടിക? കാണാനില്ല. അതും കാലത്തിന്റെ പിടിയിൽപ്പെട്ട മർന്നുപോയി. പകരം റസ്റ്റോറണ്ടുകൾ വന്നിരിക്കുന്നു. നാരായണൻനായരുടെ പരിപ്പുവടയും ചായയും ഇല്ലെങ്കിൽ ഒന്നും വേണ്ടെന്നുവെച്ചു നടന്നു.

പൂവെടിത്തറ! നന്നായി! ഇനി ഊടുവഴിയിലൂടെ കിഴക്കോട്ടു നടന്നാൽ ലക്ഷ്യമെത്തി. മഴക്കാലത്ത് കൈത്തോടായും വേനൽക്കാലത്ത് പൊള്ളുന്ന പൂഴിപ്പരപ്പായും വേഷം മാറുന്ന ഊടുവഴി ഇപ്പോൾ പഞ്ചായത്ത് റോഡാണ്. വഴി തെറ്റിയോ? ഇല്ല. മനസ്സാണ് തെറ്റിയത്. തെറ്റിയ മനസ്സുമായി നടന്നു; കന്നിപ്പാടം തേടിയുള്ള നടത്തം. ഇല്ല. അതും മാറിക്കഴിഞ്ഞു. കാലംതോറും കാളപൂട്ടു നടക്കുന്ന, എന്നും വെള്ളവും ചളിയും കെട്ടിക്കിടക്കുന്ന അതിവിശാലമായ കാളപൂട്ടുകണ്ടം കാണാനില്ല. അവിടെ അഹങ്കാരത്തോടെ തലയുയർത്തിനിൽക്കുന്ന ഏതോ 'മൻസിൽ' കോൺക്രീറ്റ്സൗധം. പിന്നെ വഴിക്കുവഴി നിരക്കനെ സൗധങ്ങൾ. 'രാമഭവൻ', 'കൃഷ്ണഭവൻ', 'നാരായണീസൗധം'. എല്ലാ പടിക്കുമുകളിലും പേരുകളുണ്ട്. കന്നിപ്പാടം എവിടെയുമില്ല. കന്നിപ്പാടത്തിന്റെ അരുമസന്താനങ്ങളായ കാക്കപ്പൂവും അരിപ്പൂവും പട്ടാണിപ്പൂവും നാടുവിട്ടുപോയിരിക്കുന്നു. 'മൻസിലി'നും 'സദന'ത്തിനും മുകളിൽ ബോഗൻ വില്ലകളുടെ കമാനം. നിറയെ പൂക്കൾ. മതി, ഇനി പഴയതൊന്നും അന്വേഷിക്കുന്നില്ല. കണ്ണിനു തൃപ്തിയായി. വീണ്ടും നടന്നു. നീളം കൂടുന്ന നിഴലുകൾ നിറം മങ്ങാൻ തുടങ്ങി. മരത്തലപ്പുകളിൽ കുങ്കുമം പൂശിക്കൊണ്ട് മൂവന്തി വരുന്നതിന്റെ മുന്നറിയിപ്പ്. നടത്തത്തിനു വേഗം കൂട്ടി. ക്ഷേത്രമൈതാനത്തെത്തിയാൽ ആൽത്തറയിൽ കയറിക്കിടന്ന് ക്ഷീണം തീർക്കാമെന്ന വിചാരം യാത്രാക്ലേശം അകറ്റിയിരുന്നു.

കൊച്ചുമൈതാനത്തിന്റെ നടുവിൽ വെള്ളിത്താലംപോലെ ഒരാൽത്തറ. എന്നും വൈകിട്ട് ഒരുപറ്റം ചെറുപ്പക്കാരവിടെ വന്നുകൂടും. നേരംപോക്കു പറഞ്ഞും ചിരിച്ചും ചിലപ്പോൾ അക്ഷരശ്ലോകം ചൊല്ലിയും മാനസോല്ലാസം പങ്കിടും. അതെ, ആൽത്തറ! അത് ജ്ഞാനസമ്പാദനത്തിന്റെ അടിത്തറകൂടിയായിരുന്നു. ആൽത്തറയിൽ മലർന്നുകിടന്ന് ആകാശം നോക്കി നക്ഷത്രമെണ്ണാം.

അങ്ങനെ നോക്കി നോക്കി കിടക്കുമ്പോൾ പഴുത്ത ആപ്പിൾപോലെ ഏതെങ്കിലും ഒരു നക്ഷത്രം അടർന്നുവീഴും. അല്പം കഴിയുമ്പോൾ മറ്റൊന്ന് രത്നക്കല്ലുംകൊണ്ടു പറക്കുന്ന പാമ്പിനെപ്പോലെ ചക്രവാളച്ചരിവിലൂടെ ഓടുന്നതു കാണാം. ആകാശം മുഴുവൻ വിസ്മയങ്ങളാണ്. ചിലപ്പോൾ മുളംകൂട്ടത്തിനിടയിൽ, ജാലകപ്പാളിക്കു പിറകിൽ പ്രത്യക്ഷപ്പെടുന്ന കന്യാമുഖംപോലെ പഞ്ചമിച്ചന്ദ്രൻ ഒളിഞ്ഞുനോക്കുന്നുണ്ടാവും.

''മാഷേ.''

അതാരുടെ ശബ്ദം? ആ വിളി വീണ്ടും കേൾക്കുന്നല്ലോ. ഓ, മനസ്സിലായി. രാഘവപ്പണിക്കരാണ് വിളിക്കുന്നത്. തർക്കവും വ്യാകരണവും

അതുപോലെ ഗഹനങ്ങളായ പലപല വിഷയങ്ങളും പഠിക്കുന്ന തിരക്കിൽ ജീവിക്കാൻ മറന്നുപോയ രാഘവപ്പണിക്കർ. പരമനിസ്വൻ. പക്ഷേ, മഹാപണ്ഡിതൻ. സ്ഥാനമാനങ്ങൾ കൊതിക്കാതെ സ്വാതന്ത്ര്യം വിറ്റുണ്ണുന്ന, അടിമവേലകൾക്കു മുഖംകൊടുക്കാതെ നിത്യദാരിദ്ര്യത്തിൽ ഒതുങ്ങിക്കൂടുന്ന മനുഷ്യൻ!

''ആകാശം കണ്ട് തൃപ്തിവരുന്നില്ലേ മാഷേ?''

''ഇല്ല പണിക്കരേ, നോക്കുംതോറും ആർത്തി കൂടുകയാണ്.''

''നല്ലത്. മലർന്നുകിടക്കുകയല്ലേ? മൂക്കിനു നേരെ നോക്കിക്കൊള്ളൂ.''

''നോക്കി.''

''ആകാശമദ്ധ്യത്തിൽ സമദൂരത്തിൽ കട്ടിൽക്കാലുപോലെ - എന്നുവെച്ചാൽ കട്ടിൽക്കാലിന്റെ ആകൃതിപോലെയെന്നല്ല. കട്ടിൽ നിൽക്കുന്ന സ്ഥലം മനസ്സിൽ സങ്കല്പിച്ചുനോക്കുക. അപ്പോൾ അവിടെ നാല് വലിയ നക്ഷത്രങ്ങൾ കാണാം. അതാണ് കട്ടിൽക്കാൽ.''

''അതെ. അതെ... ഒന്ന്, രണ്ട്, മൂന്ന്, നാല്... നാലു നക്ഷത്രങ്ങൾ. അതിലൊന്ന് തീക്കട്ടപോലെ ജ്വലിക്കുന്നത്.''

''അതാണ് തിരുവാതിര.''

''എന്റെ അമ്മയുടെ നക്ഷത്രം.''

''അതേ, ഇപ്പോൾ അവിടെ ഒരു കട്ടിലുണ്ടെന്ന് സങ്കല്പിക്കൂ. അതിന്റെ ഒത്ത നടുവിൽ കിഴക്കുപടിഞ്ഞാറായി വെട്ടിത്തിളങ്ങുന്ന മൂന്നു നക്ഷത്രങ്ങൾ കാണാം.''

''കണ്ടുപണിക്കരേ, അസ്സലായി കണ്ടു. ആ കട്ടിലിന്റെ സങ്കല്പമുണ്ടല്ലോ. ഭേഷ്! അതുകൊണ്ട് മറ്റുള്ളവയെ എളുപ്പത്തിൽ കണ്ടുപിടിക്കാൻ കഴിയുന്നു.''

''തീർന്നില്ല. ഇപ്പോൾ കണ്ടുപിടിച്ച മൂന്നു നക്ഷത്രങ്ങളുടെ നേർക്ക് കൂരമ്പുപോലെ മുട്ടാൻ നിൽക്കുന്ന മൂന്നു കൊച്ചുനക്ഷത്രങ്ങൾ വടക്ക് ലക്ഷ്യംവെച്ചു നിൽപുണ്ട്.''

''ഉണ്ട്. വ്യക്തമായി കാണാം.''

''എങ്കിൽ ആ കൂരമ്പിൽനിന്ന് നേരെ തെക്കോട്ടൊരു വര വരയ്ക്കൂ. ഉം...! വരച്ചോളൂ... ഇനിയും വരച്ചോളൂ. തെക്കേ ചക്രവാളത്തിന് മുകളിലായി ജ്വലിക്കുന്നൊരു നക്ഷത്രം കാണാം.''

''കണ്ടു.''

''വര നിർത്തിക്കോളൂ. ആ നക്ഷത്രം 'വേട'നെന്ന പേരിൽ അറിയപ്പെടുന്നു. ആ ദുഷ്ടൻ ധ്രുവനെന്ന പേരിൽ അറിയപ്പെടുന്ന നിത്യസത്യത്തെ വധിക്കാൻവേണ്ടി ഒരു കൂരമ്പ് എയ്തു. ഉടനെ ത്രിമൂർത്തികൾ ഓടിയെത്തി കൂരമ്പു തടഞ്ഞു. കട്ടിൽ സങ്കല്പത്തിന്റെ നടുവിൽ കിഴക്കുപടിഞ്ഞാറായി കണ്ട വലിയ നക്ഷത്രങ്ങൾ ത്രിമൂർത്തികൾ. തെക്കുവടക്കായി കണ്ട കൊച്ചുനക്ഷത്രങ്ങൾ കൂരമ്പ്. ഇനി കൂരമ്പിന്റെ

മുനയിൽനിന്ന് ഒരു നേർവര വടക്കോട്ടു വരച്ചാൽ അത് ധ്രുവനിൽ ചെന്നുമുട്ടും.''

''മുട്ടിക്കഴിഞ്ഞു പണിക്കരേ. എല്ലാം എല്ലാം ഇപ്പോൾ വ്യക്തമായി കാണുന്നു. മഹാദ്ഭുതം തന്നെ.''

''മഹാദ്ഭുതങ്ങളുടെ മണിത്തൊട്ടിലാണ് മാഷേ, നാമീക്കാണുന്ന അപാരത. പഴയ നക്ഷത്രങ്ങൾ പൊഴിഞ്ഞുവീഴുന്നു. പുതിയവ പൊട്ടി മുളയ്ക്കുന്നു. ഈ അപാരത, പരമാത്മാവിന്റെ കൃഷിഭൂമിയാണ് മാഷേ...''

''അതെ, അതാ ഒരു തേജോഗോളം പൊട്ടിവീഴുന്നു. എവിടെ... എവിടെയാണത് വീഴുന്നത്? ഏ...? ഏ...? അനന്തമജ്ഞാതമവർണ്ണനീയം.. പണിക്കരേ, പണിക്കരേ... പണിക്കരേ...''

ഓ! എല്ലാം തോന്നൽ. വെറും തോന്നൽ. ഭൂതകാലത്തിന്റെ ആവർത്തനം മനസ്സിന്റെ ചാപല്യം! എന്തൊരു ചൂട്. ആകെ വിയർത്തു പോയല്ലോ... ഇനി അമ്പലച്ചിറയിലിറങ്ങി കാലും മുഖവും കഴുകിയിട്ടാവാം മറ്റു കാര്യങ്ങൾ. എവിടെ പോണം, ആരെ കാണണമെന്നെല്ലാം പിന്നെ തീരുമാനിക്കാം.

നരസിംഹമൂർത്തിയുടെ ക്ഷേത്രം വലംവെച്ച് നടന്നു. ആരുമില്ല. ഭക്തജനങ്ങൾക്കും ഇപ്പോൾ ക്ഷാമമായിരിക്കും. ശ്രീകോവിലിനു മുന്നിൽ ഒരന്തിത്തിരി മുനിഞ്ഞുകത്തി മൂവന്തിയോട് പടവെട്ടിത്തളരുന്നു.

ചിറക്കടവിലെ മുകൾപ്പടവിൽനിന്നു താഴോട്ടു നോക്കിയപ്പോൾ ശബ്ദവും ചലനവുമില്ലാതെ അമ്പലച്ചിറ ശവാസനം പരിശീലിക്കും പോലെ മലർന്നുകിടക്കുന്നു. ഒരു തവളക്കുഞ്ഞുപോലും കരയുന്നില്ല. താഴോട്ടിറങ്ങുമ്പോൾ, ചളിയുടെ ദുർഗന്ധം സ്വാഗതം ചെയ്യാനെത്തി. ഇവിടെ ഇപ്പോൾ തെളിനീരിനു പകരം ചളിയാണ്, നുരഞ്ഞുപൊങ്ങുന്ന ചളി. തേജസ്വിനിയായിരുന്ന ഈ ഗ്രാമീണകന്യ അന്ത്യശ്വാസം വലിക്കുകയാണ്. എന്റെ ഗ്രാമം, പ്രിയപ്പെട്ട ഗ്രാമം, ഇതാ ഇവിടെ കുഴഞ്ഞുവീണു കിടക്കുന്നു. മതി. കണ്ടതു മതി. ഇനിയൊന്നും കാണാനാശയില്ല. കുന്നും കുളവും കൈത്തോടും നെൽപ്പാടവും കർഷകനും തൊഴിലാളിയും ചേർന്നു നിഷ്കളങ്കത പുലർത്തിപ്പോന്ന ഗ്രാമത്തിന്റെ കറപുരളാത്ത ജീവിതശൈലിയുടെ നിലക്കണ്ണാടിയായി വർത്തിച്ച ഈ തെളിനീരുറവയ്ക്ക് കണ്ണീരുകൊണ്ട് തിലോദകമർപ്പിച്ച് വിടവാങ്ങട്ടെ. എങ്ങോട്ട്?

രണ്ട്

ശുക്ലപക്ഷാരംഭത്തിൽ അനുഭവപ്പെടുന്ന നിറംമങ്ങിയ നിലാവ്, കഷ്ടിച്ചു വഴികാട്ടാൻ മുമ്പിലുണ്ടായിരുന്നു. ശങ്കിച്ച് ശങ്കിച്ച് കോണിപ്പടവുകൾ കയറിത്തീർന്നപ്പോൾ പടിപ്പുര കണ്ടില്ല. വഴിതെറ്റിയോ...? പടിപ്പുര കടന്നാൽ നീണ്ട നടവഴി; ഇരുവശവും മരങ്ങൾ. നടവഴി അവസാനിക്കുന്നത്

എട്ടുകെട്ടിന്റെ മുറ്റത്ത്. ഇപ്പോൾ നടവഴിയുണ്ട്; മരങ്ങളില്ല. നടക്കാം, നടവഴിയുടെ അറ്റംവരെ നടക്കാം. മനുഷ്യവാസമുള്ള സ്ഥലമല്ലേ, പേടിക്കാനില്ല. വീടുണ്ടെങ്കിൽ ആളെ വിളിച്ച് അധികാരിയുടെ വീടന്വേഷിക്കാം. നടന്നു. നടവഴിയുടെ അറ്റം കണ്ടപ്പോൾ എട്ടുകെട്ടു കണ്ടില്ല. പിന്നിട്ട വഴികളിലെന്നപോലെ കാലത്തിന്റെ കൊടുങ്കാറ്റ് നാശം വിതച്ചുകൊണ്ട് ഇതിലെയും കടന്നുപോയിരിക്കാം. എട്ടുകെട്ടിന്റെ സ്ഥാനത്തിപ്പോൾ ഇടത്തരക്കാരന്റേതെന്നു തോന്നിക്കുന്ന ഒരു വീട്. വീട്ടുമുറ്റത്ത് അല്പ നേരം ശങ്കിച്ചുനിന്നു. ശങ്ക പരാജയത്തിന്റെ അടിത്തറയാണ്. പറ്റില്ല. വിളിക്കാം. വിളിക്കാനൊരു പേരു വേണ്ടേ? അതിനെന്തുവഴി? ആലോചിച്ചു നിൽക്കുമ്പോൾ ഭാഗ്യംപോലെ ഒരു ഉപായം മനസ്സിൽ കടന്നുവന്നു; ഡോർബെല്ലിനുപകരം പഴയ ഗ്രാമീണശൈലി; പതുക്കെ ഒന്നു ചുമച്ചു. വീട്ടിനകത്ത് ആളനക്കമില്ല. അല്പം കഴിഞ്ഞ് ഉറക്കെ ഒന്നു കൂടി ചുമച്ചു. അകത്തു ചലനം. ആരോ അടക്കിപ്പിടിച്ചു സംസാരിക്കുന്നു. വരാന്തയിലെ വിളക്കു തെളിയുന്നു. വാതിലിന്റെ തിരിക്കുറ്റി ഞരങ്ങി. നരച്ച തല വാതിൽപ്പഴുതിലൂടെ പുറത്തേക്കു നീണ്ടു. കൺപുരികങ്ങൾ വളച്ച് കരുതലോടെ ചുറ്റുപുറവും നോക്കി. സാവകാശം പുറത്തുകടന്ന് വരാന്തയുടെ അറ്റത്തുവന്നു ചോദിച്ചു:

''ആരാ?''

''ഞാനാണ്.''

''എന്നുവെച്ചാൽ?''

''ബാലകൃഷ്ണൻ.''

''അങ്ങനെ പറഞ്ഞാലൊന്നും ഇപ്പം മനസ്സിലാവില്ല. ഇങ്ങട്ടടുത്തു വരൂ; വെളിച്ചത്തിലേക്ക്.''

വെളിച്ചത്തിലേക്കു ചെന്നു. ആളെ തിരിച്ചറിയാനുള്ള ശ്രമത്തിൽ, തല അല്പം ചരിച്ച്, വാർദ്ധക്യത്തിന്റെ നിഴൽവീണ് കാഴ്ച മങ്ങിയ കൃഷ്ണമണികൾക്ക് ഭാരമേൽപ്പിച്ചു നിൽക്കുന്നതിനിടയിൽ നിമിഷങ്ങൾ പലതും കടന്നുപോയി. അതറിഞ്ഞിട്ടാവണം, പുതിയൊരു ചോദ്യം:

''ഏതു ബാലകൃഷ്ണൻ?''

എങ്ങനെ പറഞ്ഞു മനസ്സിലാക്കും? ഏറെ പഴയ കാര്യമല്ലേ? സംഭവങ്ങളുടെ അട്ടിപ്പേറിൽനിന്ന് പരിചയം ചികഞ്ഞെടുക്കാൻ വൃദ്ധമനസ്സിന് ബലം കൊടുക്കുന്ന തെളിവു വല്ലതും കണ്ടെത്തണം. ആലോചിക്കാൻ സമയമില്ല. സംശയത്തിനിടയാകും. രണ്ടും കല്പിച്ച് അങ്ങട്ട് ഒരു ചോദ്യം ആവാമെന്നുവെച്ചു:

''അധികാരിയദ്ദേഹമല്ലേ?''

മറുപടി ഇല്ല. പിന്നെയും ചോദിച്ചു:

''പത്മനാഭൻനമ്പ്യാർ അധികാരി?''

മുഖത്ത് സന്തോഷം ഇതൾ വിടർത്തുന്നു.

''അതെ, പത്മനാഭൻനമ്പ്യാർതന്നെ; പക്ഷേ അധികാരിയല്ല.''

''അതറിയാം. അധികാരിയായിരുന്ന കാലത്ത് ഞാൻ കണ്ടിട്ടുണ്ട്. ഇവിടെ പലവട്ടം വന്നിട്ടുണ്ട്.''

''അതിരിക്കട്ടെ, ബാലകൃഷ്ണൻ എന്നുപറഞ്ഞാൽ എല്ലാമായില്ല.''

''ഞാനിവിടുത്തെ സ്കൂളിൽ മാഷായിരുന്നു.''

''മാഷോ?''

''അതെ, കൃഷ്ണൻഗുരുക്കളുടെ സ്കൂളിൽ.''

ആത്മഗതംപോലെ, പിറുപിറുപ്പുപോലെ അധികാരിയുടെ ചുണ്ടിൽ നിന്ന് ചില വാക്കുകൾ അവ്യക്തമായി പുറത്തുവന്നു:

''കൃഷ്ണൻഗുരുക്കൾ... ബാലകൃഷ്ണൻമാഷ്... ഓ! ഞാൻ ഇരിക്കാൻ പറഞ്ഞില്ലല്ലോ. വരൂ മാഷേ, ഇരിക്കൂ.''

തോളിലെ രണ്ടാംമുണ്ടെടുത്ത് കസേരയിലെ പൊടിതട്ടി വീണ്ടും പറഞ്ഞു:

''ഇരിക്കൂ മാഷേ.''

''മാഷെന്ന് വേണ്ട, ബാലകൃഷ്ണനെന്ന് വിളിച്ചാൽ മതി.''

''മാഷെന്ന വിളി ഒട്ട് സുഖമുള്ളതല്ലേ? ഇന്നിപ്പോൾ പഠിപ്പിക്കാത്തവരെയും പഠിക്കാത്തവരെയും മാഷെന്നാ വിളി. സുഖമുള്ള, നല്ല തറവാടിത്തമുള്ള പേരാണ് മാഷ്.''

അധികാരി മറ്റൊരു കസേര വലിച്ചിട്ടിരുന്ന് പിന്നെയും നിർബന്ധിച്ചു:

''ഇരിക്കൂ.''

ഇരുന്നു. രണ്ടുപേരും മുഖാമുഖമായിത്തന്നെ ഇരുന്നു. അല്പനിമിഷത്തെ നിശ്ശബ്ദത. പിന്നെ അധികാരി വാചാലനാവുന്നു:

''കൃഷ്ണൻഗുരുക്കളുടെ സ്കൂൾ! അതു പിന്നെ രാമൻനമ്പ്യാരുടെ സ്കൂളായി. അക്കാലത്തായിരുന്നില്ലേ 'മാലതി'യുടെ വരവ്. ഒരു ചെറുപ്പക്കാരി നമ്മുടെ പ്രദേശത്ത് ആദ്യമായി ജോലി ചെയ്യാൻ അടുക്കളവിട്ട് പുറത്തുവരുന്നു. അതൊരു ഭൂകമ്പംതന്നെയായിരുന്നു. വടക്കെവിടെയോ ഉള്ള തറവാട്ടിലെ ഒരു കുട്ടി. അവൾ സാരിയുടുത്ത്, ശീലക്കുട ചൂടി വരുന്നു. അങ്ങു തറവാട്ടുകാരി പെൺകുട്ടികൾ ഓലക്കുടയല്ലാതെ ചൂടാറുണ്ടായിരുന്നോ മാഷേ? നിങ്ങളുടെ ഓർമ്മയിൽ പെൺകുട്ടികൾ ആരെങ്കിലും ശീലക്കുട ചൂടി നടന്നുകണ്ടിട്ടുണ്ടോ?''

''ഇല്ല.''

''അതാണ് ഭൂകമ്പമെന്നു പറഞ്ഞത്. ഈ നാട്ടുകാർ അന്നൊക്കെ അപവാദങ്ങൾ എത്ര പ്രചരിപ്പിച്ചു? മാഷ് മാലതിയുടെ കൂടെ ജോലി ചെയ്തിട്ടുണ്ടോ?''

''ഉണ്ട്.''

''എന്നാൽ സത്യം പറയട്ടെ. അവൾ നല്ല തന്റേടി. അന്ന് അവളെ ആക്ഷേപിക്കുന്നവരുടെ കൂട്ടത്തിൽ ഞാനും ഒട്ടൊക്കെ പങ്കെടുത്തിരുന്നു. ഇന്നതാലോചിക്കുമ്പോൾ ദുഃഖമുണ്ട് മാഷേ. കാലത്തിന്റെ മാറ്റം കാണാനും അംഗീകരിക്കാനും കഴിയാത്തതിലുള്ള ദുഃഖം. മാഷ് എന്തു പറയുന്നു? അവൾ തന്റേടിയായിരുന്നില്ലേ?''

''തന്റേടി മാത്രമല്ല. കളിച്ചും ചിരിച്ചും മക്കളെപ്പോലെ സ്നേഹിച്ചും കുട്ടികളെ പഠിപ്പിക്കാൻ മിടുക്കിയുമായിരുന്നു.''

ഒടുവിൽ പറഞ്ഞ കാര്യം അധികാരി ശ്രദ്ധിച്ചോ എന്നറിഞ്ഞുകൂടാ. നടവഴിയിലൂടെ പിൻവാങ്ങുന്ന നിലാവിനെ വിഴുങ്ങാൻ ഇഴഞ്ഞെത്തുന്ന ഇരുട്ടിനെ ഉറ്റുനോക്കുകയായിരുന്നു അദ്ദേഹം. അകത്ത് പാത്രങ്ങൾ കൂട്ടിമുട്ടുന്ന ശബ്ദം കേട്ടാണ് പിന്നെ ഞെട്ടിത്തിരിഞ്ഞ് പറയാൻ തുടങ്ങിയത്.

''അതെന്തൊരു കാലമായിരുന്നു! ഊടുവഴിയിലൂടെ മാലതി തലയുയർത്തി, നിവർത്തിപ്പിടിച്ച ശീലക്കുടയും കറക്കി വരുമ്പോൾ, ജാഥ കാണാനെന്നപോലെ ചെറുപ്പക്കാർ വന്നുകൂടുമായിരുന്നു. അവരെ കുറ്റം പറയാൻ വയ്യ. പുത്തൻകാഴ്ചയല്ലേ?''

അധികാരിയുടെ ഉള്ളിൽ ഊറിക്കൂടിയ ചിരി അല്പാല്പം പുറത്തു വരാൻ തുടങ്ങി. നരച്ച കുറ്റിത്താടിയിലത് വെളിച്ചം പരത്തി. അടക്കും തോറും തികട്ടിവന്ന ചിരി അധികാരിയുടെ സംഭാഷണത്തിന് കൊഴുപ്പു കൂട്ടി:

''അന്ന് എനിക്കും ചെറുപ്പായിരുന്നു. ഇടയ്ക്കൊക്കെ ഞാനും സമയം നോക്കി ഈടുവഴിയിലൂടെ നടക്കാറുണ്ടായിരുന്നു. അധികാരിയല്ലേ. ആരും സംശയിക്കില്ല. അഥവാ സംശയിച്ചാൽ, അതു പുറത്തു പറയാൻ അന്നാർക്കാണ് ധൈര്യം? സ്ഥലത്തെ പ്രധാന ജന്മി, അവിവാഹിതൻ. വേണ്ടുവോളം അധികാരവും സൗന്ദര്യവും! മാലതിയെ ഒന്നു കാണാൻ കൊതിച്ചുപോയാൽ അതു വലിയ തെറ്റാണോ മാഷേ?''

''ഒരിക്കലുമല്ല. കാണാൻ കൊതിച്ചാലും അതിലപ്പുറം കടന്ന് സ്വന്തമാക്കാൻ ശ്രമിച്ചാലും തെറ്റാവില്ല.''

ഇത്തവണ ചിരി അതികലശലായിരുന്നു. ചിരി കേട്ടതുകൊണ്ടാവും വീട്ടമ്മ വാതിൽക്കൽ വന്നുനിന്നു. അവരെക്കണ്ടാൽ അധികാരിക്കോ ഭാര്യയ്ക്കോ പ്രായം കൂടുതലെന്നു നിർണയിക്കാൻ വിഷമം. മെലിഞ്ഞ് വിളർത്ത ശരീരം. ഒരു ദാവണി പുതച്ചതിന്റെ അടിയിൽ റൗക്കയോ ജാക്കറ്റോ ഉണ്ടെന്നു തിരിച്ചറിയാൻ കഴിയാത്തവിധമാണ് പുതപ്പ്. അധികാരി ചിരിച്ചുകൊണ്ടു ചോദിച്ചു:

''കണ്ടോ. ആരാ ഈ ഇരിക്കുന്നതെന്ന് കണ്ടോ? ആളെ മനസ്സിലായോ?''

ഒന്നും പറയാതെ, മിണ്ടാതെ, മുഖത്തൊരു വികാരവുമില്ലാതെ നിൽക്കുന്ന ഭാര്യ. ഏറെ സന്തുഷ്ടനായ അധികാരി. രണ്ടുപേരെയും വിഷമിപ്പിക്കേണ്ടെന്നുവെച്ചു പറഞ്ഞു:

''മനസ്സിലാവാൻ വഴിയില്ല. എന്നോ കണ്ടതല്ലേ? ഇടയിൽ വർഷങ്ങളെത്ര കഴിഞ്ഞു, മാറ്റങ്ങളെത്ര വന്നു?''

''എന്നാൽ മനസ്സിലാവേണ്ടതാണ്. നമ്മൾ പുരുഷന്മാരെപ്പോലെ നൂറായിരം കാര്യങ്ങൾ ഇടപഴകി അധികാരക്കൊതിയുടെ പിറകെ നടന്ന് വശംകെടുന്ന പണി പെണ്ണുങ്ങൾക്കില്ലല്ലോ. അതുകൊണ്ട് അവരുടെ ബുദ്ധിക്കൊരു കേടും പറ്റില്ല. ഈയിടെ കാഴ്ച കുറേശ്ശെ മങ്ങാൻ തുടങ്ങീട്ടുണ്ട്. തിമിരത്തിന്റെ പുറപ്പാടാവും.''

ഭാര്യയുടെ നേർക്കു തിരിഞ്ഞ് അധികാരി നിർബന്ധിച്ചു: ''ഇങ്ങട്ട് വന്നോളൂ. ഈ പ്രായത്തിൽ വാതിൽപ്പൊളിക്കു പിന്നിലൊന്നും നിൽക്കേണ്ട ആവശ്യമില്ല. ഉം! വന്നോളൂ. വന്ന് നല്ലോണം നോക്കി പറയൂ. ആരാണെന്ന്.''

ഭാര്യ ഒരനാവശ്യകാര്യം ചെയ്യുമ്പോലെ പതുക്കെ, വരാന്തയിലേക്ക് കടന്നുനിന്നു. അപ്പോൾ വരാന്തയുടെ ഒരു മൂലയിൽ ചുരുണ്ടുകൂടി കിടന്ന വളർത്തുപട്ടി എഴുന്നേറ്റ് നടുനിവർത്തി ചെവികുടഞ്ഞ് വയ്യായ്മയോടെ വന്ന് വീട്ടമ്മയുടെ കാലിൽ തൊട്ടുരുമ്മി നിന്നു. കാര്യം മനസ്സിലാക്കിയ വീട്ടമ്മ പട്ടിയെ ശാസിച്ചു:

''പോ പോ, സമയമായാൽ വിളിക്കും. ശല്യപ്പെടുത്താതെ പോ.''

പട്ടി കാര്യം മനസ്സിലാക്കി അനുസരണയോടെ പോകുന്നതുകണ്ട് അധികാരി പറഞ്ഞു:

''പാവം! അതിനും വയസ്സായി. വല്ലതും കഴിക്കണം, വിശപ്പടക്കണം, കിടന്നുറങ്ങണം; അതേ വിചാരമുള്ളൂ, എന്നെപ്പോലെ. അതിരിക്കട്ടെ, മീനാക്ഷിക്ക് ആളെ മനസ്സിലായോ?''

അധികാരിയുടെ ചോദ്യത്തിനു മുമ്പിൽ അവർ കുറച്ചൊന്നുമല്ല ചൂളിയത്. ഒളിമങ്ങിയ കണ്ണുകൾ കഴിവിനൊത്തു പരമാവധി പരിശ്രമിച്ചിട്ടും ഫലം കിട്ടില്ലെന്നു വന്നപ്പോൾ അധികാരി ഇടപെട്ടു:

''ഇത് ബാലകൃഷ്ണൻമാഷാണ്.''

ഏത് ബാലകൃഷ്ണൻമാഷെന്ന് കണ്ണിലെ ചോദ്യം കണ്ട് അധികാരി പറഞ്ഞു:

''എടോ, ഗുരുക്കളെ സ്കൂളിൽ പണ്ട് പഠിപ്പിച്ച ബാലകൃഷ്ണൻ മാഷ്.''

വീട്ടമ്മയുടെ മുഖം നിർവികാരംതന്നെ. അവിടെ ഓർമ്മയുടെ നേരിയ കണം പോലുമില്ല. ഭാര്യയുടെ ഓർമ്മശക്തി പരീക്ഷിക്കാനെന്നവിധം അധികാരി ചോദിച്ചു:

''മാലതിയെ ഓർക്കുന്നുണ്ടോ?''

''ഏത് മാലതി?''

''എടോ, ഗുരുക്കളുടെ സ്കൂളിൽ പഠിപ്പിക്കാൻ വന്ന മാലതി ടീച്ചർ എഴുത്തമ്മ, ഓർക്കുന്നില്ലേ? അന്ന് ടീച്ചർ പോന്ന ഊടുവഴിവക്കിലെ ഞാനും എന്നെ കണ്ടെന്ന് ആരെങ്കിലും ഇവിടെ വന്നുപറഞ്ഞാൽ പിന്നെ പലനാൾ മുട്ടൻവഴക്കല്ലേ മീനാക്ഷിക്കുട്ടി?''

മീനാക്ഷിക്കുട്ടി എന്ന വിളി കാലങ്ങൾക്കുശേഷം കേട്ടതുകൊണ്ടാവണം വീട്ടമ്മയുടെ മുഖത്ത് മങ്ങിക്കത്തുന്ന അന്തിത്തിരിയുടെ വെട്ടം പോലെ ഒരു ഭാവം പ്രത്യക്ഷപ്പെട്ടു. അതു കണ്ടതുകൊണ്ടാവണം അധികാരിക്ക് ഉത്സാഹം വർദ്ധിച്ചു:

''ഇങ്ങനെ ഓർമ്മക്കുറവായാലോ, മീനാക്ഷിക്കുട്ടി? ഇതൊക്കെ എളുപ്പം മറക്കാൻ പറ്റുന്ന കാര്യമാണോ?''

ക്ഷണനേരംകൊണ്ട് വീട്ടമ്മയുടെ മുഖത്തു പ്രത്യക്ഷപ്പെട്ട തെളിച്ചം പൊലിഞ്ഞു. ഏതോ അഗാധചിന്തയിൽപ്പെട്ടപോലെ അല്പസമയം കണ്ണടച്ചുനിന്ന് പിന്നെ ആരോടും ഒന്നും പറയാതെ അകത്തേക്കു കടന്നുപോയി. ഭാര്യ പോയ വഴിയിൽനിന്ന് കണ്ണെടുക്കാതെ, ഒരു നെടുവീർപ്പിന്റെ അകമ്പടിയോടെ അധികാരി തന്നത്താൻ പറഞ്ഞു:

''വിധി! വിധിയെന്നല്ലാതെ എന്തുപറയാൻ?''

''എന്താവോ പറഞ്ഞത്?''

''ഹേയ് ഞാനോ, ഞാൻ ചോദിക്കാൻ വിചാരിക്കുകയായിരുന്നു.''

''ചോദിക്കണം.''

''പണ്ടിവിടെ വന്നിട്ടുണ്ടെന്നു പറഞ്ഞില്ലേ?''

''ഉവ്വ്, ആദ്യമായി വന്നത് സ്കൂളിൽ പഠിക്കുന്ന കാലത്താണ്. കൃഷ്ണാട്ടംകളി കാണാൻ.''

കൃഷ്ണാട്ടംകളിയുടെ പേരു കേട്ടപ്പോൾ അധികാരിയുടെ ഭാവപ്പകർച്ച അസാധാരണമായിരുന്നു. സന്തോഷത്തിൽ തുടക്കം. പിന്നെ രൗദ്രം. തുടർന്ന് സന്താപം. സന്താപഭാരത്തിൽനിന്ന് മോചനം നേടാനെന്നവിധം എഴുന്നേറ്റ് വരാന്തയിലങ്ങട്ടുമിങ്ങട്ടും നടക്കാൻ തുടങ്ങി. നിമിഷങ്ങൾക്കുശേഷം പരിസരബോധം വീണ്ടുകിട്ടിയമട്ടിൽ കസേരയിൽ വന്നിരുന്നു.

''ബാലകൃഷ്ണൻമാഷേ, ഞാനാലോചിക്കുകയായിരുന്നു; കാലത്തെപ്പറ്റി. കാലവും പുഴയും ഒരുപോലെയാണല്ലേ? ഒരിക്കലും തിരച്ചൊഴുകില്ല. മുന്നോട്ടുള്ള കുതിപ്പിൽ സമസ്തവും കടപുഴക്കിക്കൊണ്ടുപോകും. അങ്ങനെയല്ലേ?''

''അതെ.''

''ഞാനാലോചിച്ചത് ആ കാലത്തെപ്പറ്റിയായിരുന്നു. നീണ്ട മാമ്പഴക്കാലവും കൃഷ്ണാട്ടംകളിയും ഒരുമിച്ചാണെത്തിച്ചേരുന്നത്. ഇവിടെ

ഈ നടവഴിക്കിരുവശവും തൊടിയിൽ പലേടത്തും ആകാശം മുട്ടിനിൽക്കുന്ന നാട്ടുമാവുകളേറെയുണ്ടായിരുന്നു. ധനുമാസത്തിൽ മാമ്പൂവിന്റെ മണം. കുംഭം മീനത്തിൽ മാമ്പഴത്തിന്റെ ഗന്ധം. പലനിറത്തിൽ ചിറകുവിരുത്തി, പല സ്വരത്തിൽ പാടി, പല ദിശയിൽനിന്നും ആണ്ടുപക്ഷികൾ പാറി വരുമായിരുന്നു; പക്ഷികളെപ്പോലെ കുട്ടികളും. ജാതിയേത്, മതമേതെന്ന ചോദ്യമില്ല. പക്ഷികളോടാരെങ്കിലും അതു ചോദിക്കാറുണ്ടോ? അതുപോലെ കുട്ടികളോടും. എല്ലാവരും ഒത്തുകൂടി മാഞ്ചുവട്ടിൽ മഹോത്സവം നടത്തും. മാവും പിലാവും പോയി, കുട്ടികളും കിളികളും പോയി. ചെമ്പോത്തും ചവറ്റിലയും കാരാടനും കുയിലും തത്തയും മാടത്തയും ചേർന്ന് പാണ്ടിമേളവും പഞ്ചാരിമേളവും തകർത്ത് കച്ചേരി നടത്തിയ സ്ഥലമാണിത്. കാലംപോലെ കറുത്ത കാക്കയുടെ ശബ്ദം കേട്ടുകൊണ്ട് കഴിയാറുള്ള വിധിയാണിപ്പോൾ കഷ്ടം!''

ഒരു നെടുവീർപ്പിന്റെ അകമ്പടിയോടെ കഥാകഥനം നിർത്തി തെല്ലിട മിണ്ടാതിരുന്ന അധികാരി ക്ഷമാപണംപോലെ ചോദിക്കുന്നു:

''മാഷക്ക് ബോറായോ?''

''ഏയ്, ഒട്ടും ബോറായില്ല. ഇത് ഇവിടംകൊണ്ടൊതുങ്ങുന്ന ചരിത്രമല്ല, ഈ ഗ്രാമത്തിന്റെ മുഴുവൻ ചരിത്രമാണ്.''

''ചോദിച്ചില്ലല്ലോ, ഈ നേരത്ത്? ഇവിടെ എത്തിപ്പെടാനെന്തേ കാരണം?''

''ഞാൻ ജനിച്ച്, കളിച്ചുവളർന്ന ഈ ഗ്രാമം എന്റേതുകൂടിയാണെന്ന വിശ്വാസം എപ്പോഴും എനിക്കുണ്ടായിരുന്നു. ഇവിടുത്തെ കുന്നിനും പുഴയ്ക്കും കൈത്തോടിനും എന്തിനേറെ, ഇവിടുത്തെ ഓരോ മൺതരിക്കും ഞാനവകാശിയാണെന്ന വിചാരം എന്നെ എപ്പോഴും സന്തോഷിപ്പിച്ചിരുന്നു. എല്ലാം ഇന്നോടെ അസ്തമിച്ചു. ഇപ്പോൾ ഇവിടെ എന്നെ മോഹിപ്പിക്കാൻ ഒന്നുമില്ല; ഒന്നും. എന്നെയറിയുന്ന, എന്നെക്കണ്ടാൽ സന്തോഷിച്ചു ചിരിക്കുന്ന ഒരു കുഞ്ഞുപോലുമിവിടെയില്ല. ഇന്നെല്ലാം ഒരു സ്വപ്നംപോലെ, ദുസ്സ്വപ്നംപോലെ...''

പറഞ്ഞുതീരുംമുമ്പേ വീട്ടമ്മ വാതിൽക്കലെത്തി.

''അത്താഴം കഴിക്കണ്ടേ?''

''ശരി, ശരി. വരാം. എഴുന്നേൽക്കൂ മാഷേ.''

''വേണ്ടാ.''

''അതുപറ്റില്ല. വല്ലതും കഴിച്ചേ പറ്റൂ. ഇവിടെ വിഭവങ്ങളൊന്നും ഉണ്ടാവില്ല. രാത്രി എന്നും കഞ്ഞിയാണ്. വേണ്ടെങ്കിലും അല്പം കഴിക്കാം. വരൂ.''

അധികാരി എഴുന്നേറ്റു. സ്നേഹപൂർവ്വമായ നിർബന്ധം തികച്ചും ആത്മാർത്ഥമായിരുന്നു; വഴങ്ങി.

മൂന്ന്

അധികാരിക്കു പറയാൻ കഥകൾ പലതുണ്ടായിരുന്നു. മനസ്സിന്റെ ആഴങ്ങളിൽ എവിടെയോ ചുരുട്ടിക്കെട്ടിവെച്ച അനുഭവങ്ങൾ ഓരോന്നായി അദ്ദേഹം പുറത്തെടുത്ത് കെട്ടഴിക്കാൻ തുടങ്ങി.

തറവാട്ടിലെ ഏറ്റവും ഒടുവിലത്തെ പ്രബലനായ അധികാരിയായിരുന്നു വല്യമ്മാമൻ; മുത്തശ്ശിയുടെ സഹോദരൻ. അദ്ദേഹം പരമസുന്ദരനായിരുന്നു. ചെമ്പകപ്പൂവിന്റെ നിറം. തടിച്ചുകൊഴുത്ത ശരീരം. നല്ല ഉയരം. കാതിൽ കല്ലുവെച്ച കടുക്കൻ. നെറ്റിയിൽ എപ്പോഴും ചന്ദനക്കുറി. കുംഭകോണം കസവുമുണ്ടു ചുറ്റി, 'ഇല്ലിക്കുന്നൻ' തോർത്ത് മടക്കി തോളിലിട്ട്, ചൂരൽവടിയും ചുഴറ്റി നടക്കുന്നത് കാണാൻ നല്ല ചന്തമായിരുന്നു. യാത്ര പുറപ്പെടുന്നത് രാത്രിയായാലും പകലായാലും 'ചങ്ങലവട്ട' കൊളുത്തിപ്പിടിച്ച് കാര്യസ്ഥൻ മുമ്പിൽ നടക്കണം; നിർബന്ധമാണ്. മരിക്കുംവരെ ആ പതിവ് അദ്ദേഹം തെറ്റിച്ചിട്ടില്ല.

ഈ ചങ്ങലവട്ടയെന്ന പുരാവസ്തു വെറും അലങ്കാരത്തിനുള്ളതാണെന്നു ധരിക്കരുത്. അത് തറവാട്ടിന്റെ അന്തസ്സിൽ പകലും രാത്രിയും ഒരുപോലെ വെളിച്ചം തളിക്കുന്നു. ചങ്ങലവട്ടയുടെ ചരിത്രം ഇവിടം കൊണ്ടും അവസാനിക്കുന്നില്ല.

സാമൂതിരിപ്പാടിൽനിന്ന് അനേകം ബഹുമതികളും സ്ഥാനമാനങ്ങളും കിട്ടിയ കൂട്ടത്തിൽ ചങ്ങലവട്ട കൊളുത്തിനടക്കാനുള്ള അവകാശവുംപെടുന്നു; പേരിക്കല്ലിന്റെ ഭരണാധികാരവും! ഇപ്പോൾ ഇതൊക്കെ, ദുഷ്പ്രഭുത്വത്തിന്റെ അടയാളമെന്നു പറഞ്ഞ് പുച്ഛിക്കാം. സാരമില്ല. പുച്ഛിക്കാതെ, ആക്ഷേപിക്കാതെ, സമരം ചെയ്യാതെ ഈ പദവികളത്രയും ഇല്ലാതായല്ലോ - പോരെ? വെള്ളക്കാരന്റെ വരവ് മലവെള്ളപ്പാച്ചിലായിരുന്നു. നാടുവാഴികളെയും പ്രഭുക്കന്മാരെയും ചുറ്റിപ്പറ്റിനിന്ന എല്ലാ അവകാശാധികാരക്കൂനകളും അത് തട്ടിനിരപ്പാക്കി. നാടുവാഴികൾക്കും പൗരപ്രധാനികൾക്കും പ്രതിഫലമായി അധികാരിപ്പണി സദയം അനുവദിച്ചുകൊടുത്തു. ഗ്രാമങ്ങളുടെ അതിരു നിർണയിച്ച് അധികാരികളെ നിയമിച്ചു. അങ്ങനെ അധികാരങ്ങളത്രയും അപഹരിക്കപ്പെട്ടശേഷം അധികാരിപ്പണി ഞങ്ങടെ തറവാട്ടിലും കിട്ടി. അതു പിന്നെ തറവാട്ടു സ്വത്തായിത്തീരുകയും ചെയ്തു. ഒരധികാരി മരിച്ചാൽ വയസ്സുമൂപ്പുള്ള അടുത്ത അനന്തിരവൻ അധികാരിയാവുന്നു. വിദ്യാഭ്യാസയോഗ്യത വേണ്ട. മുഖാമുഖം വേണ്ട. തെളിവെടുപ്പു വേണ്ട. ഉപാധികളൊന്നുമില്ലാതെ അധികാരിയാവാം - നികുതി പിരിവ് മുഖ്യം. പിന്നെ മുകളിൽ നിന്ന് വരുന്ന ഉത്തരവ് വള്ളിപുള്ളി വ്യത്യാസമില്ലാതെ നടപ്പാക്കണം. ആരോടും അനുകമ്പ പാടില്ല; ദയയും. ജനങ്ങളെ എപ്പോഴും വിരട്ടിക്കൊണ്ടിരിക്കണം. ചക്രവർത്തി തിരുമേനിയുടെ ഭരണമില്ലെങ്കിൽ നാട്ടിൽ കൊള്ളയും കൊലയും തീവെപ്പും നടമാടുമെന്ന് നികുതിദായകരെ വിശ്വസിപ്പിക്കണം. ആത്മഹത്യ കൊലപാതകമായും കൊലപാതകം ആത്മഹത്യയായും

മാറ്റിയെടുക്കാൻ കഴിയണം. പൊലീസുമായി നിരന്തരസമ്പർക്കം പുലർത്തണം. ചക്രവർത്തിതിരുമനസ്സിലേക്ക് അപ്രിയം ചേർക്കുന്ന കാര്യങ്ങൾ എങ്ങാനും സംഭവിക്കുന്ന പക്ഷം - അതെത്ര ചെറുതായാലും - പൊലീസിലറിയിച്ച് പരിഹാരം തേടണം.

എല്ലാം കണ്ടുംകേട്ടും ഇരിക്കുമ്പോഴാണ് അധികാരിപ്പണിയുടെ നുകം കഴുത്തിൽ വീണത്. അന്നു വയസ്സ് പതിനെട്ട്. പക്വത നേടാത്ത പ്രായം. വയസ്സുമൂപ്പുള്ള അമ്മാമന്മാർ ഒഴിഞ്ഞുമാറിയതുകൊണ്ട് നുകം കഴുത്തിലേറ്റേണ്ടിവന്നു. സത്യമതാണ്. അധികാരിപ്പണി ഒട്ടും മോഹിപ്പിച്ചിട്ടില്ല. ഒന്നിനും കീഴടങ്ങാൻ കൂട്ടാക്കാത്ത പതിനെട്ടിന്റെ അഹങ്കാരം മാത്രമായിരുന്നു കൈമുതൽ. നുകമെങ്കിൽ നുകം കഴുത്തിലേറ്റി. കാലം ഏറെ കഴിയേണ്ടിവന്നില്ല, ചുമതലയുടെ മുൾമുന കഴുത്തിൽ കുത്താൻ തുടങ്ങി- തലയ്ക്കു മുകളിൽ വെള്ളക്കാരന്റെ നിശിതനിയമങ്ങൾ. ചുറ്റുപാടും സ്വാതന്ത്ര്യത്തിനുവേണ്ടിയുള്ള ജനമുന്നേറ്റം.

സദാ കറങ്ങുന്ന വലിയൊരു ഇരുമ്പുചങ്ങല. ആ ചങ്ങലയുടെ ആദ്യത്തെ കണ്ണി വൈസ്രോയി. ഒടുവിലത്തെ കൊളുത്ത് അധികാരി. കൊളുത്തിട്ടു മുറുക്കി ചങ്ങല തിരിക്കുമ്പോൾ രൂപംകൊള്ളുന്നത് ഭരണം. ഇടയിലുള്ള കണ്ണികളായി, പൊലീസ്, പട്ടാളം, നീതിന്യായവകുപ്പ്. പിന്നെ കളക്ടർ, തുക്ടിസായ്പ്, താസിൽദാർ എന്നിങ്ങനെ പലതും പലരും നിലകൊള്ളുന്നു. ഇപ്പോൾ അധികാരിക്കു രണ്ടു ചങ്ങല. ഒന്ന് സർവ്വേ ചങ്ങല, മറ്റേത് ഭരണച്ചങ്ങല. താസിൽദാർ തുടങ്ങി താഴോട്ടുള്ളവരെ അധികാരിക്കു നേരിൽ കാണാൻ കഴിയും. കളക്ടറും തുക്ടിയും സാക്ഷാൽ സായ്പ്. ആണ്ടിലൊരിക്കൽ 'ജമാവന്തി' വരുമ്പോൾ അവരുടെ മുമ്പിൽ വിറച്ചു വിറച്ചു നിൽക്കേണ്ടിവരും. കണക്കും നടപടിക്രമങ്ങളും നികുതിപിരിവിലെ ഗുണദോഷങ്ങളുമെല്ലാം പരിശോധിച്ച് തീരുമാനമെടുക്കുന്ന സമ്പ്രദായത്തിനാണ് 'ജമാവന്തി' എന്നു പേർ. അധികാരിമാരും കീഴിലുള്ളവരും ഒരുപോലെ ഭയപ്പെടുന്ന ഭീകരസത്വമാണ് ജമാവന്തി. കുറ്റമോ കുറവോ കണ്ടാൽ സായ്പിന്റെ മുഖം തുടുത്തതിനുമേൽ തുടുക്കും. കണ്ണുകൾ ജ്വലിക്കും. ഘോരാട്ടഹാസത്തിലൂടെ 'സസ്പെൻഷൻ' പുറത്തുചാടും. അപൂർവ്വമായി 'ഡിസ്മിസ്' എന്ന വാക്കും പുറത്തേക്കു വരും. സർവ്വേച്ചങ്ങല കൈക്കും ഭരണച്ചങ്ങല മനസ്സിലും ഭാരമാവാൻ തുടങ്ങി. കാരണം പലതാണെങ്കിലും ജനദ്രോഹ നടപടിയോടുള്ള വൈമുഖ്യംതന്നെ പ്രധാനം.

'ജാഗ്രത' ജാഗ്രതയെന്നു കല്പിച്ചുകൊണ്ട് മുകളിൽനിന്ന് അടിക്കടി കല്പന വരാൻ തുടങ്ങി. സ്വാതന്ത്ര്യം ഇന്ത്യക്കാരന്റെ ജന്മാവകാശമാണെന്ന ബോധം യുവാക്കളെ ആവേശം കൊള്ളിച്ച കാലം. അവർ നാടിനുവേണ്ടി എന്തു ത്യാഗം സഹിക്കാനും തയ്യാറെടുത്തു. ജാഥകൾ രൂപംകൊള്ളുന്നു. ഓണംകേറാമൂലകളിൽപ്പോലും ബ്രിട്ടീഷ് സാമ്രാജ്യത്വത്തിനെതിരായ മുദ്രാവാക്യങ്ങൾ മുഴങ്ങുന്നു. ഒപ്പം കളിച്ചും പഠിച്ചും വളർന്നവർ, അടുത്ത സുഹൃത്തുക്കൾ - ചിലപ്പോൾ ബന്ധുക്കളും -

മറുചേരിയിൽ നിരന്നുകണ്ടപ്പോൾ അമ്പരന്നുപോയി. വിദേശവസ്ത്രം ബഹിഷ്കരിക്കാനും സ്വന്തമായി നൂൽനൂറ്റ്, നെയ്തുണ്ടാക്കിയ ഖാദി വസ്ത്രം ധരിക്കാനും ജനങ്ങളെ അവർ പ്രേരിപ്പിക്കുന്നു. അവരിൽ പലരും ഗവണ്മെന്റ് ജോലി ഉപേക്ഷിക്കുന്നു. വക്കീലന്മാരും പ്രൊഫസർമാരും പട്ടാളക്കാരും പൊലീസുകാരും ജഡ്ജിമാരും രാജിവെച്ച് സമരനിരയിൽ ചേർന്ന് രാജ്യത്തെ കൊള്ളയടിക്കുന്ന വിദേശികളെ ഭാരതമണ്ണിൽനിന്ന് നിഷ്കാസനം ചെയ്യണമെന്ന് നേതാക്കന്മാരുടെ ആഹ്വാനം. ചങ്ങലയ്ക്ക് ഭ്രാന്തെടുക്കുന്നു. കണ്ണികളൊന്നായി ചലിക്കുന്നു. ഉത്തരവുകൾ ഉതിർക്കുന്നു – ജാഗ്രത! ജാഗ്രത!

അങ്ങനെയിരിക്കുമ്പോൾ താസിൽദാരുടെ ഉത്തരവ്; ഉടനെ മുഖം കാണിക്കണമെന്ന്. ചെന്നപ്പോൾ ഈറ്റപ്പുലിയെപ്പോലെ അദ്ദേഹം അലറിച്ചാടി:

''നിങ്ങളെന്തധികാരിയാണ്! ഹേ, ജോലി ചെയ്യാതെ ശമ്പളം വാങ്ങാനാണോ നിങ്ങളെ നിശ്ചയിച്ചത്? പറയൂ, നിങ്ങളെന്താ ഒന്നും മിണ്ടാത്തത്?''

''ഞാനെല്ലാ ജോലിയും കൃത്യമായി, സത്യമായി ചെയ്യുന്നുണ്ട്.''

''സത്യമായും കൃത്യമായും!! നിങ്ങൾ ജോലിയിൽ അമാന്തം കാണിച്ചാൽ അതിന്റെ ശിക്ഷയനുഭവിക്കേണ്ടത് ഞാനാ, മനസ്സിലായോ?''

''ഇല്ല.''

''മനസ്സിലായില്ലേ? മനസ്സിലാക്കാൻ അറിയാഞ്ഞിട്ടല്ല. ജുഡീഷ്യൽ അധികാരവും എക്സിക്യൂട്ടീവ് അധികാരവും എനിക്കുണ്ട്. നിങ്ങളെ വേണമെങ്കിൽ ഈ നിമിഷം അറസ്റ്റു ചെയ്യിക്കാനും ഇവിടെവെച്ചുതന്നെ വിചാരണ കൂടാതെ ശിക്ഷിക്കാനും എനിക്കു കഴിയും. നിങ്ങളുടെ ആ വലിയ മനുഷ്യൻ ഇന്നും ജീവിച്ചിരിപ്പുണ്ടല്ലോ. അദ്ദേഹത്തെ ഓർത്ത് ഞാനിപ്പഴൊന്നും ചെയ്യുന്നില്ല. കളക്ടർ സായ്പ് കണിശക്കാരനാണ്. നിങ്ങളുടെ വില്ലേജിൽനിന്ന് ഇന്നോളം പൊലീസിൽ റിപ്പോർട്ടുകളൊന്നും ചെന്നിട്ടില്ല.''

''റിപ്പോർട്ട് ചെയ്യാൻതക്ക കുറ്റമൊന്നും അവിടെയാരും ചെയ്തിട്ടില്ല.''

''ഹും! സത്യസന്ധൻ! അധികാരീ, എന്നെ ശുണ്ഠിപിടിപ്പിക്കരുത്. മറ്റുള്ള അധികാരിമാരൊക്കെ റിപ്പോർട്ടു ചെയ്യുന്നത് കുറ്റം ചെയ്തവരുടെ ലിസ്റ്റ് തയ്യാറാക്കീട്ടാണോ? ഇടയ്ക്ക് രണ്ടും നാലും പേര് എഴുതി അയയ്ക്കണം. നിങ്ങൾക്ക് വല്ലവരുടെയും പേരിൽ വിരോധമുണ്ടെങ്കിൽ പകവീട്ടാനുള്ള അവസരമാണിത്. ഓർത്തോളൂ. കലക്ടറദ്ദേഹം മുഷിഞ്ഞാൽ കഴിഞ്ഞു. നിങ്ങളും ഞാനും അതിന്റെ ദുഷ്ടഫലം അനുഭവിക്കേണ്ടിവരും.''

സംഗതി വളരെ സ്പഷ്ടമായിരുന്നു. കുറ്റവാളികൾ ഇല്ലെങ്കിൽ ഉണ്ടാക്കണം. എങ്ങനെ കഴിയും? മനഃസാക്ഷിയുള്ളവർക്കു ചേർന്ന തൊഴിലാണോ? ഇടയ്ക്കു താക്കീതു കിട്ടിയും മറ്റു ചിലപ്പോൾ ശകാരമേറ്റും

അധികാരിപ്പണി ഒരു മഹാശാപമായി കൊണ്ടുനടക്കുമ്പോൾ നാട്ടിന്റെ പൊതുസ്ഥിതി അറ്റകുറ്റപ്പണികൾക്ക് വഴങ്ങാത്തവിധം വഷളാവുക യായിരുന്നു. അയൽഗ്രാമങ്ങളിലെ അധികാരിമാരിൽ ചിലരുടെ വീടുകൾ പൊലീസ് സ്റ്റേഷനായി വേഷം മാറിക്കഴിഞ്ഞിരുന്നു. ആഴ്ചയിൽ ഒരു ദിവസം ബീറ്റു വരുന്ന പൊലീസ് എന്നുമെന്നോണം വരാൻ തുടങ്ങി. അവർ ചെത്തുവഴിയിലോ ഇടവഴിയിലോ കണ്ടുമുട്ടുന്നവരെ കലശ ലായി ഭീഷണിപ്പെടുത്തും:

''ആരെടാ നീ? നിന്റെ പേരെന്ത്? നീ എങ്ങട്ട് പോകുന്നു?''

''യജമാനേ, പണിക്കുപോവുന്നു.''

''എന്തുപണി?''

''തെങ്ങുകേറ്റം.''

''ആഹാ, കേറ്റമാണില്ലേ. വാ, നിന്നെ അങ്ങനെ വിട്ടാൽ പറ്റില്ല. വിസ്തരിച്ച് ചോദ്യം ചെയ്യണം. പിറകിൽ നീ ഒളിപ്പിച്ചുവെച്ചതെന്താ ണെടാ? മടവാളോ? മനസ്സിലായി. നിന്നെ വെറുതെ വിടില്ല. വാ.''

അടുത്ത രംഗം അധികാരിയുടെ വീട്ടുമുറ്റം. മുറ്റത്തെത്തിയ ഉടനെ, തെങ്ങുകേറ്റക്കാരന്റെ പിരടിയിൽ തല്ലുവീഴുന്നു; ഒന്നല്ല രണ്ട്. അവൻ അലമുറകൊള്ളുന്നതു കേട്ട് അധികാരി പുറത്തുവരുന്നു. അധികാരിയെ കണ്ട ഉടനെ പൊലീസ് പറയുന്നു:

''അധികാരീ, ഈ അധികപ്രസംഗി ഒരു മടവാളും ഒളിപ്പിച്ച് കടന്നു പോകാൻ തുടങ്ങുമ്പോൾ കയ്യോടെ പിടിച്ചുകൊണ്ടുവന്നതാണ്.''

ഇത്തരം പല രംഗങ്ങൾ കണ്ടുശീലിച്ച അധികാരി നിമിഷംകൊണ്ട് സംഗതി പറഞ്ഞൊതുക്കി. തെങ്ങുകേറ്റക്കാരൻ പിരടി ഉഴിഞ്ഞുകൊണ്ട് എങ്ങോ ഓടിപ്പോയി. എന്തോ പണയംവെച്ചോ, വിറ്റോ കൈമടക്കാനുള്ള തുകയുമായി മടങ്ങിയെത്തി. അധികാരി അതു സ്വീകരിച്ച് തന്റെ വിഹിത മെടുത്ത് ബാക്കി പൊലീസിനെ ഏല്പിച്ചു. സ്വാതന്ത്ര്യസമരത്തെ ഒതുക്കി, ബ്രിട്ടീഷ്ഭരണത്തെ എന്നന്നേക്കുമായി ഉറപ്പിച്ചുനിർത്താൻ ഇതുപോലുള്ള രംഗങ്ങൾ അന്ന് സുലഭമായിരുന്നു.

ബസ്സും കാറും അതുപോലുള്ള മറ്റു വാഹനങ്ങളും സുലഭമല്ലാത്ത കാലം. പഞ്ചായത്തുകളില്ലാത്തതുകൊണ്ട് ഇടുങ്ങിയ ഇടവഴികളും തോട്ടുവക്കുകളും അന്ന് റോഡുകളായിരുന്നില്ല. 'ചോന്ന തൊപ്പി'ക്ക് ഗ്രാമത്തിലെത്തിപ്പെടാൻ കാൽനടതന്നെ വേണം. മറ്റു വഴിയില്ല. ബുദ്ധി യുള്ള 'ചോന്ന തൊപ്പി' കാൽനടയും ലാഭകരമാക്കുവാൻ വിരുതനായി രുന്നു. ഇടുങ്ങിയ ഇടവഴിയിലൂടെ, വീതി കൂടിയ ചെത്തുവഴിയിലൂടെ നടക്കുമ്പോൾ അയാൾ തലയുയർത്തി അതിഗൗരവത്തോടെ ചുറ്റും നോക്കും. ചായക്കടകളുടെ മുമ്പിലെത്തുമ്പോൾ അമർത്തിച്ചവുട്ടി നിൽക്കും. ചക്രവർത്തിതിരുമനസ്സിലേക്ക് അതൃപ്തിയുണ്ടാക്കുന്നവൻ അവിടെ യെങ്ങാനും ഒളിപ്പിച്ചിരുപ്പുണ്ടോ എന്ന ഭാവത്തിൽ നോക്കും. അപ്പോൾ

ചായ കുടിച്ചും സൊറ പറഞ്ഞും ഇരിക്കുന്നവർ ആകെ പരിഭവിച്ചെഴുന്നേൽക്കും. പാരവശ്യത്തോടെ ചോന്ന തൊപ്പിയെ നോക്കും. ഉം! നിന്നെയൊക്കെ വേണ്ടുന്ന മട്ടിൽ കണ്ടോളാമെന്ന് നോട്ടത്തിലൂടെ ഒരു താക്കീതും കൊടുത്ത് ചോന്ന തൊപ്പി നടക്കും. നടക്കുമ്പോൾ വേണ്ടവർ കേൾക്കട്ടെ എന്ന മട്ടിൽ പറയും, 'എടാ കഴുവേറികളേ, ബഹുമാനപ്പെട്ട ഗവണ്മെന്റിനെതിരെ ആരാനുമൊന്ന് ശബ്ദിച്ചുപോയാൽ എല്ലാറ്റിന്റെയും എല്ലു ഞാനൊടിക്കും! സൂക്ഷിച്ചോ.'' തുടർന്നുള്ള യാത്ര നേരെ അധികാരിയുടെ വീട്ടിലേക്കാണ്. ചായയും ഉച്ചഭക്ഷണവും കഴിഞ്ഞ് വഴിച്ചെലവിനുള്ള കൈമടക്കും സ്വീകരിച്ചാണ് പിന്നെ മടക്കയാത്ര - ഇങ്ങനെ എത്രയെത്ര സംഭവങ്ങൾക്ക് അന്നത്തെ അധികാരിമാർ കൂട്ടുനിന്നു.

സന്ധ്യയും ചോന്ന തൊപ്പിയും ഒരുമിച്ച് ചാരായഷാപ്പിന്റെ മുമ്പിലെത്തുന്നു. ഉടനെ പോക്കറ്റിൽനിന്ന് വിസിലെടുത്ത് മൂന്നുവട്ടം ശക്തിയായി ഊതും. വിസിലൊച്ച കേട്ട് ഷാപ്പുകാരൻ ഓടിയെത്തും. പിന്നെ പരമരസത്തോടെ ചിരിച്ചും ആടിക്കുഴഞ്ഞും യാത്ര പുറപ്പെടുമ്പോൾ ഭക്തൻ ക്ഷേത്രഭണ്ഡാരത്തിലെന്നപോലെ വഴിച്ചെലവിനുള്ളത് ചോന്ന തൊപ്പിയുടെ പോക്കറ്റിൽ ആദരവോടെ നിക്ഷേപിക്കുന്നു. അതുവരെ തേനീച്ചക്കൂടുപോലെ മൂളിയും മുരണ്ടും ബഹളംവെച്ച ചാരായഷാപ്പ്, ചോന്ന തൊപ്പിക്കുമുമ്പിൽ മൂകം...!

നാല്

അത്താഴം കഴിഞ്ഞ് തളത്തിലെത്തിയപ്പോൾ ചെല്ലപ്പെട്ടിയുമായി അധികാരി വന്നു. വെറ്റില മുറുക്കുണ്ടോ എന്ന ചോദ്യം. ഇല്ലെന്ന മറുപടി. പുകവലിയാവുമെന്ന ഊഹം. അല്ലെന്ന വിശദീകരണം. നിലാവ് പറ്റേ അസ്തമിച്ച്, ഇരുട്ടിന്റെ ചരമാവരണം പുതച്ച്, നീണ്ടുനിവർന്ന് നിശ്ചലമായി കിടക്കുന്ന നടവഴിയിലേക്കു നോക്കി, അധികാരി വെറ്റിലയുടെ നാക്കും മൂക്കും നുള്ളി ചുണ്ണാമ്പുതേയ്ക്കാൻ തുടങ്ങി. അപ്പോൾ നടവഴിയിൽ കരിയിലകൾ ഞെരിഞ്ഞമരുന്ന ശബ്ദം. ആരോ അമർത്തിച്ചവുട്ടി നടക്കുംപോലെ. ചുണ്ണാമ്പുതേച്ച വെറ്റില ചുരുട്ടുന്നതിനിടയിൽ അധികാരി ചോദിച്ചു:

''ആരാ?'' ഉത്തരമില്ല വീണ്ടും ചോദ്യം. അടുത്ത ചോദ്യം ആരംഭിക്കുന്നതിനു മുമ്പ് ഒരാൾ മുറ്റത്തെ വെളിച്ചത്തിൽ പ്രത്യക്ഷപ്പെട്ട് ചവിട്ടുപടി കയറി വരാന്തയിൽ എത്തി. രണ്ടുപേരും പരസ്പരം നോക്കി. ചോദ്യോത്തരമുണ്ടായില്ല. ആൾ അകത്തുകടന്നു. ആ വരവും അകത്തേക്കുള്ള പോക്കും ഒട്ടും രസിച്ചില്ലെന്ന മട്ടിൽ മുഖത്തു പ്രത്യക്ഷപ്പെട്ട വികാരം മറയ്ക്കാൻ ചുരുട്ടിക്കൂട്ടിയ വെറ്റിലയും അടയ്ക്കയും വായിലിട്ട് വേഗം വേഗം ചവയ്ക്കാൻ തുടങ്ങി; ഉള്ളിൽ ഉയർന്നുവരുന്ന രോഷം

കടിച്ചമർത്തുംപോലെ. നിമിഷങ്ങളോളം ആ പ്രക്രിയ തുടർന്നു. പിന്നെ മുറ്റത്തേക്ക് നീട്ടിത്തുപ്പി ഒരു നെടുവീർപ്പോടെ പറഞ്ഞു:

''രണ്ടാമത്തെ മകൻ രാമകൃഷ്ണൻ. ഭാഗിച്ചു വാങ്ങിയ സ്ഥലത്ത് വീടുവെച്ച് ഭാര്യയുമായി താമസം. അമ്മയെ കാണാനെന്നു പറഞ്ഞ് ഇടയ്ക്കു വരും; ഇതുപോലെ ഇരുട്ടിൽ. വഴി കാണാൻ ഒരു ചൂട്ടുപോലും കത്തിക്കില്ല. അല്ലെങ്കിൽ അവനായിട്ടെന്തിനു വെളിച്ചം? ഇന്നിവിടെ എല്ലാം ഇരുട്ടിലല്ലേ?''

തുടർന്ന് മഞ്ഞുപോലെ മരവിപ്പിക്കുന്ന മൗനം. ശ്മശാനസാന്നിധ്യം പോലെ നിശ്ശബ്ദത. പിന്നെ തൊട്ടാൽ പൊള്ളുന്ന തീക്കല്ലുപോലെ വന്ന ഓർമ്മകൾ. അല്പം തണുത്ത് ഉരുണ്ടുകൂടി വാക്കുകളായി അടർന്നു വീഴുന്നു.

''വയ്യ... മുഖം തിരിച്ചു നിന്നാലും വേട്ടയാടാനെത്തുന്ന ഓർമ്മകളുടെ മുമ്പിൽ തളരുന്നു. കുടുംബം!! ഹും! ഭാഷയിൽനിന്ന് ഈ പേര് വെട്ടി ക്കളയേണ്ട സമയം വൈകിയിരിക്കുന്നു. കുടുംബമെന്ന വാക്കിന് ഇപ്പോൾ ഭാര്യയെന്നാണർത്ഥം. മക്കളും മക്കളുടെ മക്കളും മരുമക്കളും ഇന്നു കുടുംബമല്ല. ഭാര്യ മാത്രം! ജ്യേഷ്ഠനും അനുജനും അച്ഛനും മക്കളും സഹോദരനും സഹോദരിയും ഒന്നിച്ചൊരുമയോടെ കഴിഞ്ഞ കാലം അസ്തമിച്ചു. ചിറകിന് ബലം കിട്ടുമ്പോൾ പക്ഷിക്കുഞ്ഞുങ്ങൾ പറന്ന കലുന്നു. ലക്ഷ്യം ചക്രവാളമാവാം അല്ലെങ്കിൽ അപാരതയാവാം. രണ്ടും എത്തിച്ചേരാൻ കഴിയാത്ത ലക്ഷ്യങ്ങൾ. അവയ്ക്ക് ബുദ്ധിയില്ലല്ലോ. മാപ്പാക്കാം. ഇവിടെ പക്ഷിക്കുഞ്ഞുങ്ങളെക്കാൾ ബുദ്ധിശൂന്യരായ ചില മനുഷ്യരുണ്ട്. അവരെ മാപ്പാക്കാൻ ആർക്കു കഴിയും? അകന്നു പോവുക, വേറിട്ടു നിൽക്കുക. അത്ര എളുപ്പം - വലിഞ്ഞുമുറുകി പൊട്ടിപ്പോകുന്ന ബന്ധത്തിന്റെ കാണാച്ചരടേല്പിക്കുന്ന വേദന ആരറിയുന്നു! സ്വന്തം കുടുംബത്തിൽ ഒത്തൊരുമയോടെ കഴിയാൻ പറ്റാത്തവർക്ക് ദേശീ യൈക്യത്തെപ്പറ്റി പറയാനവകാശമുണ്ടോ? ജാതിമതൈക്യത്തെപ്പറ്റി ആലോചിക്കാൻപോലും അധികാരമുണ്ടോ? വിഡ്ഢികൾ! മാതാപിതാ ക്കളെ നിരാലംബരാക്കീട്ട് അവർക്കുവേണ്ടി വൃദ്ധസദനം സ്ഥാപിക്കാൻ ഒരുങ്ങിപ്പുറപ്പെട്ട വിഡ്ഢികളുടെ കൂട്ടത്തിലാണ് രാമകൃഷ്ണനിപ്പോൾ.''

ഇവിടെ പണ്ടൊരു 'എട്ടുകെട്ടായി'രുന്നു. വിശാലമായ പുറന്തളം രണ്ട് നടുമുറ്റം; പകലും രാത്രിയും ആകാശത്തിലെ തേജസ്സ് ഒഴുകി വീഴുന്ന നടുമുറ്റം. നടുമുറ്റത്തിനു ചുറ്റും വരാന്ത. വരാന്തയോടു ചേർന്ന് തെക്കിനി, വടക്കിനി, പടിഞ്ഞാറ്റ, കോൺകെടുകം, തുടർന്ന് അഞ്ചാം പുരയും അടുക്കളയും. അതിനപ്പുറം ഉരപ്പുര. തെക്കിനിയിൽ ശാക്തേയ ഭഗവതി. പടിഞ്ഞാറ്റയിൽ മൺമറഞ്ഞ കാരണവന്മാരുടെ ഇരിപ്പിടം. ഓരോരുത്തർക്കും ഓരോ പീഠം.

ഏറ്റവും ഒടുവിൽ അവിടെ പീഠം നേടിയത് അധികാരി വല്യമ്മാ മനായിരുന്നു. അദ്ദേഹത്തിന്റെ ദേഹവിയോഗം തറവാട്ടിന്റെ യശസ്സിന്

പൂർണ്ണവിരാമമിട്ടു. പിന്തുടർച്ചയായി ഭരിക്കാൻ ആർക്കും അവസരം കിട്ടിയില്ല. ഭാഗം വന്നു; തമ്മിൽത്തല്ലി പിരിയാനുള്ള നിയമം. ഭാഗവ്യവഹാരങ്ങൾ കോടതികളിൽ കൂമ്പാരം കൂടി. ഒന്നൊന്നായി തറവാടുകൾ വീതംവെച്ചു. എട്ടുകെട്ടുകളും നാലുകെട്ടുകളും തകർന്നടിഞ്ഞു. ഇവിടെയും ആ ദുരന്തം സംഭവിച്ചു. എട്ടുകെട്ടാർക്കും വേണ്ട. പൊളിച്ചു വിൽക്കേണ്ടി വരുമെന്ന് റിസീവർ പറഞ്ഞു. വേണ്ടെന്നു വിലക്കാൻ ആരും വാ പൊളിച്ചില്ല. ലേലം തീരുമാനിച്ചു. ലാഭക്കൊതിപൂണ്ട മനുഷ്യരൂപങ്ങൾ പറന്നെത്തി. ആരും മത്സരിച്ച് വില കേറ്റരുതെന്ന് ലേലക്കാർ തമ്മിൽ രഹസ്യക്കരാറുണ്ടാക്കി. തറവാട്ടിലെ അംഗങ്ങൾക്ക് പറയത്തക്ക ഗുണം കിട്ടാത്തവിധം ലേലം ഉറപ്പിച്ചു.

കൽപ്പണിക്കാരെത്തി. പിക്കാസും കോടാലിയുമായി കൂലിപ്പണിക്കാരെത്തി. തട്ടും കൊട്ടും മുഴങ്ങി. മേൽപ്പുരയുടെ കല്ലും കഴുക്കോലും നിലംപതിച്ചു. രാമായണം കഥ കൊത്തിയ മച്ചിമ്പുറം തകർന്നടിഞ്ഞു. രാമനും സീതയും ലക്ഷ്മണനും ഹനുമാനും പൊടിമണ്ണിൽ മലർന്നുവീണു. ഭിത്തിയിലെ കല്ലുകളുതിർന്ന് മൺമറഞ്ഞ കാരണവന്മാർ പീഠത്തോടൊപ്പം ഞെരിഞ്ഞമർന്നു. ബിംബപ്രതിഷ്ഠയില്ലാത്തതുകൊണ്ട് പരിക്കുപറ്റാതെ ശാക്തേയഭഗവതി രക്ഷപ്പെട്ടിട്ടുണ്ടാവണം. എങ്കിലും മൺമറഞ്ഞ അമ്മാമനെ ഓർത്ത് ദുഃഖമുണ്ടായി. അവരെല്ലാവരും അതിപ്രബലരായിരുന്നു.

അധികാരി വല്യമ്മാമന്റെ പ്രതാപം എടുത്തുപറയത്തക്കതാണ്. താസിൽദാരും ഡെപ്യൂട്ടി താസിൽദാരും റവന്യൂ ഇൻസ്പെക്ടറുമൊക്കെ എന്തെങ്കിലും ആവശ്യം നേരിട്ടാൽ വല്യമ്മാമനെ കാണാൻ വീട്ടിൽ വരും. ജമാവന്തിക്കല്ലാതെ താലൂക്കാപ്പീസിൽ അദ്ദേഹം കേറീട്ടില്ല. സായ്പന്മാരുടെ ജമാവന്തിക്ക് അധികാരിമാരെല്ലാം പേടിച്ചുവിറച്ചാണ് പോകുന്നത്. എന്നാൽ, വല്യമ്മാമന്റെ ഒരുക്കങ്ങൾ കണ്ടാൽ സംബന്ധവീട്ടിലേക്കുള്ള പുറപ്പാടാണെന്നു തോന്നും. കുളിച്ചു കുറിയിട്ട്, പട്ടുകുപ്പായമിട്ട്, കുംഭകോണം വേഷ്ടി, പാനകസവ് പുറത്തുകാണുംവിധം മടക്കി തോളിലിട്ട്, വെള്ളികെട്ടിയ ചൂരൽവടിയൂന്നി കലക്ടർ സായ്പിന്റെ മുമ്പിലേക്കു ചെല്ലുമ്പോൾ സായ്പ് ചിരിച്ച് തലചെരിച്ച് കൗതുകത്തോടെ നോക്കി വല്യമ്മാമന്റെ സാന്നിധ്യം അംഗീകരിക്കും. അപ്പോൾ അവിടെ കൂടിയവരെല്ലാം സായ്പിന്റെ ചിരി കാണാൻ ഓടിയെത്തും. സായ്പ് അസാധാരണ ഗൗരവക്കാരനാണ്. ഒരിക്കലും ചിരിച്ചുകണ്ടിട്ടില്ല. ആക്രോശവും അട്ടഹാസവുമാണെപ്പോഴും. നടപടിക്രമങ്ങളിൽ വല്ല വീഴ്ചയും കണ്ടാൽ ശകാരവും ശിക്ഷയും മേനവനാണ്. വല്യമ്മാമനോട് ഒന്നും ചോദിക്കില്ല. മുഖംകാണിക്കൽ കഴിഞ്ഞാൽ ഭവ്യതയോടെ തിരിച്ചു പോകാനുള്ള അനുവാദം നൽകും.

എല്ലാവരാലും ബഹുമാനിക്കപ്പെട്ട അദ്ദേഹത്തിന് രേഖപ്പെടുത്താവുന്ന ഒരു കുറ്റമുണ്ടായിരുന്നു. ജോർജ്ജ് ചക്രവർത്തിയോടുള്ള അമിത പ്രേമം. ഈശ്വരൻ കഴിഞ്ഞാൽ ഏറ്റവും വലുത് ചക്രവർത്തി തിരുമനസ്സായിരുന്നു. അതുകൊണ്ടദ്ദേഹം സ്വാതന്ത്ര്യപ്രസ്ഥാനത്തെ

ശക്തിപൂർവ്വം എതിർത്തു. പ്രസ്ഥാനത്തെ നയിക്കുന്ന നേതാക്കന്മാരെ പുച്ഛിച്ചു. മഹാത്മജി, പണ്ഡിറ്റ്ജി, നേതാജി തുടങ്ങിയവരുടെ പേരുകൾ കേൾക്കുന്നതുപോലും അസഹ്യമായിരുന്നു. ഈ മനോഭാവം നിമിത്തം പത്രവായനപോലും അദ്ദേഹം ഉപേക്ഷിച്ചു.

അങ്ങനെയിരിക്കുമ്പോൾ തന്റെ സ്വാമിഭക്തി പ്രകടിപ്പിക്കാൻ വല്യമ്മാമന് ഒരു സുവർണാവസരം കൈവരുന്നു. പുതുതായി ചാർജ്ജെടുത്ത താസിൽദാർ വില്ലേജ് സന്ദർശനത്തിനെത്തുന്നു. മുൻകൂർ വിവരം ധരിച്ചു വശായ വല്യമ്മാമൻ സ്വീകരണത്തിനുള്ള ഒരുക്കങ്ങളാരംഭിച്ചു. ചുറ്റുവട്ടത്തുള്ള അധികാരിമാരെയും മേനവന്മാരെയും ക്ഷണിച്ചു. മികച്ച ദേഹണ്ഡക്കാരെ വരുത്തി. കെങ്കേമമായ സദ്യയ്ക്ക് ഒരുക്കംകൂട്ടി. ഒരു വിവാഹസദ്യയുടെ കൊഴുപ്പും മുഴുപ്പും ഉണ്ടാവണമെന്ന് അദ്ദേഹം നിർബന്ധിച്ചു.

അധികാരിമാരെത്തി, മേനോന്മാരെത്തി. രണ്ടുകൂട്ടം പ്രഥമനൊരുങ്ങി. പൂർണചന്ദ്രപ്രഭയാർന്ന വലിയ പപ്പടം തിളയ്ക്കുന്ന വെളിച്ചെണ്ണയിൽ നീന്തൽമത്സരം നടത്തുമ്പോൾ പല്ലക്കിന്റെ മൂളക്കം കേട്ടുതുടങ്ങി. പത്തരമണി വണ്ടിക്കെത്തുന്ന താസിൽദാരെ കൊണ്ടുവരാൻ പല്ലക്കയച്ചിരുന്നു; ഒരു കോൽക്കാരനെയും. അമാലന്മാർ മൂളിത്തകർത്ത് നിലം തൊടാതെ ഓടി. പടിപ്പുര കടന്ന് മുറ്റത്തെത്തി, പിറകെ ഓടിത്തളർന്ന കോൽക്കാരനും.

വല്യമ്മാമനൊപ്പം മറ്റധികാരിമാരും മേനോന്മാരും ആദരവോടെ എഴുന്നേറ്റുനിന്ന് താസിൽദാരെ സ്വീകരിച്ചു. ഗൗരവംവിടാതെ പതുക്കെ ചുണ്ടമർത്തി ചിരിച്ചഭിനയിച്ച് താസിൽദാർ പറഞ്ഞു:

''ഇരിക്കണം, ഇരിക്കണം.''

എല്ലാവരും ഇരുന്നു. അടുത്ത പരിപാടി പരിചയപ്പെടുത്തലായിരുന്നു. ആ ചുമതല വല്യമ്മാമൻ ഏറ്റെടുത്തു:

''ഇത് വടക്കുമ്പ്രം അധികാരി, കുഞ്ഞികൃഷ്ണൻനമ്പ്യാർ.''

വടക്കുമ്പ്രം അധികാരി താസിൽദാരെ തൊഴുതു. താസിൽദാർ പകരം തൊഴുതു; പക്ഷേ, ചിരിച്ചില്ല. വല്യമ്മാമൻ തുടർന്നു:

''ഇത് തെക്കുമ്പ്രം അധികാരി. ഇട്ടിരാരിശ്ശമേനോൻ.''

ഇട്ടിരാരിശ്ശമേനോൻ എഴുന്നേറ്റുനിന്ന് തൊഴുതു. താസിൽദാർ ഇരുന്നുകൊണ്ടുതന്നെ അഭിവാദ്യകർമ്മം അനുഷ്ഠിച്ചു.

വഴിക്രമപ്രകാരം അധികാരിമാരെയും മേനോന്മാരെയും പരിചയപ്പെടുത്തിക്കഴിഞ്ഞപ്പോൾ ഉണ്ണാൻ സമയമായി. സദ്യ കഴിഞ്ഞപ്പോൾ വിശ്രമിക്കണമെന്ന് താസിൽദാർക്ക് കലശലായ മോഹമുണ്ടായെങ്കിലും അതിനൊരുമ്പെട്ടില്ല; നാലരമണി വണ്ടിക്ക് തിരിച്ചുപോകേണ്ടതുണ്ട്. താമസിയാതെ കാര്യാലോചനസഭ കൂടി. സന്ദർശനോദ്ദേശ്യം വ്യക്തമാക്കിക്കൊണ്ട് താസിൽദാർ തുടങ്ങി.

''എല്ലാ വില്ലേജുകളും സന്ദർശിക്കണമെന്ന് മേലധികാരത്തിലെ കല്പനയുണ്ട്. നിങ്ങളിൽ ചിലരെയെങ്കിലും ഇവിടെ ക്ഷണിച്ചുവരുത്തിയത്

വലിയ സൗകര്യമായി. വില്ലേജുകളിൽ സന്ദർശിക്കുന്നത് നികുതി പിരിവ് കണിശമായും മാർച്ച് മുപ്പതിനുമുമ്പ് തീർക്കണമെന്നു നിർദ്ദേശിക്കാനല്ല, കൂടുതൽ ഗൗരവമുള്ള ചില കാര്യങ്ങൾ ഉപദേശിക്കാനാണ്. കാലം വളരെ ചിത്തയാണെന്നറിയാമല്ലോ. നമ്മുടെ ഭാഗത്തുനിന്ന് ഒരു ചെറിയ നോട്ടക്കുറവുപോലും വരാൻ പാടില്ല. ചോദിക്കട്ടെ. ഇവിടെ ഏതെങ്കിലും വില്ലേജിൽ പന്തിഭോജനം നടക്കാറുണ്ടോ?''

''എന്താണ് പന്തിഭോജനമെന്നറിയാതെ അധികാരിമാരും മേനോന്മാരും പരസ്പരം നോക്കി മിണ്ടാതിരുന്നു. വല്യമ്മാമയും സംഗതി പിടികിട്ടിയില്ലെന്നു വന്നപ്പോൾ താസിൽദാർ വിശദീകരണം ആരംഭിച്ചു:

''അയിത്തജാതിക്കാർ, അതായത് തിയ്യരും പുലയരും പറയരും മുസ്ലീങ്ങളും നസ്രാണികളും ഒരുമിച്ചിരുന്നു ഭക്ഷണം കഴിക്കുക. അതാണ് പന്തിഭോജനം.''

''ഇല്ലാ.''

വടക്കുമ്പ്രം അധികാരി എഴുന്നേറ്റുനിന്ന് ശക്തിയുക്തം എതിർത്തു:

''എന്നല്ല. ഇവിടെ അതൊരിക്കലും നടക്കില്ല. അയിത്തായവരെ വീട്ടിനകത്ത് കേറ്റില്ല. ആഹാരം കൊടുക്കില്ല. മക്കളായാലും മരുമക്കളായാലും ശരി കുളിച്ച് ശുദ്ധത്തോടെ വരണം.''

''നല്ലത്.''

വടക്കുമ്പ്രത്തിന്റെ ആവേശം കണ്ട് താസിൽദാർ ചോദിച്ചു: ''എല്ലാവർക്കും ഈ അഭിപ്രായം തന്നെയല്ലേ?'' അപ്പോൾ താസിൽദാറുടെ പക്ഷത്തുനിന്ന് മറ്റൊരു ചോദ്യം:

''എങ്ങാനും ഇവിടെ ഹിന്ദി ക്ലാസുകൾ നടക്കുന്നുണ്ടോ?''

''ഇല്ലാ ഇല്ലാ.''

എന്താണ് സംഗതിയെന്നറിയാതെ എല്ലാവരും ഒരുമിച്ച് നിഷേധിച്ചു. തുടർന്ന് വായനശാലകളുണ്ടോ, നൂൽനൂൽപ്പ് കേന്ദ്രങ്ങളുണ്ടോ എന്ന ചോദ്യങ്ങൾക്കും നിഷേധരൂപത്തിലുള്ള ഉത്തരം കിട്ടിയപ്പോൾ താസിൽദാർക്ക് സന്തോഷമായി. തെല്ലിട കഴിഞ്ഞ് ചുറ്റുപുറവും സൂക്ഷിച്ചു നോക്കി മേനോൻമാരും അധികാരിമാരുമല്ലാതെ പുറമേ മറ്റാരുമില്ലെന്നു മനസ്സിലാക്കി, താസിൽദാർ പറയാൻ തുടങ്ങി.

മേൽ പ്രസ്താവിച്ച കാര്യങ്ങളിൽപ്പെട്ട വല്ലതും അവരവരുടെ അധികാരാതിർത്തിക്കുള്ളിൽ നടക്കാൻ ഇടയുണ്ടെന്നു കണ്ടാൽ അടുത്ത നിമിഷം ആപ്പീസിൽ വിവരമെത്തിക്കണം. ചക്രവർത്തി തിരുമനസ്സുകൊണ്ട് വെറുക്കുന്ന കാര്യങ്ങളാണിവയൊക്കെ. സൂര്യൻ അസ്തമിക്കാത്ത മഹാസാമ്രാജ്യത്തെ അട്ടിമറിക്കാൻ മോഹിച്ചിറങ്ങിയ ചില വ്യക്തികളും സംഘടനകളും രൂപംകൊടുക്കുന്നതാണ് പന്തിഭോജനവും മറ്റും. അതൊക്കെ കണ്ടുപിടിച്ചു നശിപ്പിക്കേണ്ട ചുമതല നമുക്കുണ്ട്.

നിങ്ങൾ എപ്പോഴും ജാഗ്രതയായിരിക്കണം. അത് നിങ്ങൾക്കും എനിക്കും നേട്ടങ്ങളുണ്ടാക്കാം.''

ഉപദേശവും വിഭവസമൃദ്ധമായ ചായസൽക്കാരവും കഴിഞ്ഞ് മടക്ക യാത്രയ്ക്കൊരുങ്ങിയ താസിൽദാർ, ഭിത്തിയിലെ ദേവന്മാരുടെയും ദേവിമാരുടെയും ചിത്രങ്ങൾ നോക്കി നടക്കുന്നതിനിടയിൽ ഒരു പ്രത്യേക പടം ചൂണ്ടി വല്യമ്മാമന്റെ നേർക്കൊരു ചോദ്യം:

''ഈ പടം ഏതാണധികാരി?''

''ഗുരുവായൂരപ്പൻ, മൂകാംബിക തുടങ്ങി പടങ്ങൾ പലതും കുട്ടികൾ കൊണ്ടുവന്ന് ചുമരിൽ തൂക്കും.''

വല്യമ്മാമന്റെ ഉത്തരം കേട്ട് ഒരു കള്ളച്ചിരിയോടെ താസിൽദാർ വീണ്ടും പറയുന്നു:

''സുബ്രഹ്മണ്യന്റെ തൊട്ടടുത്തുള്ള ഈ പടത്തെപ്പറ്റിയാണ് ചോദിച്ചത്.''

വല്യമ്മാമൻ അല്പനേരം ഭിത്തിയിൽ നോക്കി മിണ്ടാതെ നിന്നു. എന്നിട്ടു പറഞ്ഞു:

''മനസ്സിലായില്ല.''

''എങ്കിൽ കേട്ടോളൂ. ഇതാണ് സുഭാഷ് ചന്ദ്രബോസ്. മഹാനായ നേതാവ്. ചക്രവർത്തിതിരുമനസ്സിലെ മുഖ്യശത്രു.''

''ഛീ! അശ്രീകരം.''

വല്യമ്മാമൻ പൊട്ടിത്തെറിച്ചു.

''അസംബന്ധം, ആരാടാ ഇതിവിടെ കൊണ്ടുവന്ന് തൂക്കിയത്. എടാ പത്മനാഭാ, ശങ്കരാ, ഇതെടുത്ത് ചവുട്ടിപ്പൊളിച്ച് കുപ്പയിൽ എറിയാൻ!''

''അരുത്.''

താസിൽദാർ വിലക്കി.

''അത് ചവിട്ടാനും പൊളിക്കാനും ഒന്നും പറ്റില്ല. ശത്രുവാണെങ്കിലും ലോകം മുഴുവൻ ബഹുമാനിക്കുന്ന മഹാനാണ്. നാളെ ചിലപ്പോൾ നമ്മുടെ പ്രധാനമന്ത്രിയോ പ്രസിഡന്റോ ആയെന്നു വരും. അന്നും നമ്മൾക്കീ ജോലി വേണ്ടേ?''

അരിശംകൊണ്ടു വിറയ്ക്കുന്ന വല്യമ്മാമൻ താസിൽദാർ പറഞ്ഞതു മുഴുവനും കേൾക്കാനിടയില്ല. അമാലന്മാരുടെ മൂളക്കം കേട്ടപ്പോഴാണ് താസിൽദാർ മടക്കയാത്ര ആരംഭിച്ചെന്നു മനസ്സിലാക്കിയത്. ഓടി മുറ്റത്തിറങ്ങി തൊഴുത് യാത്രയാക്കി വരാന്തയിൽ കയറാൻ തുടങ്ങുമ്പോൾ വല്യമ്മാമൻ നീട്ടിവലിച്ചൊന്നു തുപ്പി.

''ഥൂ!''

അഞ്ച്

പാതിരാവു കഴിയുവോളം അധികാരി കഥ പറഞ്ഞു. കഥ കേട്ട് മനസ്സു നിറഞ്ഞു. കിടന്നപ്പോൾ ഉറക്കം ഒളിച്ചുകളി തുടങ്ങി. തിരിഞ്ഞും മറിഞ്ഞും കിടന്ന് ഉറക്കത്തെ ആവാഹിക്കാൻ ശ്രമിച്ചു. ശ്രമിക്കുംതോറും ഉറക്കം അകലുകയാണ്. പറഞ്ഞുകേട്ട കാര്യങ്ങൾ കുമിഞ്ഞുകൂടി മനസ്സിനെ അലട്ടുകയായിരുന്നു. അങ്ങനെയങ്ങനെ ഏതോ നേരത്ത് ക്ഷീണിച്ചൊന്നു മയങ്ങി...

കോണിപ്പടവുകളിൽ കാലൊച്ച. തട്ടിൻപുറത്ത് ഇടിമുഴക്കം... ചങ്ങലവട്ടയിലെ തിരിനാളം പടവുകളിറങ്ങിവരുന്നു... നാളം വികസിക്കുന്നു... ആളിപ്പടരുന്നു... മുറി മുഴുവൻ അഗ്നിപ്രളയം... തട്ടിൻപുറം ആടിയുലയുന്നു... രാമായണത്തിലെ കഥാപുരുഷന്മാർ ചാടിയിറങ്ങുന്നു... ഉഗ്രസംഘട്ടനം... ആക്രോശം. അലമുറ... ആരെടാ അവിടെ കിടക്കുന്നത്? എടാ ശങ്കരാ... അവനെ അടിച്ചുപുറത്താക്കെടാ... കുംഭകോണം വേഷ്ടി അന്തരീക്ഷത്തിലൂടെ വെമ്പാലമൂർഖനെപ്പോലെ ചീറ്റിക്കൊണ്ടുവരുന്നു. കഴുത്തിൽ ചുറ്റുന്നു... ശ്വാസംമുട്ടുന്നു... ശ്വാസം... അയ്യോ കൊല്ലരുതേ...

ആർത്തനാദത്തോടെ ബോധമണ്ഡലം ഉണരുന്നു. കണ്ണുതുറന്നപ്പോൾ എങ്ങും ഇരുട്ട്. ഒരു കീറു വെളിച്ചംപോലുമില്ല. എന്താണ് സംഭവിച്ചത്? ഒന്നും വ്യക്തമല്ല. അനങ്ങാൻപോലും കഴിയാത്തവിധം പേടി. കാലമേതെന്നോ സ്ഥലമേതെന്നോ അറിയാതെ അനക്കമില്ലാത്ത കിടപ്പ്. എത്ര നേരമങ്ങനെ കിടന്നെന്നറിഞ്ഞുകൂടാ. കോഴി കൂകുന്നതു കേട്ടപ്പോൾ പേടി കുറഞ്ഞു. പേടി കുറഞ്ഞപ്പോൾ പരിസരബോധമുണ്ടായി. മകരത്തണുപ്പിലും വിയർപ്പൊഴുകുകയായിരുന്നു.

എഴുന്നേറ്റ് പുറത്തുകടന്നപ്പോൾ നല്ല നാട്ടുവെളിച്ചം കഴുകിത്തുടച്ചപോലെ തെളിഞ്ഞ ആകാശം. നക്ഷത്രങ്ങൾ തിരിതാഴ്ത്തി മടക്കയാത്രയ്ക്ക് ഒരുക്കം കൂട്ടുന്നു. ധൃതിയിൽ പ്രഭാതകർമ്മങ്ങൾ നടത്തി. വസ്ത്രംമാറി വരാന്തയിലെ കസേരയിൽ ചെന്നിരുന്നു. താമസമുണ്ടായില്ല.

''മാഷേ, കട്ടനാണ്. പശുക്കളെ പോറ്റുന്ന സമ്പ്രദായം ഇവിടുത്തുകാർ ഉപേക്ഷിച്ചിരിക്കുന്നു. പാക്കറ്റ്പാലാണ് കിട്ടുന്നത്. അതും ഏതു നേരത്തെങ്കിലും.''

''ഓ! സാരമില്ല.''

അധികാരിയെ സമാധാനിപ്പിക്കാൻ ശ്രമിച്ചുകൊണ്ടു പറഞ്ഞു:

''എവിടെയും ഇപ്പോൾ പാക്കറ്റിലാണു പാലു കിട്ടുന്നത്.''

അധികാരി തുടർന്നു പറയുന്നു:

''പാടം തൂർത്ത് തെങ്ങുകൃഷി ആരംഭിച്ചപ്പോൾ നെൽകൃഷി പോയി. നെൽകൃഷി പോയപ്പോൾ വൈക്കോൽ പോയി. പശുക്കൾക്കു കഴിക്കാൻ ആഹാരമില്ല, മേയാൻ ഇടമില്ല.''

''ഗ്രാമസൗഭാഗ്യമായിരുന്നു പശുക്കൾ. ഇടത്തരക്കാരുടെ ഉപജീവന മാർഗ്ഗവും.''

''എല്ലാം പോയി മാഷേ, എല്ലാം പോയി. നമ്മൾ പഴമക്കാർ ദുഃഖിക്കുമ്പോൾ ചെറുപ്പക്കാർ പരിഹസിക്കും.''

''അതിരിക്കട്ടെ, നേരത്തെ കുളിയും മറ്റും കഴിഞ്ഞല്ലോ. എവിടേക്കെങ്കിലും യാത്ര ഉദ്ദേശിച്ചിട്ടുണ്ടോ?''

''ഉണ്ട്. പക്ഷേ, ലക്ഷ്യമൊന്നുമില്ല. എന്റേതുകൂടിയായ ഈ ഗ്രാമം പകൽവെളിച്ചത്തിൽ നന്നായൊന്നു കാണണം.''

''നല്ലത്. വളരെ നല്ലത്.''

അധികാരി താക്കീതു നൽകി:

''ദുഃഖിക്കും. കലശലായി ദുഃഖിക്കും. കാണാനൊന്നുമില്ല. ഒരിക്കലും കാണരുതേ എന്നു തീരുമാനിച്ച പലതും കാണേണ്ടിവരും.''

''ദുഃഖം എന്റെ കൂടെപ്പിറപ്പാണ്. എവിടെയും അതെന്നെ പിന്തുടരുന്നു. സാരമില്ല.''

''എങ്കിൽ പ്രാതൽ കഴിച്ചിട്ട് പുറപ്പെടാം.''

''പ്രാതലിനു നേരമാവുമ്പോൾ തിരിച്ചെത്താം.'' അധികാരിക്ക് വിരോധമില്ലെന്നു മനസ്സിലാക്കി പുറപ്പെട്ടു.

വെറ്റിലക്കൊടിപടർപ്പിനിടയിലൂടെ കിഴക്കിന്റെ ചൈതന്യമായി ആദ്യകിരണം ഒഴുകിയെത്തുന്നു. ഒപ്പം അകലാപ്പുഴയുടെ സാന്നിധ്യം അറിയിച്ചുകൊണ്ട് തണുത്ത കാറ്റും. അകലാപ്പുഴ!! ശാപഗ്രസ്തയായ ഏതോ അപ്സരകന്യകയെപ്പോലെ സമുദ്രസംഗമത്തിലൂടെ, പ്രണയസാഫല്യമടയാനുള്ള ഭാഗ്യം സിദ്ധിക്കാത്ത ദുഃഖപുത്രി എന്നോ എവിടെനിന്നോ പ്രേമഭിക്ഷയും തേടി പുറപ്പെട്ടു. എങ്ങുമെത്താതെ ഇന്നും വെറും ജലപ്പരപ്പായി നിലകൊള്ളുന്നു. വിരഹിണിയുടെ മിഴിനീർ തളം കെട്ടിയപോലെ. അംഗരക്ഷകരായി പുഴയോരത്ത് നിറയെ പൂക്കൈതകളുണ്ടായിരുന്നു. ഇന്നതു കാണാനില്ല. അച്ചുക്കുട്ടിമേനോൻ അന്നൊരിക്കൽ പറഞ്ഞു:

''എടോ ബാലകൃഷ്ണാ, ഈ കൈതപ്പൂവിന്റെ തങ്കനിറവും സുഗന്ധവും നമ്മളാരും ശ്രദ്ധിക്കാറില്ല. എങ്ങുനിന്നോ വന്ന റോസാപ്പൂവിലാണ് നമുക്ക് താത്പര്യം. ചെറുമക്കളെപ്പോലെ നമ്മളിവയെ അവഗണിച്ചകറ്റിനിർത്തുന്നു.''

ഓ! അച്ചുക്കുട്ടിമേനോനെ തീർച്ചയായും കാണണം. പഴയ ചങ്ങാതിയാണ്. കണ്ട് കുശലം പറഞ്ഞു മടങ്ങണം. മറ്റു പരിപാടിയൊന്നും വേണ്ട. ഓർമ്മയിൽ തങ്ങിനിൽക്കുന്ന മറ്റാരും ഇന്നിവിടെയില്ല. അച്ചുക്കുട്ടിമേനോന്റെ വീട്ടിലേക്കുള്ള വഴി നന്നായറിയാം. നടന്നു. ഏറെ കാലമായി കണ്ടിട്ടും വിവരമറിഞ്ഞിട്ടും. ആദ്യമൊക്കെ പത്രവാർത്തകളിലൂടെ ചിലതൊക്കെ അറിയാൻ കഴിഞ്ഞിരുന്നു. പെട്ടെന്ന് അച്ചുക്കുട്ടിമേനോനെ

ഓർമ്മയിലേക്ക് എത്തിച്ചുതന്ന പൂക്കൈതയ്ക്ക് നന്ദിപറഞ്ഞുകൊണ്ടാണു നടന്നത്.

പുരയിടത്തിനു ചുറ്റും വേലിയുണ്ടായിരുന്നത് കാണാനില്ല. കെട്ടിമേയാത്തതുകൊണ്ടായിരിക്കണം ഓലമേഞ്ഞ വീടിന്റെ ഭിത്തിയിൽ വെള്ളം ഒലിച്ചിറങ്ങിയ പാടു കാണാനുണ്ട്. വഴിയിലെ പഞ്ചാരമണലിൽ കാലടിപ്പാടുകൾ കാണാനില്ല. ആകെ അനാഥമെന്നു തോന്നിക്കുന്ന അവസ്ഥ. മുറ്റത്തെത്തിയപ്പോൾ അകത്തുനിന്ന് ഒരു യുവതി കടന്നുവന്നു. ഒന്നും സംസാരിക്കാതെ എന്താ വന്നതെന്ന് അന്വേഷിക്കും പോലെ നോക്കി.

''അച്ചുക്കുട്ടിമേനോന്റെ വീടല്ലേ?''

ഉത്തരമില്ല. അകത്തേക്കു മടങ്ങി.

യുവത്വത്തിന് നിരക്കാത്ത ഭാവവും വേഷവും. ധരിച്ചത് വെള്ള വസ്ത്രമാണ്. കഴുത്തും കാതും ഒഴിഞ്ഞുകിടക്കുന്നു. ആഭരണങ്ങളില്ല. മുഖം നിർവികാരം. ഒരു വിധവയെന്നു തീരുമാനിക്കാൻ ഒട്ടും വിഷമമില്ല. അവർ താമസിയാതെ തിരിച്ചുവന്നു. ഒന്നും മിണ്ടാതെ നിന്നു.

''മേനോന്റെ വീടല്ലേ?''

ചോദ്യം ആവർത്തിച്ചു. അതെ എന്നർത്ഥത്തിൽ തലകുലുക്കി.

''കാണാൻ വന്നതാണ്.''

വീണ്ടും തലകുലുക്കി; ഇത്തവണ നിഷേധാർത്ഥത്തിൽ. അച്ചുക്കുട്ടി മേനോന്റെ വീടാണെന്ന് സമ്മതിക്കുന്നു. കാണാനാവശ്യപ്പെട്ടപ്പോൾ നിഷേധിക്കുന്നു. ഊമയാണോ, അതോ മനോരോഗിയോ?

പെരുമാറ്റം വിചിത്രമായിരിക്കുന്നു. വന്ന നിലയ്ക്ക് കാണാതെ തിരിച്ചുപോകുന്ന പ്രശ്നമേയില്ല.

''എനിക്കദ്ദേഹത്തെ ഒന്നു കാണണം.''

''പറ്റില്ല.''

ആവൂ. ആശ്വാസം. ഊമയല്ല. ഇനിയെല്ലാം വിസ്തരിച്ചു പറയാമല്ലോ.

''നോക്കൂ, ഞാൻ അദ്ദേഹത്തിന്റെ സുഹൃത്താണ്. ഒരുമിച്ച് കളിച്ചു വളർന്നതാണ്. പഠിച്ചതും ഒരുമിച്ചാണ്. ഒന്ന് ചെന്നു പറയൂ.''

''പറയാൻ പറ്റില്ല.''

അവൾ തറപ്പിച്ചു പറഞ്ഞു:

''കണ്ടല്ലാതെ ഞാൻ പോവില്ല. കാണുവോളം ഞാനീ മുറ്റത്തിരിക്കും.''

സത്യഗ്രഹത്തിന്റെ മാർഗ്ഗം അവലംബിച്ചുകൊണ്ടാണ് പറഞ്ഞത്; അവർ അല്പനേരം ഒന്നും പറയാതെ നിന്നു. പിന്നെ പതിഞ്ഞ സ്വരത്തിൽ ഒരപേക്ഷപോലെ പറഞ്ഞു:

''ദയവുചെയ്ത് ഉപദ്രവിക്കരുത്. അദ്ദേഹം ആരെയും കാണാറില്ല. ആരെക്കാണുന്നതും അദ്ദേഹത്തിനിഷ്ടമല്ല. നിങ്ങളെപ്പോലെ അടുത്ത

സുഹൃത്തുക്കൾ പലരും, പിന്നെ വലിയ വലിയ നേതാക്കന്മാരും ഇവിടെ വന്ന് അദ്ദേഹത്തെ കാണാതെ തിരിച്ചുപോയിട്ടുണ്ട്. ആർക്കും ഒരിക്കലും അദ്ദേഹം വഴങ്ങിയിട്ടില്ല.''

''സമ്മതിച്ചു; ഒരു ചെറിയ കാര്യം.''

''വേണ്ട.''

അവരുടെ സ്വരം ഇടറുംപോലെ തോന്നി.

''ഒന്നു പറഞ്ഞിട്ടും കാര്യമില്ല.''

''പറയാനുള്ള കാര്യം നിങ്ങളെങ്കിലും കേൾക്കൂ.''

''പറഞ്ഞോളൂ.''

''അദ്ദേഹം ഒരു തീരുമാനമെടുത്താൽ അതിൽനിന്ന് പിന്തിരിപ്പിക്കാൻ ആർക്കും കഴിയില്ലെന്നെനിക്കറിയാം.''

''എങ്കിൽ...''

അവർ ഇടയിൽ കടന്ന് പറഞ്ഞു:

''വെറുതെ വാക്കുകൾ ചെലവഴിക്കുന്നതിലർത്ഥമുണ്ടോ?''

''ഉണ്ട്. ഇതുകൂടി കേൾക്കൂ. ബ്രിട്ടീഷ് സാമ്രാജ്യത്തിനോ പൊലീസിന്റെ ക്രൂരമർദ്ദനത്തിനോ ദൃഢനിശ്ചയത്തിൽനിന്ന് അദ്ദേഹത്തെ പിന്തിരിപ്പിക്കാൻ കഴിഞ്ഞിട്ടില്ല. ആത്മസുഹൃത്തിന്റെ ഒരഭ്യർത്ഥനയാണിത്. എന്നെ കാണാനിഷ്ടമില്ലെങ്കിൽ പഴയ സുഹൃത്ത് ബാലകൃഷ്ണന് അദ്ദേഹത്തെ ഒന്നു കാണാൻ വലിയ ആഗ്രഹമുണ്ടെന്നറിയിക്കൂ. നിഷേധിക്കട്ടെ. എനിക്ക് പരിഭവമില്ല.''

അല്പനേരം എന്തോ ആലോചിച്ചുനിന്ന് അവർ അകത്തേക്ക് പോയി. അകത്തും പുറത്തും ഒരു ശബ്ദവുമില്ലാതെ സമയം കടന്നുപോകുന്നു. കാത്തുകാത്ത് പ്രതീക്ഷയ്ക്ക് മങ്ങലേൽക്കാൻ തുടങ്ങുമ്പോൾ അവർ തിരിച്ചുവന്ന് അകത്തേക്ക് ചെല്ലാൻ ആവശ്യപ്പെട്ടു. പിറകെ ചെന്നു.

പാതി തുറന്ന ജാലകപ്പൊളിയിലൂടെ പതുങ്ങി പരുങ്ങി അകത്തു കടക്കുന്ന വെളിച്ചം. സ്പഷ്ടമായി ഒന്നും കാണാൻ പറ്റിയതല്ല. എങ്കിലും കണ്ടു. കട്ടിലിൽ ഏതാനും തലയണകൾ അട്ടിക്കിട്ട് പാതിശരീരം അതിൽ ചാരിക്കൊണ്ട് അച്ചുക്കുട്ടിമേനോന്റെ നിഴൽ ഇരിക്കുകയാണ്. ശോഷിച്ച ശരീരം. അശ്രദ്ധമായി വളർന്ന് ചുറ്റും തൂങ്ങിക്കിടക്കുന്ന തലമുടി. കരുവാളിച്ച കണ്ണിൻതടം. വറ്റിവരണ്ട കവിൾത്തടം. വളരെ പ്രയാസപ്പെട്ട് ശ്വസിക്കുമ്പോൾ ഉയരുകയും താഴുകയും ചെയ്യുന്ന നെഞ്ചിൻകൂട്.

കണ്ടുനിൽക്കാൻ കഴിയുന്നില്ല. തലകറങ്ങി വീഴുമെന്ന തോന്നൽ. വല്ലതും പറയാൻ തുടങ്ങിയാൽ കരഞ്ഞുപോകുമെന്ന പേടി. മുപ്പതുകളിലും നാല്പതുകളിലും വിശ്രമമില്ലാതെ ഓടിനടന്ന് രാജ്യസ്വാതന്ത്ര്യത്തിനുവേണ്ടി അദ്ധ്വാനിച്ച മനുഷ്യൻ. പലവട്ടം നിയമം ലംഘിച്ച് പൊലീസിന്റെ കണ്ണുവെട്ടിച്ച് കടന്നുകളഞ്ഞ സ്വാതന്ത്ര്യപ്പോരാളി. തെല്ലും

പിന്തിരിയാതെ മുൻനിരയിൽനിന്ന് ലാത്തിച്ചാർജ്ജിനെ നേരിട്ട ധീരൻ. ഉച്ചഭാഷിണിയുടെ സഹായംകൂടാതെ പതിനായിരങ്ങളുടെ ചെവിട്ടിൽ മുഴക്കമുണ്ടാക്കിക്കൊണ്ട് സൂര്യനസ്തമിക്കാത്ത സാമ്രാജ്യത്തെ വെല്ലു വിളിച്ച പ്രഭാഷകൻ!

കണ്ണ് നനയുന്നു. തൊണ്ടയിൽ എന്തോ ഉരുണ്ടുകൂടുന്നു. നിയന്ത്രി ക്കാൻ കഴിഞ്ഞില്ല. രണ്ടാം മുണ്ടെടുത്ത് മുഖം പൊത്തിയപ്പോൾ വിങ്ങി പ്പൊട്ടി:

‘‘ബാലകൃഷ്ണാ!’’

ദുർബലമെങ്കിലും ആജ്ഞാശക്തി മുഴുവനും നഷ്ടപ്പെടാത്ത ശബ്ദം:

‘‘തനിക്കറിയില്ലേ, ദയയും അനുകമ്പയും സഹതാപവും മറ്റും എനി ക്കിഷ്ടമല്ലെന്ന്. മൂത്തുനരച്ചു കിഴവനായ താൻ. കുട്ടികളെപ്പോലെ കര യുന്നോ?’’

‘‘അച്ചുക്കുട്ടിമേന്നേ!’’

തൊണ്ടയിടറിക്കൊണ്ടാണ് വിളിച്ചത്. ഉടനെ വരുന്നു ശകാരം:

‘‘എന്താണ്, എന്താണ് താൻ വിളിച്ചത്? അച്ചുക്കുട്ടിമേന്നോ? എടോ വങ്കാ, കേട്ടോളൂ. കഴിഞ്ഞ നാലഞ്ച് വർഷമായി ഈ അകത്ത് അന്യ നൊരാൾ കാലുകുത്തിയിട്ടില്ല. മറ്റൊരു മുഖം ഞാൻ കണ്ടിട്ടില്ല. ഒരു ത്തനെയും ഞാനിങ്ങ് കടത്തില്ല. ഇനി തന്റെ വായിൽനിന്ന് മേനോനെന്ന വാക്ക് വീണാൽ ഉടനെ പടിക്കു പുറത്ത്. ഞാനിന്നും തന്റെ അച്ചുക്കുട്ടി യാണ്.’’

ഒരപരാധിയെപ്പോലെ ഞാൻ പരുങ്ങിനിൽക്കുമ്പോൾ അദ്ദേഹം വിളിക്കുന്നു:

‘‘അരുന്ധതീ!’’

അരുന്ധതി വന്നു.

‘‘മേളേ, ഇതെന്റെ ആത്മസുഹൃത്താണ്. ചായ വേണം.’’

അരുന്ധതി പോയപ്പോൾ പ്രയാസപ്പെട്ട് ചിരിച്ചുകൊണ്ടു പറയുന്നു:

‘‘താൻ ചിന്തിച്ച് ബുദ്ധിമുട്ടണമെന്നില്ല. അതെന്റെ മരുമകളാണ്. ഞാൻ അവളെ ആശ്രയിച്ചാണ് ഇന്ന് ജീവിക്കുന്നത്. ഞാൻ വിവാഹം കഴിച്ച് കുടുംബജീവിതം നയിക്കുകയാണെന്ന് നീ കരുതിയിരിക്കണം. നിനക്കു തെറ്റി. വിവാഹം കഴിക്കാൻ എനിക്ക് സമയമില്ലായിരുന്നു. അവശത വന്നു കിടപ്പിലായിട്ടും വിവാഹത്തെപ്പറ്റി ചിന്തിച്ച് ഞാൻ വിഷമിക്കുന്നില്ല.’’

‘‘വാ, താനിവിടെ ഇരുന്നാട്ടെ.’’

കട്ടിലിൽ പിടിച്ചിരുത്തുമ്പോൾ പറഞ്ഞു: ‘‘എന്റെ കൈക്ക് ബല ക്ഷയം ബാധിച്ചിട്ടില്ല.’’

ആറ്

ബാലകൃഷ്ണാ, നിന്നെ ഞാൻ മാഷെന്ന് വിളിക്കില്ല. നായരും മേനോനും കുറുപ്പും നമ്പ്യാരും ചേർത്ത് നിന്നെ ഞാൻ അപമാനിക്കില്ല. നീയെനിക്കെന്നും ബാലകൃഷ്ണനാണ്. എന്താ നീ പരുങ്ങുന്നത്, ഒരപരാധിയെപ്പോലെ? നിനക്കൊന്നും ചോദിക്കാനില്ലേ, പറയാനില്ലേ? വാക്കുകൾ മറന്നുപോയോ, ശബ്ദം വറ്റിപ്പോയോ? എടോ, എന്റെ കിടപ്പു കണ്ട്, പ്രാകൃതമായ ഈ വേഷം കണ്ട് നീ വിഷമിക്കുകയാണോ? വേണ്ട, അനുകമ്പയും അനുതാപവും എനിക്കാവശ്യമില്ല.

നാലഞ്ചു വർഷമായി ഞാനിങ്ങനെ കിടക്കുന്നു. സഹതാപികളിൽ ഒരുത്തനേയും ഇന്നോളം ഞാൻ ഇതിനകത്ത് കടത്തീട്ടില്ല. സന്തോഷവും സന്താപവും സ്നേഹവും വൈരാഗ്യവും ആശയും നിരാശയും ഒന്നുമില്ലാത്ത ഒരവസ്ഥയിലാണ് ഞാനിപ്പോൾ. എന്റെ ചരമവാർത്തയും പ്രതീക്ഷിച്ച് പലരും ഇരിപ്പുണ്ട്. അച്ചാരം കൊടുത്ത് പുഷ്പചക്രം ഏല്പിച്ചു കഴിഞ്ഞിട്ടുണ്ടാവും. എന്റെ മരണം അവർക്കൊരു ഉത്സവമായി ആഘോഷിക്കണം. പുഷ്പചക്രത്തിൽ മൂടി, പുത്തൻപണക്കാരും പുതുപുത്തൻ രാഷ്ട്രീയക്കാരും ചേർന്ന് എന്റെ ജഡം ചുമന്നുകൊണ്ടുപോകും.

ഓ! സാംസ്കാരികപ്രവർത്തകരെയും നായകന്മാരെയും മറന്നുപോയി. ക്ഷമിക്കണം. മനഃപൂർവ്വമല്ല - ചുമന്നുകൊണ്ടുപോയാവർ ഏതെങ്കിലും ഗ്രന്ഥശാലയുടെ മുറ്റത്തോ വിദ്യാലയത്തിന്റെ വരാന്തയിലോ 'പൊതുദർശന'ത്തിന് വെയ്ക്കും. എന്തു സംഭവിക്കുന്നു എന്നറിയാൻ വഴിപോക്കർ അടുത്തുകൂടും. അപ്പോൾ അവരെ അനുശോചനക്കാരുടെ വകുപ്പിൽ ചേർത്ത് തകൃതിയായി ഫോട്ടോ പിടിക്കും. സാംസ്കാരിക നായകന്മാരും പണക്കാരും രാഷ്ട്രീയക്കാരും മുൻപന്തിയിൽത്തന്നെ നിൽക്കും. ഫോട്ടോപിടുത്തം കഴിഞ്ഞാൽ അഭിമുഖമാണ്. ഫോട്ടോഗ്രാഫറെയും പത്രപ്രതിനിധികളെയും കാലേക്കൂട്ടി സംഘടിപ്പിച്ചു നിർത്തിയിരിക്കും. പത്രക്കാർ വഴിപോക്കരെ വലംചെയ്യുന്നു; ചോദ്യം ചെയ്യുന്നു.

''ഇതേറ്റവും വലിയ ദുരന്തമല്ലേ?''

''അതെ.''

''രാജ്യത്തിനേറ്റ വമ്പിച്ച നഷ്ടമല്ലേ?''

''തീർച്ചയായും.''

''ഈ വിടവ് നികത്താനാവുമോ?''

''ഇല്ല; ഒരിക്കലുമില്ല.''

കേട്ടോ ബാലകൃഷ്ണാ, മരണം പ്രധാന വാർത്തയാക്കി ഊതിവീർപ്പിക്കുക, ജഡം കച്ചവടച്ചരക്കാക്കി മുതലെടുക്കുക. എല്ലാം ബാലറ്റുപെട്ടിയിൽ നോട്ടമിട്ടുകൊണ്ട്. മടുത്തു! പുഷ്പചക്രത്തിനടിയിൽ പരേതനായി കിടക്കുമ്പോൾ എനിക്ക് ചാടിയെണീറ്റ് 'ചക്ര'ക്കാരന്റെ പിരടിക്ക്

രണ്ടു പൂശാൻ സാധിക്കില്ലല്ലോ എന്ന വിചാരം എന്നെ ദുഃഖിപ്പിക്കുന്നു. ജീവിച്ചിരിക്കുമ്പോൾ പരമാവധി അവഗണിക്കുകയും അനാദരിക്കുകയും ചെയ്തവർ, സ്വാതന്ത്ര്യസമരത്തെ പുച്ഛിച്ചവർ, സമരത്തെ കണ്ണിൽ ചോരയില്ലാതെ അടിച്ചമർത്താൻ പരമാവധി ശ്രമിച്ചവരുടെ തോളിൽ കൈയിട്ട് സ്നേഹപൂർവ്വം നടക്കുന്നവർ, ഭൂപാലമംഗളം പാടിയവർ, അവരാണ് പുഷ്പചക്രവുമായി എന്റെ മരണം കാത്തിരിക്കുന്നവർ, ദുഃഖത്തിന്റെ മുഖംമൂടിയിട്ട് ക്യാമറയ്ക്ക് മുമ്പിൽ ഞെളിഞ്ഞുനിൽക്കാൻ തിടുക്കംകൂട്ടുന്നവർ. സമ്മതിദാനത്തിൽ കണ്ണുവെച്ചുള്ള കളിയാണി തൊക്കെ. ആഘോഷപരിപാടികളിലൂടെ ജനസ്വാധീനം വർദ്ധിപ്പിക്കുക. സാധാരണക്കാരെ ജാടകളുടെ ജാലവിദ്യയിൽ കുടുക്കി മോഹിപ്പിക്കുക. അങ്ങനെ ബാലറ്റുപെട്ടി നിറയ്ക്കുക. കസേരയിൽ കയറുക. അധികാര ത്തിന്റെ കടിഞ്ഞാണേന്തിയുള്ള ജൈത്രയാത്രയാണ് പിന്നെ.

ആവേശത്തള്ളിച്ചയിൽ വിരാമമില്ലാതെ സംസാരിച്ച അച്ചുക്കുട്ടി മേനോൻ തളർന്ന് കണ്ണടച്ച് മിണ്ടാതെ കിടന്നു. കിതയ്ക്കുന്നുണ്ടായി രുന്നു. ചുമയും... ഒട്ടുനേരം കഴിഞ്ഞ് കിതപ്പടങ്ങി ചുമ ഒതുങ്ങിയപ്പോൾ കണ്ണുതുറന്ന് ചിരിക്കാൻ ശ്രമിച്ചുകൊണ്ടു പറഞ്ഞു:

''ഞാൻ വലിയ തെറ്റാണു ചെയ്തത്. ഇതുവരെ ഒരക്ഷരം പറയാൻ നിന്നെ അനുവദിച്ചില്ല. നിനക്ക് പലതും പറയാനും അറിയാനുമുണ്ടാവും. ഇഷ്ടംപോലെ സമയം തരും. അതിനുമുമ്പേ ചെറിയൊരു കാര്യം. കഴിഞ്ഞ കുറച്ചു ദിവസങ്ങളിലായി നീയെന്റെ മനസ്സിലുണ്ട്. കണ്ണടച്ച് മയങ്ങുമ്പോൾ നീ വരുന്നു; കട്ടിലിനടുത്തു വന്നുനിന്ന് കുനിഞ്ഞ് എന്റെ മുഖത്തു നോക്കി എന്തോ ചോദിച്ചറിയാൻ തുടങ്ങുന്നു. നിന്നെ കാണാൻ ഞാൻ കണ്ണുതുറക്കുന്നു. നീ എങ്ങുമില്ല. ഇന്നു കാലത്തും ഈ ഒളിച്ചു കളി നടന്നു. മനസ്സിലായി. നിനക്കെന്റെ രോഗവിവരം അറിയണമല്ലേ? പറയാം.

നാലഞ്ചു വർഷമായി ഇവിടെ ഈ കിടപ്പാണെന്ന് ഞാൻ പറഞ്ഞല്ലോ. തുടക്കം നടുവേദനയായിരുന്നു. ഇരിക്കുമ്പോൾ, എഴുന്നേൽക്കുമ്പോൾ, വേഗത്തിൽ നടക്കുമ്പോൾ എല്ലാം സഹിക്കാൻ കഴിയാത്ത വേദന. സഹിക്കാൻ പറ്റില്ലെന്നു വന്നപ്പോൾ ഡോക്ടറെ കണ്ടു. പരിശോധന യ്ക്കുശേഷം അദ്ദേഹം ഔഷധം നിർദ്ദേശിച്ചു. അതു കഴിക്കുമ്പോൾ വേദന കുറയും. ഔഷധം നിർത്തിയാൽ വേദന വർദ്ധിക്കും. വീണ്ടും ഡോക്ടറെ കണ്ടു. ഇഞ്ചക്ഷൻ വേണമെന്ന് വിധിച്ചു. അതും പരീക്ഷിച്ചു. ഫലം പഴയതുതന്നെ. ഇഞ്ചക്ഷൻ എടുത്താൽ അല്പദിവസം ശമന മുണ്ടാവും. ഇഞ്ചക്ഷൻ വേണ്ടെന്നുവെച്ചാൽ വേദന ഇളകും. ഡോക്ടറെ മാറ്റി. മരുന്നു മാറ്റി. മാറിമാറി പലരെയും കണ്ടു. പല മരുന്നും കഴിച്ചു. ദീർഘകാലം ആശുപത്രിയിൽ കിടന്നു. പല പരീക്ഷണങ്ങളും നടന്നു. ഒടുവിൽ നട്ടെല്ലിനേറ്റ ക്ഷതമാണ് വേദനയ്ക്കു കാരണമെന്നും അനങ്ങാതെ കിടക്കലാണിതിന് ചികിത്സയെന്നും വിധിയുണ്ടായി. ഇതാ അനങ്ങാതെ കിടക്കുന്നു. അഞ്ചു കൊല്ലമായി ഈ കിടപ്പ്. വേണമെങ്കിൽ ഈ

രോഗത്തെ 'പാതിമരണ'മെന്ന് വിളിക്കാം. അരയ്ക്കു കീഴെ തൊട്ടാൽ അറിയില്ല. അനക്കാൻ പറ്റില്ല. കാലൊന്നിളക്കിവെക്കണമെങ്കിൽ പര സഹായം വേണം.

മടുത്തു. മാറാരോഗത്തിന്റെ മരുന്ന് അന്വേഷിക്കാൻ തുടങ്ങി. എഴുന്നേറ്റു പോയി കെട്ടിത്തൂങ്ങാൻ വയ്യ. ഇത്തിരി വിഷം പോയി വാങ്ങാനും കഴിയില്ല - വഴിയടഞ്ഞു. മോചനം അകലെ. വളരെ വളരെ അകലെ. ആശയറ്റ കിടപ്പിൽ പുതിയൊരാശയം പിടികിട്ടി. ആശുപത്രിയിൽ വെച്ച് പരിചയപ്പെട്ട ചെറുപ്പക്കാരനായ ഒരു ഡോക്ടറുടെ കാര്യം ഓർത്തു. സമർത്ഥനാണ്, ഉത്സാഹിയാണ്. എന്നും എന്നെ വന്നുകാണും. ആശ്വസിപ്പിക്കും. ഒരു വേദാന്തിയെപ്പോലെ ഭൗതികജീവിതത്തിന്റെ നിസ്സാരതയെക്കുറിച്ച് പ്രസംഗിക്കും. അവശസ്ഥിതികൾ മുഴുവനും വിവരിച്ച് ഡോക്ടർക്ക് ഒരു കത്തെഴുതി. ഒന്നുകണ്ടാൽ വേണ്ടില്ലെന്ന് അപേക്ഷിക്കുകുയം ചെയ്തു. മറുപടിയില്ല. വീണ്ടും എഴുതി. അതിനും മറുപടിയില്ല. സ്ഥലം മാറിയോ എന്നു സംശയിച്ച് ആളെ വിട്ട് അന്വേഷിച്ചു. സ്ഥലം മാറിയിട്ടില്ല. പിന്നെ അപേക്ഷകൾ ആൾമുഖേനെയായി. പൊറുതി മുട്ടിയപ്പോൾ ഡോക്ടർ വന്നു. പതിവുചടങ്ങുകൾ ആരംഭിച്ചു. സ്റ്റെതസ്കോപ്പെടുത്ത് നെഞ്ചിലും പുറത്തും വാരിഭാഗത്തുമുള്ള ശബ്ദം പിടിച്ചെടുക്കാൻ തുടങ്ങി. പനി അളന്ന് രക്തസമ്മർദ്ദം നോക്കി. ഒടുവിൽ ഒരു വെള്ളിക്കോലെടുത്ത് കാലിനടിയിൽ വരച്ചുകൊണ്ട് ചോദിച്ചു:

"വല്ലതും അറിയുന്നുണ്ടോ?"

"ഇല്ല."

"രോഗസ്ഥിതിയിൽ പ്രകടമായ വല്ല വ്യത്യാസവും?"

"ഇല്ല."

"പ്രത്യേകിച്ച് മരുന്നൊന്നും വേണമെന്ന് തോന്നുന്നില്ല. പഴയതു കഴിച്ചാൽ മതി. നല്ല ആഹാരം കഴിച്ച് ശരീരത്തിന്റെ ഓജസ്സ് നില നിർത്തണം. കൂടുതലൊന്നും പറയാനില്ലല്ലോ."

"ഉണ്ട് ഡോക്ടർ. അതു പറയാനാണ് ഡോക്ടറെ ഇത്രയും ബുദ്ധി മുട്ടിച്ചത്."

"എന്താണ് പറയൂ."

"ഇനി ഈ രോഗത്തിന് മരുന്നൊന്നുമില്ലല്ലോ ഡോക്ടർ?"

"ഇല്ല."

"എങ്കിൽ ഞാനൊരു മരുന്നു പറയാം. മാറില്ലെന്ന് തീരുമാനിക്കപ്പെട്ട രോഗത്തിനു പറ്റിയ മരുന്ന്."

"എന്താണത്?"

"എനിക്കിവിടെ നിന്ന് എഴുന്നേറ്റ് കെട്ടിത്തൂങ്ങാൻ വയ്യ. ഇത്തിരി വിഷം എനിക്കാരും വാങ്ങിച്ചുതരികയുമില്ല."

''അതുകൊണ്ട്?''

ഡോക്ടർ അക്ഷമയോടെ തുടരുന്നു:

''ഞാനെന്തു ചെയ്യണം?''

''ഒരു ഇഞ്ചക്ഷൻ.''

മടിച്ചുമടിച്ചാണ് ഞാൻ പറഞ്ഞത്.

''അല്ലെങ്കിൽ ഇത്തിരി വിഷം.''

''നോൺസെൻസ്!''

ഡോക്ടർ പൊട്ടിത്തെറിച്ചു. എഴുന്നേറ്റു പോകാൻ തുടങ്ങുമ്പോൾ പറഞ്ഞു:

''എന്റെ മുഖത്തുനോക്കി ഇതു പറയാനുള്ള ധൈര്യം നിങ്ങൾക്കെങ്ങനെയുണ്ടായി? ഞങ്ങൾ ഡോക്ടർമാർ മനുഷ്യരെ കൊല്ലുന്നവരല്ല. രക്ഷിക്കുന്നവരാണ്. നിങ്ങൾക്ക് മനോരോഗത്തിനുള്ള മരുന്നാണ് വേണ്ടത്; വിഷമല്ല.''

ഡോക്ടർ ശുണ്ഠിപിടിച്ച് ഇറങ്ങിപ്പോകുന്നത് നിസ്സഹായനായി നോക്കിക്കിടന്നു. 'ദയാവധ'മെന്ന് പറഞ്ഞുകേട്ടിട്ടുണ്ട്. പലരും അതിനെ പ്രശംസിക്കുന്നതും കേട്ടിട്ടുണ്ട്. അവരാരും ബുദ്ധിശൂന്യരായിരുന്നില്ല. അതുകൊണ്ടപേക്ഷിച്ചുപോയതാണെന്നു പറയാൻ തുടങ്ങുംമുമ്പേ ഡോക്ടർ പോയി. ഇല്ല, ആരും സഹായിക്കില്ല. എല്ലാവർക്കും മരണത്തെ പേടിയാണ്; കൊല്ലുന്നവനുപോലും.

ഇപ്പോൾ എനിക്ക് മരിക്കണമെന്നു തോന്നാറില്ല. ഈ കിടപ്പ് പരിചയപ്പെട്ടുകഴിഞ്ഞു. വേദന സുഹൃത്തായിത്തീർന്നു. മനസ്സും ശരീരവും ഒരുമിച്ചു പ്രവർത്തിക്കുകയെന്ന രീതി മാറി. ശരീരത്തിന്റെ വേദനയിലും സുഖത്തിലും മനസ്സ് പങ്കെടുക്കാറില്ല. ശരീരത്തെ സംബന്ധിച്ച ഒരു കാര്യവും ശ്രദ്ധിക്കാറില്ല.''

ഇത്രയും പറഞ്ഞുനിർത്തിയപ്പോൾ അരുന്ധതി കടന്നുവന്നു. അമ്മാമന്റെ നെറ്റിയിലെ വിയർപ്പ് തുടച്ചുമാറ്റി. തല പിടിച്ചു പൊക്കി, പുതിയ തലയണ വെച്ച് ടീപോയിയിലെ സാധനങ്ങൾ പൊടിതട്ടി വൃത്തിയാക്കി ചോദിച്ചു:

''കാപ്പി കൊണ്ടുവരട്ടേ?''

''കൊണ്ടുവരട്ടേ ബാലകൃഷ്ണാ, വിരോധമുണ്ടോ?''

''ഇല്ല.''

''ആട്ടെ, രണ്ടക്ഷരം പറയാനുള്ള സൗകര്യം നിനക്കു കിട്ടിയല്ലോ. വിഷമിക്കേണ്ട ഇന്നു മുഴുവൻ നമുക്ക് സംസാരിക്കാം. ഒരുപാടു പറയാനുള്ളതാണ്. മോളേ, കാപ്പി കൊണ്ടുവന്നോളൂ.''

അരുന്ധതി പോയപ്പോൾ അദ്ദേഹം പറയാൻ തുടങ്ങി:

''എന്നെ സ്നേഹിക്കാനും എന്റെ ആവശ്യങ്ങളറിഞ്ഞു പ്രവർത്തിക്കാനും എനിക്ക് അരുന്ധതിയുണ്ട്. എന്റെ ഏടത്തിയുടെ ഏകമകൾ. ചോറൂണു ദിവസം അളിയന്റെ മടിയിലവൾ കിടക്കുമ്പോൾ പേരിന്റെ പ്രശ്നം വന്നു. ഏടത്തിയും അളിയനും ചേർന്ന് പല പേരുകൾ പറഞ്ഞു. ഒന്നും തൃപ്തിയാകാതെവന്നപ്പോൾ 'അരുന്ധതി'യെന്ന് ഞാൻ പറഞ്ഞു. എതിർപ്പുണ്ടായില്ല. എന്റെ ഏതഭിപ്രായവും സ്വീകരിക്കുന്ന സ്വഭാവമായിരുന്നു ഏടത്തിക്ക്. ഒരിക്കലും ഒന്നിലും ഒരഭിപ്രായം പറയുന്ന ശീലം അളിയനുണ്ടായിരുന്നില്ല. അങ്ങനെ അവൾ എന്റെ ഏകമരുമകൾ അരുന്ധതിയായി.

നീ ഒരു ആകാശം വിഴുങ്ങിയല്ലേ? എപ്പോഴും ആകാശത്തിലെ അദ്ഭുതങ്ങൾ പറഞ്ഞു ബോറാക്കുന്നവൻ. ആകാശത്തെപ്പറ്റി എനിക്കൊന്നുമറിയില്ലെന്നല്ലേ നിന്റെ വിശ്വാസം. എന്നാൽ കേട്ടോളൂ. ആ പേരിന്റെ മഹത്വം സപ്തർഷികളിൽ വസിഷ്ഠന്റെ അടുത്ത് ഒരു കൊച്ചു നക്ഷത്രമുണ്ട്; വളരെ സൂക്ഷിച്ചുനോക്കിയാലേ കാണാൻ കഴിയൂ. സൂക്ഷിച്ചുനോക്കിയിട്ടും കണ്ടില്ലെങ്കിൽ ആറുമാസത്തിനകം മരണമുണ്ടെന്നാണു പഴയ സങ്കല്പം. ആ കൊച്ചുനക്ഷത്രമാണ് അരുന്ധതി. എന്റെ മരുമകൾ അരുന്ധതി. ഭർത്തൃസമേതയായി സർവ്വസൗഭാഗ്യത്തോടെ, സന്തോഷത്തിന്റെ കൊടുമുടിയിൽ വസിഷ്ഠനും അരുന്ധതി ദേവിയുംപോലെ കഴിയണമെന്നായിരുന്നു എന്റെ ആഗ്രഹം. എന്നാൽ സംഭവങ്ങൾ മറ്റൊരു വഴിക്കാണ് നീങ്ങിയത്. നീയവളെ കണ്ടില്ലേ? ആദ്യത്തെ കാഴ്ചയിൽത്തന്നെ അവളൊരു വിധവയാണെന്ന് നിനക്കു തോന്നിയില്ലേ? പറയൂ മടിക്കാനൊന്നുമില്ല, ഉം!''

''തോന്നി.''

''തോന്നിയതിൽ ഒരു തെറ്റുമില്ല. അവൾ അവിവാഹിതയായൊരു വിധവയാണ്.''

അരുന്ധതി കാപ്പിയുമായി വന്നു. ടീപ്പോയിയിൽ വിഭവങ്ങൾ നിരത്തുമ്പോൾ അദ്ദേഹം ചോദിച്ചു:

''മോളേ, ഈ അങ്കിളിനെ നിനക്കറിയുമോ?''

അവൾ മുഖമുയർത്തി നോക്കി.

''ഇല്ല, നീ അങ്കിളിനെ കണ്ടിട്ടില്ല. വർഷങ്ങൾക്കുശേഷം വന്നുകയറിയ അങ്കിളാണ്.''

അരുന്ധതി പോയപ്പോൾ തിരയടിച്ചുയരുന്ന മനോവേദന പ്രയാസപ്പെട്ടു നിയന്ത്രിച്ചുകൊണ്ടദ്ദേഹം പറഞ്ഞു:

''അരുന്ധതിയുടെ ദുഃഖകഥ ഞാൻ പറയാം. കാപ്പി കഴിക്കൂ - അതൊരു നീണ്ടകഥയാണ്.''

ഏഴ്

തളർന്ന് പ്രവർത്തനക്ഷമമല്ലാതായ അവയവങ്ങളുടെ നഷ്ടപ്പെട്ട ശക്തി മുഴുവനും ഇപ്പോൾ എന്റെ മനസ്സ് നേടിയിരിക്കുന്നു. അതിശക്തമാണിപ്പോൾ മനസ്സ്. കൂടു തുറന്നുവിട്ട കിളിയെപ്പോലെ അത് നിയന്ത്രണമില്ലാതെ പറക്കുന്നു; മുമ്പോട്ടും പിമ്പോട്ടും തടവില്ലാതെ ചിറകിട്ടടിച്ചു പറക്കുന്നു. സുഖം! തളർന്നുവീണ മോചനത്തിനു മാർഗ്ഗമില്ലാതെ കിടക്കുന്നവൻ മൃതിതുല്യനാവുന്നു. കാമക്രോധമോഹങ്ങൾ അവനെ കൈവെടിയുന്നു. ബാഹ്യപ്രപഞ്ചം അവനെ വിസ്മരിക്കുന്നു; അവൻ ബാഹ്യപ്രപഞ്ചത്തെയും. ക്രമേണ അവന്റെ മനസ്സ് സമാധാനപ്രാവായി അപാരതതേടി പറക്കാൻ തുടങ്ങുന്നു. ഭാവിവർത്തമാനകാലങ്ങൾ കൈവിട്ട് ഭൂതകാലത്തിന്റെ നീലാകാശച്ചെരിവിൽ, ചിറകുകൾകൊണ്ട് പ്രേമാക്ഷരങ്ങൾ കോറിയിട്ട് പറക്കുമ്പോൾ ഒരേയൊരാഗ്രഹം. ആകാശഗംഗയ്ക്ക് പ്രകാശവിസ്മയം നൽകി മണിമുത്തുകളായി ജ്വലിക്കുന്ന നക്ഷത്രസമൂഹത്തിൽ തളർന്നുവീണ് ഒരു മഞ്ഞുതുള്ളിപോലെ ദ്രവിക്കണം; അതാണ് മോഹം...

ആരോടെന്നില്ലാതെ, ഭക്തിഗീതം ഉച്ചരിക്കുമ്പോലെ പറയുമ്പോൾ ശബ്ദം, നേർത്തുനേർത്തു പോവുകയും വാക്കുകൾ അവ്യക്തങ്ങളാവുകയും ചെയ്യുന്നു. ക്രമേണ മൗനത്തിലേക്ക് പിൻവലിയുന്നു.

അരുന്ധതി കടന്നുവന്ന് അമ്മാമനെ തൊട്ടുവിളിച്ചു പറയുന്നു:

''കിടക്കവിരി മാറ്റണ്ടേ? ശരീരം നനച്ചു തുടയ്ക്കണ്ടേ?''

ഉത്തരമില്ല. കണ്ണുതുറക്കാൻ ഭാവവുമില്ലെന്നായപ്പോൾ അരുന്ധതി തെല്ലു ശാസിക്കാൻതന്നെ തീരുമാനിച്ചു:

''പറ്റില്ല. വിരി മാറ്റിയില്ലെങ്കിൽ രാത്രി ഉറക്കം കിട്ടില്ല. കുട്ടികളെപ്പോലെ ശാഠ്യംപിടിക്കരുത്.''

അപ്പോൾ അമ്മാമൻ കണ്ണുതുറക്കുന്നു. ക്ഷീണിച്ച മുഖത്ത് നേരിയ പ്രകാശം പരക്കുന്നു.

''മോളേ, ഇപ്പോൾ നീയാണെന്റെ രക്ഷിതാവും ഗുരുനാഥയും മുതലാളിയും ജന്മിയും! അതുകൊണ്ട് നീ പറയുന്നതെന്തും ചെയ്യുന്നതെന്തും സന്തോഷത്തോടെ ഞാൻ സ്വീകരിക്കും. അരുതാത്തതൊന്നും നീ പറയില്ല. ചെയ്യില്ല. ആട്ടേ, ഈ മാഷെന്ന് വിളിക്കപ്പെടുന്ന ബാലകൃഷ്ണന്റെ കാര്യം വല്ലതും നീ ശ്രദ്ധിച്ചോ? ഇവനിന്ന് കുളിച്ചോ?''

ഒടുവിലത്തെ ചോദ്യത്തിന് ബാലകൃഷ്ണൻമാഷാണ് മറുപടി പറഞ്ഞത്:

''ഞാൻ കുളിച്ചില്ല.''

''ഇല്ല; നീ കുളിക്കില്ല. നിന്നെ നന്നായെനിക്കറിയാം. പണ്ടേ നീ കുളിക്കാറില്ല. എടോ, തനിക്ക് ചൂടുവെള്ളം വേണോ അതോ പച്ചവെള്ളമോ?''

''ഞാൻ കുളിച്ചോളാം.''

''പിന്നെയും അതുതന്നെ പറയുന്നു. എടോ, തനിക്കു വെള്ളം കോരിയെടുക്കാൻ വിഷമമുണ്ടോ? സാരമില്ല. എന്റെ മരുമകൾ അതെല്ലാം അനായാസമായി ചെയ്യും.''

''കുളിമുറിയിൽ വെള്ളം നിറച്ചിട്ടുണ്ട്.''

അരുന്ധതി പറഞ്ഞു.

''സോപ്പും എണ്ണയും വാകയുമെല്ലാം അവിടെയുണ്ട്.''

''എങ്കിൽ പോയാട്ടെ.''

അച്ചുക്കുട്ടിമേനോൻ കല്പിച്ചു:

''വേഗത്തിൽ കുളിച്ചുവരൂ. മോളെ, കിടക്കവിരിയും മറ്റും എടുത്തോളൂ. അമ്മാമൻ ഇതാ, തയ്യാറായി.''

അരുന്ധതി പോയപ്പോൾ അച്ചുക്കുട്ടിമേനോൻ വികാരാധീനനായി പറയാൻ തുടങ്ങി:

''അവൾ അരുന്ധതി, ഒരു ദേവതയാണ്. എന്റെ രക്ഷയ്ക്കുവേണ്ടി അവതാരമെടുത്ത ദേവത. വിശ്രമമില്ലാതെ അവൾ ജോലിചെയ്യുന്നു. എന്റെ ഇഷ്ടാനിഷ്ടങ്ങൾ മനസ്സിലാക്കി, വേണ്ടത് വേണ്ടപ്പോൾ ഭംഗിയായി നിർവ്വഹിക്കുന്നു. ഇങ്ങനെ വെട്ടിയിട്ട മരംപോലെ കിടക്കുമ്പോൾ, ശരീരത്തിന്റെ പല ഭാഗങ്ങളും വ്രണപ്പെടും. ഇന്നോളം ആ വിഷമം എനിക്കനുഭവിക്കേണ്ടിവന്നിട്ടില്ല. എല്ലാം അവളുടെ മിടുക്ക്. എന്താണ് വിശ്രമം, എന്താണ് സുഖമെന്ന് അവൾക്കറിഞ്ഞുകൂടാ. ഒരു യന്ത്രം പോലെ ജോലി ചെയ്യുന്നു. അവളുടെ വിധിയോർത്ത് ഞാൻ ദുഃഖിക്കുന്നു. അല്ലാതെ എനിക്കെന്തു ചെയ്യാൻ പറ്റും? ചിലപ്പോൾ സ്വാർത്ഥിയും ദുഷ്ടനും ക്രൂരനുമാണ് ഞാനെന്ന വിചാരം എന്നെ കീഴടക്കും. അപ്പോൾ ഞാൻ അതികലശലായി എന്നെ വെറുക്കും. വിട്ടുപോകാൻ മടിച്ച് എന്നിൽ ചടഞ്ഞുകൂടുന്ന പ്രാണനെ ഞാൻ പുച്ഛിക്കും... ഓ! ഞാനൊരു കാര്യം മറന്നു. അരുന്ധതിയുടെ കഥ പറയാമെന്ന് ഞാൻ നിനക്കു വാക്കുതന്നതല്ലേ. ആ വാക്കു ഞാൻ പാലിക്കാം. ചെല്ലൂ, കുളിച്ചുവരൂ. കുളിച്ച് മനസ്സും ശരീരവും ശുചിയായിരിക്കുമ്പോൾ കേൾക്കേണ്ട കഥയാണത്. ഇനി താമസിക്കേണ്ട. വേഗമാകട്ടെ, ചെല്ലൂ.''

അമ്മാമനെ നനച്ച് തുടപ്പിച്ച്, കിടക്കവിരി മാറ്റി, ചന്ദനത്തിരി കൊളുത്തിക്കഴിഞ്ഞപ്പോൾ അരുന്ധതി ചോദിച്ചു:

''ഇനി അത്താഴത്തിനു മുമ്പേ, ഒരു കപ്പ് കാപ്പികുടിച്ചുകൂടേ അമ്മാമാ?''

''കുടിക്കാം. മാഷ് കുളിച്ചുവരുമ്പോഴേക്ക് കാപ്പിയെടുത്തോളൂ.''

അരുന്ധതിക്കു സന്തോഷമായി. അവർ കിടക്കയിലിരുന്ന് അമ്മാമന്റെ കൈപിടിച്ചു മടിയിൽവെച്ച് പതുക്കെ തലോടിക്കൊണ്ടു ചോദിച്ചു:

''ഇപ്പം വേദനയ്ക്കാശ്വാസമുണ്ടോ അമ്മാമാ?''

''അറിഞ്ഞുകൂടാ. ഇപ്പോൾ സുഖവും ദുഃഖവും തിരിച്ചറിയാൻ കഴിയാത്തപോലെ, വേദനയും വേദനയില്ലായ്മയും വേർതിരിച്ചുനിർത്തുന്ന അതിർത്തിരേഖ മാഞ്ഞുപോയിരിക്കുന്നു. അതുകൊണ്ടൊന്നും പറയാൻ വയ്യ. ആശ്വാസംപോലെ, സുഖംപോലെ, സന്തോഷംപോലെ നീ അടുത്തുള്ളപ്പോൾ എന്നിൽ വേദനയ്ക്കു പ്രവേശിക്കാൻ കഴിയില്ല.''

തന്നെപ്പറ്റിയുള്ള പ്രശംസയിൽനിന്ന് രക്ഷപ്പെടാനെന്നവിധം അരുന്ധതി എഴുന്നേൽക്കുന്നു.

''ഓ! കാപ്പിയുടെ കാര്യം ഞാൻ മറന്നു. മാഷ് കുളിച്ചുവരാറായി.''

അരുന്ധതി പോയതും മാഷ് കുളികഴിഞ്ഞെത്തിയതും ഒരേ സമയത്തായിരുന്നു. അല്പമൊരു പരിഹാസച്ചുവയുള്ള സ്വരത്തിൽ അച്ചുക്കുട്ടിമേനോൻ ചോദിച്ചു:

''എടോ മാഷേ, കുളിക്കാൻ നിർബന്ധിച്ചതിൽ താൻ പരിഭവിച്ചോ? സാരമില്ല. നിർബന്ധംകൊണ്ടായാലും അല്ലെങ്കിലും ഇടയ്ക്കൊരു കുളി നല്ലതാണ്.''

ചോദ്യം കേൾക്കാത്തമട്ടിൽ മാഷ് എന്തോ അന്വേഷിക്കുംപോലെ കട്ടിലിനടിയിലും മുറിയുടെ മുക്കിലും മൂലയിലും ശ്രദ്ധിച്ചുനോക്കാൻ തുടങ്ങി.

''താനെന്താ മാഷേ നോക്കുന്നത്? വല്ലതും നഷ്ടപ്പെട്ടോ?''

''ഇല്ല.''

ജാലകത്തിനടുത്തുനിന്ന് പുറത്തേക്ക് നോക്കുന്ന മാഷ് പറഞ്ഞു:

''ഒന്നും നഷ്ടപ്പെട്ടില്ല. മറിച്ച് ഇഷ്ടപ്പെട്ടതെന്തോ കിട്ടിയപോലെ ഒരു തോന്നൽ.''

''കൊള്ളാമല്ലോ. തനിക്കിഷ്ടപ്പെട്ടതെന്താണെന്നു പറയൂ; അല്ലെങ്കിൽ കാണിച്ചുതരൂ.''

''കാണിക്കാൻ പറ്റില്ല. ഈ മണം; നല്ല മണം. ഞാനേറ്റവും ഇഷ്ടപ്പെടുന്ന കൈതപ്പൂവിന്റെ മണം. കാറ്റിലൂടെ എവിടെനിന്നോ ഒഴുകിയെത്തുന്നു.''

''ഇവിടെ വരൂ. ഈ കിടക്കയിൽ എന്റെ അടുത്തിരിക്കൂ. എല്ലാം പറഞ്ഞുതരാം. കാറ്റിനെ പ്രശംസിച്ചതു മതി.''

മാഷ് കിടക്കയിൽ വന്ന് അച്ചുക്കുട്ടിമേനോനെ തൊട്ടിരുന്നു. അപ്പോൾ അച്ചുക്കുട്ടിമേനോൻ ഉത്സാഹഭരിതനായി ചോദിക്കുന്നു:

''ഈ കൈതപ്പൂമണം എന്നെയും തന്നെയും ഇപ്പോൾ കൊണ്ടു ചെന്നെത്തിക്കുന്നതെവിടെയാണ്...? ഓർക്കുന്നില്ലാ? എങ്കിൽ പറയാം. പുത്തരിത്തോടിന്റെ വക്കിൽ. പൂക്കൈത തഴച്ചുവളർന്നുനിൽക്കുന്ന തോട്ടുവക്കിൽ. മണംപിടിച്ച് മുമ്പോട്ടു നടന്നാൽ നാം എത്തിച്ചേരുന്നത് നമ്മുടെ പ്രിയപ്പെട്ട വിദ്യാലയത്തിൽ.

നെയ്ത്തുകാരുടെ തെരുവിനെ വലംവെച്ചുപോകുന്ന നിരത്തിന്റെ പുറംപോക്കിൽ, ചോലമരങ്ങളായി പടർന്നുപന്തലിച്ചുനിൽക്കുന്ന 'പയനി'ന്റെ തണലിൽ, ഡിസ്ട്രിക്റ്റ് ബോർഡിന്റെ അനുഗ്രഹമായി നമ്മുടെ ഗ്രാമത്തിനു കിട്ടിയ സ്കൂൾ. നമ്മുടെ ആദ്യത്തെ അക്ഷര ക്കളരി. ചുവടുതെറ്റിച്ചും തെറ്റാതെയും അറിവിന്റെ അഭ്യാസം വശ ത്താക്കിയതവിടെവെച്ചായിരുന്നു.

പയനിന്റെ വെള്ളപൂക്കളുതിരുന്ന വേനൽക്കാലത്ത് സ്കൂൾമുറ്റത്തും നിരത്തിലും കാലം വെള്ളപ്പട്ടുകൾ നിവർത്തും. അപ്പോൾ ഓടിക്കളി ക്കാനും തലകുത്തിമറിയാനും ബഹുരസമായിരിക്കും. ഒരല്പവും വേദനിക്കില്ല - പട്ടിലല്ലേ കളി. പിന്നെ തുരുതുരെ പയനിൽ കായ പൊഴി യലായി. അത് പന്തുകളിക്കുള്ള അവസരം. ഫുട്ബോൾ കളിയുടെ ആദ്യപാഠം അവിടെവെച്ച് സ്വായത്തമാക്കുന്നു. പന്തുകളി മുറുകി, വീറും വാശിയും കൂടി, കൂട്ടത്തല്ലിനൊരുക്കം കൂട്ടുമ്പോൾ കേളപ്പൻനായര് മാഷ്ടെ ഗര്ജ്ജനം കേൾക്കുന്നു. കളിയവസാനിക്കുന്നു. നമ്മൾ പൂച്ച കളെപ്പോലെ പതുങ്ങിപ്പതുങ്ങി ക്ലാസിലേക്ക് കയറാൻ തുടങ്ങുമ്പോൾ മാഷ് ചൂരൽവടിയുമായി വരാന്തയിൽ നിൽപ്പുണ്ടാവും. തടിച്ച് ഉയരം കൂടിയ മനുഷ്യൻ. അദ്ദേഹത്തിന്റെ ഗർജ്ജനവും നിൽപ്പും കൈയിലെ ചൂരൽവടിയും എല്ലാംകൂടി ഓർക്കുമ്പോൾ ഈ കിടപ്പിലും ഞാനിടയ്ക്കു ചിരിക്കാറുണ്ട്. കേളപ്പൻനായര്മാഷ് എന്നെങ്കിലും എന്തിനെങ്കിലും ആരെയെങ്കിലും തല്ലുന്നത് താൻ കണ്ടിട്ടുണ്ടോ? ഇല്ല. താനെന്നല്ല ആരും കണ്ടിട്ടില്ല. ആർക്കും അദ്ദേഹത്തിന്റെ തല്ല് കിട്ടീട്ടുമില്ല. എന്നാൽ എല്ലാവർക്കും അദ്ദേഹത്തെ പേടിയായിരുന്നു. അതാണദ്ദേഹത്തിന്റെ മഹത്വം. ഇപ്പോൾ നമ്മളീ പറയുന്നത് ആരെങ്കിലും കേട്ടാൽ അവർക്കൊരു സംശയമുണ്ടാകും. തല്ലില്ലെങ്കിൽ ചൂരലെന്തിനാണെന്ന്? അല്ല, താനെ ന്നെങ്കിലും അതിനെപ്പറ്റിയാലോചിച്ചിട്ടുണ്ടോ? ഉണ്ടാവില്ല. അതിനല്പം ബുദ്ധി വേണം. ക്ലാസിൽ ബഹളം വർദ്ധിക്കുമ്പോൾ മാഷ് ചൂരലെടുത്ത് മേശപ്പുറത്ത് രണ്ടുപ്രാവശ്യം അടിക്കും. അടിയുടെ ശബ്ദം കേട്ട്, വെടി കൊണ്ട പക്ഷിപോലെ സമസ്തബഹളവും നിലംപതിക്കും. അതിനാണ് ചൂരൽ.

എന്തൊക്കെ, എത്രയൊക്കെ ആലോചിക്കാനുണ്ട്. എവിടെ സമയം? ഒന്നും ചെയ്യാനില്ലാത്ത എനിക്കും സമയം പോരാ. പിന്നെ തന്റെ കാര്യം പറയണോ? എന്നും എന്റെ മനസ്സിൽ ഓടിക്കേറിവന്ന് ഉള്ളൂർക്കവിത ചൊല്ലി വ്യാഖ്യാനിക്കുന്ന ഒരു അദ്ധ്യാപകനുണ്ട്; പണ്ഡിതനും കവി യുമായ രാമൻനായര്മാഷ്. സ്കൂൾ സമയം കഴിഞ്ഞും അദ്ദേഹം കുട്ടി കൾക്ക് പാഠം പറഞ്ഞുകൊടുക്കുമായിരുന്നു. ചുരുങ്ങിയ കാലംകൊണ്ട് മഹാകാവ്യങ്ങൾ പലതും അദ്ദേഹം പരിചയപ്പെടുത്തി. സമയം കഴി ഞ്ഞുള്ള ക്ലാസുകളിൽ അന്ന് അദ്ധ്യാപകരും പങ്കെടുക്കുമായിരുന്നു. അതൊരുകാലം അല്ലേ? ആരുണ്ടിന്നങ്ങനെ, ശിഷ്യർക്കുവേണ്ടി ജീവിതം ഉഴിഞ്ഞുവെയ്ക്കാൻ ഒരുക്കമുള്ളവർ?

പറഞ്ഞുപറഞ്ഞ് അരുന്ധതിയുടെ കഥ വഴുതിപ്പോവുന്നു. ഇല്ല, അത് ഞാൻ തീർച്ചയായും പറയും. അതിനുമുമ്പേ, വിദ്യാർത്ഥിജീവിതവുമായി ബന്ധപ്പെട്ട ഒരു ചെറിയ സംഭവം കൂടിയാവട്ടെ. ഒരു ദിവസം രാമൻനായർമാഷടെ ക്ലാസ് കഴിഞ്ഞ് വൈകീട്ട് വീട്ടിലേക്ക് പോകുമ്പോൾ ഊടുവഴിയിലൂടെ ഒരു ജാഥ വരുന്നു. മുദ്രാവാക്യങ്ങൾക്കു പുറമെ കേൾക്കാൻ കൗതുകമുള്ള ഒരു ഗാനവുമുണ്ട്:

''ശീമക്കാരേഴുപേരെ
മായക്കാരായവരെ,
സൈമൻ കമ്മീഷൻകാരേ;
പോ... പോ... പോ...''

അന്ന് പാട്ടിന്റെ പൊരുളും സംഭവങ്ങളുടെ കിടപ്പും എന്തെന്നറിയുമായിരുന്നില്ല. ഗാനത്തെതുടർന്ന് മുദ്രാവാക്യങ്ങളുണ്ടായിരുന്നു.

മഹാത്മാഗാന്ധി കീ ജേ.
ലാലാലജ്പത്റായി കീ ജേ.
സൈമൻ കമ്മീഷൻ ഗോ ബേക്ക്.
പഞ്ചാബ്സിംഹം-
ലാലാജി കീ ജേ
വന്ദേ മാതരം...

ജാഥ നയിക്കുന്നത് കേളപ്പജിയായിരുന്നു. അദ്ദേഹത്തെ അറിയാം. മുൻപ് ഒന്നുരണ്ടുവട്ടം കണ്ടിട്ടുണ്ട്. ജാഥ പോയിക്കഴിയുവോളം വഴിമാറി നിന്നു. നോക്കിനിൽക്കുമ്പോൾ കൂടെ പോയാലോ എന്ന തോന്നലുണ്ടായി. പോയിക്കഴിഞ്ഞപ്പോൾ തോന്നൽ ആഗ്രഹമായി. പിന്നെ ഒന്നും ചിന്തിച്ചില്ല, ജാഥയുടെ പിറകിൽ ചെന്നുചേർന്നു. വേറെയും കുട്ടികളുണ്ടായിരുന്നു. വഴിനീളെ ജാഥ കാണാൻ കുട്ടികളും സ്ത്രീകളുമൊക്കെ വന്നുകൂടിയിരുന്നു. ജാഥ സമാപിച്ച സ്ഥലത്തും ജനങ്ങൾ ഏറെയുണ്ടായിരുന്നു.

സമ്മേളനം ആരംഭിച്ചു. സ്ഥലം മുൻസിഫ് കോടതിയിലെ പ്രമുഖ വക്കീലായിരുന്ന വെങ്കിടാചലയ്യർ സമ്മേളനത്തിൽ അദ്ധ്യക്ഷത വഹിച്ചു. മലയാളഭാഷ അത്രയേറെ സ്വാധീനമല്ലാതിരുന്നിട്ടും വികാരപ്രധാനമായ പ്രഭാഷണം എല്ലാവരും ഇഷ്ടപ്പെട്ടു. പഞ്ചാബ് കേസരിയെന്ന് പ്രകീർത്തിക്കപ്പെട്ട ലാലാലജ്പത്റായിയുടെ അകാലദേഹവിയോഗത്തിലുള്ള അനുശോചനം രേഖപ്പെടുത്താനും അദ്ദേഹത്തിന്റെ ചരമത്തിനിടയാക്കിയ പൊലീസ് മർദ്ദനത്തിൽ കഠിനമായ പ്രതിഷേധം രേഖപ്പെടുത്താനും ഉദ്ദേശിച്ചുള്ളതായിരുന്നു സമ്മേളനം.

കേളപ്പജിയുടെ പ്രസംഗം, രാജ്യത്തുടനീളം നടമാടുന്ന പൊലീസ് മർദ്ദനത്തിന്റെ ശരിയായ ചരിത്രം വിവരിച്ചുകൊണ്ടുള്ളതായിരുന്നു. സൈമൺ കമ്മീഷനെ ബഹിഷ്കരിക്കാൻ ആഹ്വാനം ചെയ്തുകൊണ്ടുള്ള

പ്രകടനത്തിന് നേതൃത്വം കൊടുത്ത പഞ്ചാബ് കേസരിയുടെ നേർക്കുണ്ടായ കൈയേറ്റത്തെയും അദ്ദേഹത്തെ ക്രൂരമായി മർദ്ദിച്ച പൊലീസിന്റെ പൈശാചികകൃത്യത്തെയും വിവരിച്ചുകൊണ്ട്, ഇതിനെല്ലാം ഒരവസാനം കാണാൻ ബ്രിട്ടീഷുകാരെ ഭാരതത്തിൽനിന്ന് പുറത്താക്കണമെന്നും അതിന് എല്ലാവരും സമരരംഗത്തിറങ്ങണമെന്നും അഭ്യർത്ഥിച്ചു കൊണ്ടാണ് കേളപ്പജി പ്രസംഗം അവസാനിപ്പിച്ചത്.

അന്ന് അവിടെവെച്ച് എന്റെ മനസ്സ് എന്നോടു പറഞ്ഞു: മേലോട്ട് മേലോട്ട് പഠിച്ച്, വലിയ ഉദ്യോഗം നേടാൻ വേണ്ടിയല്ല നീ പിറന്നത്. എത്ര വലിയ ഉദ്യോഗസ്ഥനായാലും നീ അടിമതന്നെ. ആദ്യമായി അടിമത്തം അവസാനിപ്പിക്കണം. ഒരു അടിമരാജ്യത്തെ പൗരന്റെ പ്രഥമ കർത്തവ്യം അതാണ്.

''അമ്മാമാ, കാപ്പി.''

അരുന്ധതി കാപ്പി മേശപ്പുറത്തുവെച്ച് പറയാൻ തുടങ്ങി:

''അമ്മാമൻ വല്ലാതെ സംസാരിക്കുന്നു. ഇങ്ങനെയായാൽ, തുടങ്ങിയാൽ, പിന്നെ...''

''യ്ശൂ! അരുത്. ഈ നിൽക്കുന്ന മാഷ് ഉണ്ടല്ലോ എന്റെ മരുമകളുടെ സാരോപദേശം കേട്ട് ചാടിപ്പോകാനൊരുങ്ങുകയാണ്. നീയാ കാപ്പിയെടുത്ത് മാഷക്ക് കൊടുക്കൂ. നമ്മുടെ സംസാരം വാക്കുകളുടെ അർത്ഥത്തിലൂടെ മനസ്സിലാക്കാൻ ശ്രമിച്ചാൽ വലിയ അപകടമാവും. ഇല്ലേ... മാഷേ, കാപ്പി കുടിക്കൂ. എന്റെ മേലധികാരിയുടെ കല്പനപ്രകാരം കാപ്പികുടി കഴിയുന്നതുവരെ ഞാനൊരക്ഷരം സംസാരിക്കില്ല.''

എട്ട്

നീണ്ടകാലത്തെ ഏകാന്തവാസത്തിന് ക്ഷതമേല്പിച്ചുകൊണ്ട് വീട്ടിൽ ഒരതിഥി വരുന്നു. പ്രതിരോധിച്ച് പുറത്തുനിർത്താനോ മടക്കി അയയ്ക്കാനോ കഴിയാത്തവിധം അത്രമേൽ ഹൃദയബന്ധമുള്ള അതിഥി. വരണ്ട് വിണ്ടുകീറിയ ജീവിതത്തിൽ അതൊരു പുതുമഴയായി പെയ്തിറങ്ങി. അച്ചുക്കുട്ടിമേനോൻ ചിരിക്കാനും കഥപറയാനും തുടങ്ങി. ഇനിയൊരിക്കലും ആശ്വാസത്തിന്റെ വെളിച്ചം കടന്നുവരാൻ പാടില്ലെന്നു കരുതി പുറത്തേക്കുള്ള എല്ലാ വാതിലുകളും ജാലകങ്ങളും കൊട്ടിയടച്ച് ഇരുട്ടിനു കീഴടങ്ങിയ ജീവിതം ഇപ്പോൾ തണുത്ത വായു ശ്വസിക്കുകയാണ്. ബാലകൃഷ്ണൻമാഷ് തനിക്കൊരു പുതുജീവൻ നൽകിയെന്ന് അച്ചുക്കുട്ടിമേനോൻ അല്പാല്പമായി വിശ്വസിക്കാൻ തുടങ്ങി. അച്ചുക്കുട്ടിമേനോന്റെ സ്വഭാവത്തിലും പെരുമാറ്റത്തിലും വന്ന മാറ്റം അരുന്ധതിയുടെ ജീവിതത്തിലും ആശാവഹമായ മാറ്റങ്ങൾ ഉണ്ടാക്കി.

കാലത്തെ കാപ്പി കഴിക്കുന്ന നേരത്ത് അച്ചുക്കുട്ടിമേനോൻ ചിരിച്ചു കൊണ്ടാണ് സംഭാഷണം തുടങ്ങിയത്:

''ബാലകൃഷ്ണാ, ഞാനിപ്പോൾ മനസ്സുകൊണ്ടൊരു യുവാവാണ്; ശരീരംകൊണ്ട് വൃദ്ധനും രോഗിയും. താനാണ് എന്റെ മനസ്സിന് യുവത്വം നല്കിയത്. കുംഭമഴയേൽക്കുമ്പോൾ തളിർക്കുന്ന പുൽക്കൊടി. കണ്ടി ട്ടില്ലേ? അതുപോലെ എന്റെ ജീവിതത്തിൽ ആശയുടെ നാമ്പ് കിളുർക്കാൻ തുടങ്ങിയിരിക്കുന്നു. കുംഭമഴയേറ്റ പുൽക്കൊടിപോലെ ഞാനും ഇപ്പോൾ തല ഉയർത്തി തെല്ലൊരു അഹങ്കാരത്തോടെ എന്റെ ബാല്യകാലസുഹൃ ത്തിനെ നോക്കുകയാണ്. കുംഭമഴ ഇടമഴയാണെന്നും കാലവർഷത്തി നിനിയും കാത്തിരിക്കണമെന്നും ഇനി അനുഭവിക്കാനുള്ളത് മീനച്ചൂടും മേടച്ചൂടുമാണെന്നും പാവം ആ പുൽക്കൊടിയുണ്ടോ അറിയുന്നു. പ്രകൃതിയുടെ ഞെരിപ്പോടിൽ കനലെരിയുകയാണ്...''

എരിയുന്ന കനലിന്റെ ചൂടേറ്റപോലെ തളർന്ന് തലണയിൽ ചാരി അച്ചുക്കുട്ടിമേനോൻ തെല്ലിട മിണ്ടാതെ കണ്ണടച്ചുകിടന്നു. ഒരു ചോദ്യവു മായിട്ടാണ് പിന്നെ കണ്ണുതുറന്നത്:

''ബാലകൃഷ്ണാ, സത്യം പറയണം; തനിക്കെന്നാണ് തിരിച്ചു പോകേണ്ടത്?''

ബാലകൃഷ്ണൻമാഷ് ഉത്തരം പറഞ്ഞില്ല.

''പറയൂ, മടിക്കേണ്ട. ഇപ്പോൾ ഈ നിമിഷം പോണോ? ഒരു കുഴപ്പ വുമില്ല. തന്റെ കുടുംബം കാത്തിരിക്കില്ലേ? നാളെ വൈകീട്ട് തിരിച്ചെത്താ മെന്ന് പറഞ്ഞല്ലേ താൻ പുറപ്പെട്ടത്?''

''അല്ല.''

ബാലകൃഷ്ണൻമാഷ് വൈമനസ്യത്തോടെ തന്റെ മനസ്സ് തുറക്കുക യായിരുന്നു:

''ഞാനാരോടും ഒന്നും പറഞ്ഞല്ല പടിയിറങ്ങിയത്. പുറപ്പെടുമ്പോൾ എന്റെ മനസ്സിൽ ഈ ഗ്രാമം മാത്രമേ ഉണ്ടായിരുന്നുള്ളൂ. ഏതെങ്കിലുമൊരു പ്രത്യേക വ്യക്തിയെ കാണണമെന്ന ആഗ്രഹവും എനിക്കുണ്ടായിരുന്നില്ല. ബാല്യകാലസ്മരണകളിൽ മായാതെ കിടന്ന എന്റെ ഗ്രാമം. അതു കാണാനുള്ള കൊതികൊണ്ട് ഇറങ്ങിപ്പുറപ്പെട്ടതാണ്. ഇനി ഒരിക്കലും ഞാൻ തിരിച്ചങ്ങു ചെന്നില്ലെങ്കിൽ എന്റെ വീട്ടിനൊരു കുഴപ്പവും വരില്ല.''

''നീ എന്നിൽ നിന്നെന്തൊക്കെയോ മറച്ചുപിടിക്കുന്നു. എല്ലാം എന്തു കൊണ്ട് തുറന്നുപറയുന്നില്ല?''

''തുറന്നു പറയാനൊന്നുമില്ല. സ്നേഹബന്ധമെന്ന ചങ്ങലക്കെട്ട ല്ലാതെ, കുടുംബഭാരം എന്നെയിന്നലട്ടുന്നില്ല.''

''മനസ്സിലായി.''

അച്ചുക്കുട്ടിമേനോൻ ചിരിച്ചുകൊണ്ടാണ് പറയാൻ തുടങ്ങിയത്.

''തുറന്നുപറയാൻ പ്രയാസമുള്ള ഏതോ മാനസികപ്രശ്നം തന്നെ അലട്ടുന്നുണ്ട്. പുറമെ പ്രാപഞ്ചികന്റെ വേഷമാണെങ്കിലും കാഷായം പുതച്ച അകത്തളമാണ് തന്റേത്. ഇനിയൊന്നും ഞാൻ ചോദിക്കുന്നില്ല. മടക്കയാത്രയുടെ സമയം പറഞ്ഞുകേട്ടാൽ വേണ്ടില്ല.''

''പറയാം. അതിനുമുമ്പേ, ഒരു കാര്യം അറിയേണ്ടതുണ്ട്.''

''എന്തു കാര്യം?''

''എനിക്കൊരു വാഗ്ദാനം നൽകിയത് മറന്നോ...? മറന്നുകാണും. ഞാൻ തന്നെ പറയാം. അരുന്ധതിയുടെ കഥ പറയാമെന്ന വാഗ്ദാനം.''

''ഓ! അതിത്രയും വലിയ കാര്യമായെടുക്കുമെന്ന് കരുതിയില്ല.''

''എന്റെ മകൾക്ക് അരുന്ധതിയുടെ പ്രായമാണ്. അരുന്ധതിയെപ്പോലെ അവൾക്കും സഹജാതരില്ല. അപ്പോൾ എന്റെ മകളുടെ കഥ കേൾക്കുമ്പോഴുള്ള താത്പര്യം എനിക്കുണ്ടാവില്ലേ?''

''സമ്മതിച്ചു. അരുന്ധതിയുടേത് എളുപ്പത്തിൽ തീർക്കാവുന്ന കഥയല്ല. വളരെ പിറകോട്ടു പോണം. എന്നിട്ടവിടെനിന്നു തുടങ്ങണം. എങ്കിലേ കഥ മുഴുവനാകൂ.''

''വിരോധമില്ലെങ്കിൽ, വിഷമമില്ലെങ്കിൽ എത്ര പിറകോട്ടു പോകുന്നതും എനിക്കു സന്തോഷമാണ്.''

''ശരി. പത്മനാഭൻനമ്പ്യാർ അധികാരിയിലൂടെയാണല്ലോ താനിവിടെ എത്തിയത്.''

''അങ്ങനെ പറയാൻ വയ്യ. ഒരു രാത്രി അദ്ദേഹത്തിന്റെ ഔദാര്യം സ്വീകരിച്ച് ഞാനദ്ദേഹത്തിന്റെ വീട്ടിൽ തങ്ങിയത് ശരിയാണ്.''

''അധികാരിയെപ്പറ്റി എന്താണഭിപ്രായം?''

''പാവം മനുഷ്യൻ. ഒരിക്കലും ആ കാലഘട്ടത്തിലെ അധികാരിയാവാൻ പറ്റിയ ആളല്ല. ഒരു ആര്യവൈദ്യനോ, ആധാരമെഴുത്തുകാരനോ, വക്കീൽ ഗുമസ്തനോ ആവേണ്ട മനുഷ്യൻ. തറവാട്ടുപാരമ്പര്യംകൊണ്ട് അധികാരിവേഷം കെട്ടിയെന്നുമാത്രം. കഥ തുടങ്ങുന്നത് പത്മനാഭൻ നമ്പ്യാരിൽനിന്നല്ല, അദ്ദേഹത്തിന്റെ വല്യമ്മാവനായിരുന്ന അധികാരിയുണ്ടല്ലോ, നട്ടുച്ചയ്ക്കും ചങ്ങലവട്ട കത്തിച്ച് വഴി തെളിയിച്ചു നടന്ന അധികാരി. അദ്ദേഹത്തിന്റെ കാലത്തിൽനിന്നു വേണം നമുക്ക് കഥ തുടങ്ങാൻ.''

''ഞാൻ സന്തോഷത്തോടെ കേൾക്കാൻ ഒരുങ്ങിനിൽക്കുന്നു. എത്ര ദിവസം വേണമെങ്കിലും ഞാനിതുപോലെ ഇവിടെ നിൽക്കാം.''

''സന്തോഷം! താനെനിക്കു കുംഭമഴയാണ്. പെയ്തുതീരുവോളം എല്ലാം മറന്ന് ആഹ്ലാദിക്കാം. കേട്ടോളൂ. അടിമത്തത്തിനെതിരായി യുവഭാരതം സടകുടഞ്ഞെഴുന്നേറ്റ് സിംഹനാദം മുഴക്കിയ കാലം. കോളേജുകൾ വെടിഞ്ഞ് വിദ്യാർത്ഥികളും കോടതികൾ വിട്ട് വക്കീലന്മാരും വ്യവസായശാലകൾ കൈയൊഴിഞ്ഞ് തൊഴിലാളികളും വയലേലകൾ

വിട്ട് കൃഷിക്കാരും സമരരംഗത്തിറങ്ങി. ബ്രിട്ടീഷ് സാമ്രാജ്യത്വത്തെ കടപുഴക്കി എറിയാൻ ആഹ്വാനം നൽകിക്കൊണ്ട് മഹാത്മജി കർമ്മ രംഗത്തിറങ്ങുന്നു. നഗരങ്ങളും നാട്ടിൻപുറങ്ങളും ആലസ്യം വിട്ടുണരുന്നു. മഹാത്മജിയുടെ നേതൃത്വം സ്വീകരിച്ച് ബഹുസഹസ്രം യുവാക്കൾ ജോലി ഉപേക്ഷിച്ച് സമരസന്നദ്ധരായി മുമ്പോട്ടു വരുന്നു.

ബോംബെയിൽ വക്കീൽഭാഗം പഠിച്ചുകൊണ്ടിരുന്ന കേളപ്പജി, ലോ കോളേജ് വിട്ട് നാട്ടിലെത്തിയത് ഈ ഘട്ടത്തിലായിരുന്നു. നമ്മുടെ ഈ ഗ്രാമം അദ്ദേഹത്തിന്റെ പ്രവർത്തനരംഗമാക്കിയതും ഇവിടെ പുതിയൊരു ഉണർവ്വിനു കാരണമായതും തനിക്കറിവുള്ളതല്ലേ?''

''അന്നിവിടെ നടന്ന ചില പ്രവർത്തനങ്ങളിൽ ചെറിയ തോതിൽ ഞാനും പങ്കെടുത്തിട്ടുണ്ട്. ഹിന്ദി ക്ലാസിലും നൂൽനൂൽപ്പുകേന്ദ്രത്തിലും സഹകരിച്ചു പ്രവർത്തിച്ചിട്ടുണ്ട്.''

''അത് നിർമ്മാണപ്രവർത്തനത്തിന്റെ രംഗം. അതിനും എതിർപ്പുണ്ടായിരുന്നു. എന്നാൽ, നിയമലംഘനമെന്ന ആശയം യാഥാസ്ഥിതികരിൽ അശനിപാതത്തിന്റെ അനുഭവമാണുണ്ടാക്കിയത്. വായനശാലാ പ്രവർത്തനം, നാടകപഠനം, ഹിന്ദി ക്ലാസ്, എല്ലാമെല്ലാം ഭരണകൂടത്തെ അട്ടിമറിക്കാനുള്ള ഗൂഢപ്രവർത്തനങ്ങളുടെ സങ്കേതമായി പൊലീസ് കരുതിപ്പോന്നു. സ്വദേശീവ്രതത്തിന്റെ ആവിർഭാവം നമ്മുടെ ഗ്രാമത്തിൽ ഖദർധാരികളുടെ എണ്ണം വർദ്ധിപ്പിച്ചു.''

ദീർഘമായി സംസാരിക്കുമ്പോൾ അച്ചുക്കുട്ടിമേനോന് ശ്വാസതടസ്സം അനുഭവപ്പെടാറുണ്ട്. അപ്പോൾ കണ്ണടച്ച് മിണ്ടാതെ കിടക്കണം. മുന്നറിയിപ്പില്ലാതെ അച്ചുക്കുട്ടിമേനോൻ കണ്ണടച്ചുകിടന്നു. ബാലകൃഷ്ണൻമാഷ് ശബ്ദമുണ്ടാക്കാതെ പുറത്തുകടന്നു. അടുക്കളയിൽ ജോലി ചെയ്യുന്ന അരുന്ധതിയുടെ അടുത്തെത്തി. അപ്പോൾ അരുന്ധതി അടുപ്പൂതുകയായിരുന്നു. കാൽപെരുമാറ്റം കേട്ട് പിന്തിരിഞ്ഞു നോക്കി. എഴുന്നേറ്റ് കണ്ണു തുടച്ച് ഭിത്തിയിൽ ചാരി മാഷടെ വാക്കുകൾക്ക് കാതോർത്തുനിന്നു.

''സഹായത്തിനാരുമില്ലേ മോളേ?''

''ഇല്ലങ്കിൾ.''

അരുന്ധതി വളച്ചുകെട്ടില്ലാതെ പറഞ്ഞു:

''ഇല്ല, ഇവിടെ ആരും വരില്ല. അയൽക്കാർ വീട്ടിനുനേർക്ക് നോക്കുന്നത് ഭയത്തോടെയാണ്. പ്രേതബാധയുള്ള വീടാണിതെന്ന് അവർ നാടുനീളെ നടന്നുപറയുന്നു. ഇവിടെ മനോരോഗികളാണ് താമസിക്കുന്നതെന്നും അയൽക്കാർ ജീവഹാനി ഭയന്നുകൊണ്ടാണ് കഴിയുന്നതെന്നും പൊലീസിൽ ആവലാതികൊടുത്തു. അന്വേഷണത്തിന് ഒരുനാൾ സബ് ഇൻസ്പെക്ടർ വന്നു. അദ്ദേഹം അടഞ്ഞുകിടക്കുന്ന വാതിലുകൾ മുട്ടി. അമ്മാമൻ വിളിച്ചു ചോദിച്ചു:

''ആരാത്?''

''ഞാനാണ്.''

''എന്തുവേണം?''

''വാതിൽ തുറക്കണം.''

''ആവശ്യം?''

''പരിശോധിക്കണം.''

''എന്താണ് പരിശോധിക്കേണ്ടത്?''

''ഞാൻ പൊലീസ് സബ് ഇൻസ്പെക്ടറാണ്.''

''ആരായാലും പരിശോധിക്കേണ്ടതെന്തെന്ന് പറയൂ.''

''ഇവിടെ മനോരോഗികൾ താമസിക്കുന്നുണ്ടോ?''

''ഉണ്ടെങ്കിൽ പരിശോധിക്കാൻ വരേണ്ടത് മനോരോഗ വിദഗ്ധനല്ലേ? വിദഗ്ധൻ വന്നിട്ടുണ്ടോ?''

''ഇല്ല.''

''എങ്കിൽ അയാളേയും കൂട്ടി വരൂ.''

''അത് പിന്നീടാലോചിക്കാം. വാതിൽ തുറക്കൂ.''

''അതും പിന്നീടാലോചിക്കാം.''

''വാതിൽ ബലം പ്രയോഗിച്ച് തുറക്കേണ്ടിവരും.''

''വരില്ല.''

''എന്ത്?''

''നോക്കൂ, കാര്യം വഷളാക്കരുത്, മാനംമര്യാദയായി ഇവിടെയുള്ള എല്ലാ നിയമങ്ങൾക്കും വിധേയരായി, ആരെയും ഉപദ്രവിക്കാതെ, ആർക്കും ശല്യം ചെയ്യാതെ ജീവിക്കുന്നവരാണ് ഈ വീട്ടിനകത്തുള്ളത്. എന്റെ സമ്മതമില്ലാതെ നിങ്ങൾക്ക് ഈ വീടിന്റെ വാതിൽ തുറക്കാനവകാശമില്ല. തുറന്നാൽ കോടതി കയറേണ്ടിവരും. ഒരുക്കമാണോ? ആണെങ്കിൽ വാതിൽ പൊളിച്ചോളൂ.''

അമ്മാമൻ ഒടുവിൽ പറഞ്ഞത് വളരെ ഗൗരവത്തിലായിരുന്നു. അതിനു മറുപടിയൊന്നും കേട്ടില്ല. കേട്ടത് ബൂട്ടിന്റെ ശബ്ദം അകന്നുപോകുന്നതാണ്. പിന്നെ അയൽക്കാരുടെ ശല്യം മറ്റൊരു വിധത്തിലായി. പൊലീസ് വകുപ്പിന്റെ തലപ്പത്തിരിക്കുന്ന ഉദ്യോഗസ്ഥന്മാർക്കുവരെ നിരന്തരം ഊമക്കത്തെയയ്ക്കാൻ തുടങ്ങി. കൂട്ടത്തിൽ ഇവിടേക്കു ഭീഷണിക്കത്തും. തലവീശിക്കളയും, വീടിന് തീ കൊളുത്തും എന്നൊക്കെയുള്ള ഭീഷണി. ഒന്നും വിലപ്പോവില്ലെന്നു മനസ്സിലായപ്പോൾ ഒതുങ്ങിയിരിക്കുകയാണ്.''

അരുന്ധതി പറഞ്ഞുനിർത്തിയപ്പോൾ മാഷ് ചോദിച്ചു:

''ഇങ്ങനെയൊക്കെയാണ് കാര്യങ്ങളുടെ കിടപ്പെങ്കിൽ ഈ സ്ഥലവും വീടും വിറ്റ് നല്ല മനുഷ്യരുള്ള വല്ല സ്ഥലത്തേക്കും മാറരുതോ?''

''പറ്റില്ല. അമ്മാമൻ ഒരിക്കലും സമ്മതിക്കില്ല. ഒന്നാമത്, തോറ്റു പിന്മാറുകയെന്നത് അദ്ദേഹത്തിന് ചിന്തിക്കാൻപോലും കഴിയില്ല. രണ്ടാമത്,

അദ്ദേഹത്തിന്റെ സഹോദരി, എന്റെ അമ്മ മരിക്കുവരെ ഈ വീട്ടിലാണ് കഴിഞ്ഞത്. അമ്മാമന്റെ ഏകസഹോദരിയായിരുന്നു എന്റെ അമ്മ. അസാധാരണബന്ധമായിരുന്നു അവരുടേത്. അമ്മാമനെ സ്വന്തം മകനെപ്പോലെയാണ് വളർത്തിയത്. അമ്മാമൻ എന്നും ഒരു സ്കൂൾകുട്ടിയെപ്പോലെയാണ് അമ്മയുടെ മുമ്പിൽ. അമ്മ കിടന്നുമരിച്ച ഈ വീടുവിട്ട് അമ്മാമൻ എങ്ങും പോവില്ല. ആരെത്ര നിർബന്ധിച്ചാലും അമ്മാമൻ വഴങ്ങില്ല.''

''അരുന്ധതിക്ക് ഈ വീടുവിട്ടുപോകണമെന്ന് എന്നെങ്കിലും തന്നിയിട്ടുണ്ടോ? എന്നല്ല...''

പറഞ്ഞുമുഴുമിപ്പിക്കാൻ അനുവദിക്കാതെ അരുന്ധതി ഇടയിൽ കയറി പറഞ്ഞു:

''ഇല്ല. ഇല്ല. ഒരിക്കലും എനിക്കു തോന്നീട്ടില്ല. ഇനി തോന്നുകയുമില്ല. അമ്മാമനുള്ള സ്ഥലം എന്റെ വീടാണ്. അതുമാത്രം പറഞ്ഞാൽ പോരാ എന്റെ സ്വർഗ്ഗമാണ്. സ്വർഗ്ഗം വിട്ടു പോകാൻ ആരെങ്കിലും ആശിക്കുമോ?''

''നോക്കൂ അരുന്ധതീ, എന്റെ മകളെപ്പോലെ കരുതിയാണ് ഞാൻ പറയുന്നത്. ഈ ഒരമ്മാമനുവേണ്ടി നീ നിന്റെ ജീവിതം ഹോമിച്ചു കളയരുത്. ഇക്കാലത്ത് പ്രതിഫലം കൊടുത്താൽ നഴ്സിംഗിന് ആളെ കിട്ടും. അമ്മാമനെ ശുശ്രൂഷിക്കാൻ ഒരാളുണ്ടായാൽ പോരേ?''

''അങ്കിൾ പറഞ്ഞുവരുന്നതെനിക്കു മനസ്സിലാവുന്നുണ്ട്. പക്ഷേ, ഞാൻ വൈമനസ്യത്തോടെ ഒരു കാര്യം ചെയ്യുന്നവളല്ല. എന്റെ അമ്മാമനെ ശുശ്രൂഷിക്കാൻ അവസരം കിട്ടിയത് മഹാഭാഗ്യമായി ഞാൻ കരുതുന്നു. രാജ്യത്തിനുവേണ്ടി സർവ്വവും ത്യജിച്ച മനുഷ്യൻ. ജയിൽവാസത്തിനിടയിൽ വിവാഹക്കാര്യം വിസ്മരിച്ചുപോയ മനുഷ്യൻ. പൊലീസ് മർദ്ദനത്തിൽ നട്ടെല്ലു തകർന്നിട്ടും ആരുടെ മുമ്പിലും തലകുനിക്കാത്ത മനുഷ്യൻ. പാരിതോഷികങ്ങളോ ആനുകൂല്യങ്ങളോ ആരിൽനിന്നും ഇന്നോളം സ്വീകരിക്കാത്ത മനുഷ്യൻ. ഇങ്ങനെയൊരു മഹാപുരുഷനെ ശുശ്രൂഷിക്കാൻ ഭാഗ്യം ചെയ്യണം. അങ്കിൾ, എനിക്കു വേണമെങ്കിൽ ഈ വീടും പരിസരവും നന്നാക്കിവെയ്ക്കാം. ഒരു വിഷമവുമില്ല. എല്ലാമുണ്ടായിട്ടും ഒന്നുമില്ലെന്നു തോന്നിക്കുന്ന ഈ വീടിനെപ്പറ്റി അമ്മാമന്റെ അഭിപ്രായം അങ്കിളിനു കേൾക്കണോ? ഇവിടെ താമസിക്കുന്നതിൽ എനിക്കു വല്ലായ്മയുണ്ടോ എന്ന സംശയം വരുമ്പോൾ അമ്മാമൻ വിളിച്ചു പറയും:

''എടീ മോളേ, ഈ വീടും നമ്മുടെ നാടും ഇന്ന് ഒന്നുപോലെയാ. എല്ലാമുണ്ടായിട്ടും ഒന്നുമില്ലാത്ത അവസ്ഥ. പറഞ്ഞുകഴിഞ്ഞാൽ അമ്മാമൻ ചിരിക്കും. വേദന വിങ്ങുന്ന ചിരി.''

അരുന്ധതിയുടെ ജീവിതത്തെപ്പറ്റി കൂടുതൽ ചോദിച്ചറിയണമെന്നാശിച്ച് മാഷ് തുടർന്നു പറയാൻ തുടങ്ങുമ്പോൾ അച്ചുക്കുട്ടിമേനോന്റെ വിളി കേൾക്കുന്നു.

''മോളേ അരുന്ധതീ.''

അരുന്ധതി ബദ്ധപ്പെട്ട് അമ്മാമന്റെ അടുത്തേക്കോടി.

ഒമ്പത്

അച്ചുക്കുട്ടി എന്ന വിദ്യാർത്ഥിയിൽ ആദ്യമായി രാജഭക്തി ജനിക്കുന്നത് 'മാക്മില്യൻ' സായ്പ് ചമച്ച പാഠപുസ്തകത്തിലൂടെയാണ്. വഴിയാത്രക്കാരുടെ ഭാണ്ഡം പിടിച്ചുപറിച്ച് അവരുടെ കഴുത്തിൽ കയറിട്ടു മുറുക്കി ശ്വാസംമുട്ടിച്ചുകൊല്ലുന്ന 'തഗ്ഗരു'ടെ കഥ കൃഷ്ണൻഗുരുക്കൾ ഉറക്കെ വായിച്ചു വ്യാഖ്യാനിക്കുമ്പോൾ അവന്റെ സിരകളിൽ സർപ്പക്കുട്ടികളെപ്പോലെ ഭയം ഓടിക്കളിക്കും. ഗുരുക്കൾ വ്യാഖ്യാനിക്കുക മാത്രമല്ല, കൊലപാതകരംഗം അഭിനയിച്ചുകാണിക്കുകയും ചെയ്യും. യാത്രക്കാരൻ കാട്ടുവഴിയിലൂടെ നടക്കുന്നു. 'തഗ്ഗരു'രുടെ ഒരു സംഘം പിന്തുടരുന്നു. ചാടിവീഴുന്നു. ഭാണ്ഡം തട്ടിയെടുക്കുന്നു. കഴുത്തിൽ കയറിട്ടു മുറുക്കുന്നു. യാത്രക്കാരന്റെ കണ്ണുകൾ പുറത്തേക്ക് തള്ളി വരുന്നു. അച്ചുക്കുട്ടി കണ്ണുകൾ മുറുക്കിയടച്ചു. ഗുരുക്കളുടെ മുഖം കാണുമ്പോൾ ഭയങ്കര പേടി. വേണ്ട, ഒന്നും കാണണ്ടാ.

ഇതുപോലെ മറ്റു പാഠങ്ങൾ വായിക്കുമ്പോൾ വലിയ പേടിയില്ല. പക്ഷേ, ഗുരുക്കളുടെ അഭിനയമാണ് സഹിച്ചുകൂടാത്തത്. 'തഗ്ഗരു'ടെ പിറകെ 'പിണ്ടാരി'കളും വരും. അവരും തട്ടിപ്പറിക്കാൻതന്നെ. ആളുകളെ കൊല്ലുന്നതിൽ അവർക്കും മടിയില്ല. എല്ലാമെല്ലാം വിസ്തരിച്ച് വ്യാഖ്യാനിച്ചതിന്റെ പിറകെ ആശ്വാസത്തിന്റെ കഥയും വരും. സൂര്യനസ്തമിക്കാത്ത മഹാസാമ്രാജ്യത്തിന് അധിപതിയായ ജോർജ്ജ് ചക്രവർത്തിയുടെ കല്പന! 'തഗ്ഗരേ'യും 'പിണ്ടാരി'കളെയും വകവരുത്തി രാജ്യത്ത് സമാധാനം സ്ഥാപിക്കാൻ! ആശ്വാസം! തുടർന്ന് ഗുരുക്കൾ പറയും:

''കുട്ടികളേ, ജോർജ്ജ് ചക്രവർത്തി മഹാനാണ്. അദ്ദേഹത്തിന്റെ കല്പനപ്രകാരം വെള്ളപ്പട്ടാളം തോക്കുമായി വന്ന് എല്ലാ ദുഷ്ടന്മാരെയും വെടിവെച്ചു കൊന്നു. ഇന്നിവിടെ തഗ്ഗരും പിണ്ടാരികളും ഇല്ല. അങ്ങനെ നമ്മുടെ രാജ്യം രക്ഷപ്പെട്ടു. മഹാനായ ചക്രവർത്തിയോട് നമ്മളെന്നും കൂറുള്ളവരായിരിക്കണം, അന്ന് വൈകീട്ട് സ്കൂൾ പിരിയുമ്പോൾ അച്ചുക്കുട്ടി കണ്ണടച്ച് കൈകൂപ്പി നിന്നുകൊണ്ടാണ് ഭൂപാലമംഗളം ചൊല്ലിയത്.

'സാർവഭൗമനാം ജോർജ്ജ്ഭൂപനേ,

സാരമോടെ ഇന്ത്യാരാജ്യം കാത്തുകൊള്ളണേ!''

പതിവില്ലാത്തവിധം മനസ്സിന്റെ ഭാരം ഒഴിഞ്ഞതുപോലെ. വെള്ളപ്പട്ടാളമുള്ള കാലത്തോളം സുഖമായി, സമാധാനമായി ജീവിക്കാം. ഒന്നും പേടിക്കാനില്ല. അവിടെ സാർവഭൗമനുണ്ടല്ലോ, കല്പന കൊടുക്കാൻ. കല്പന കേട്ട് കുതിരപ്പുറത്തോടിക്കയറി തോക്കുമായി കൊലപാതകികളെ വേട്ടയാടാൻ കുതിരപ്പട്ടാളവും.

പിന്നെ, ഗുരുമുഖത്തുനിന്ന് ആശ്വാസവചനമുണ്ടാവുന്നു: ''കമ്പിയില്ലാകമ്പിയും തപാലും തീവണ്ടിയും എല്ലാമെല്ലാം ചക്രവർത്തിതിരുമനസ്സിലെ ദയകൊണ്ട് നമുക്ക് കിട്ടി. ഇനിയും കിട്ടിക്കൊണ്ടിരിക്കും.

അദ്ദേഹത്തിന് നമ്മളോടിഷ്ടമാണ്. അതുകൊണ്ടല്ലേ പകർച്ചവ്യാധികൾ തടയാൻ ആരോഗ്യവാരം ഏർപ്പെടുത്തിയത്.''

ആരോഗ്യവാരാഘോഷത്തിന്റെ ഓർമ്മ കുട്ടികളുടെ മനസ്സിൽ സന്തോഷം നിറയ്ക്കും. രാവിലെ കുളിച്ച് ശുചിയായി, നല്ല വസ്ത്രം ധരിച്ച് കുട്ടികൾ സ്കൂൾ അങ്കണത്തിൽ വന്നുകൂടും. അദ്ധ്യാപകരും. വർണ്ണക്കടലാസുകൊണ്ടുണ്ടാക്കിയ കൊടികൾ എല്ലാവരുടെ കൈയിലും എത്തുന്നു. പിന്നെ, രണ്ടുവരിയായി നിന്ന് സാവകാശം ഘോഷയാത്ര പുറപ്പെടുകയായി. ആകാശത്തിൽ കൊടികൾ വീശി ഉച്ചത്തിൽ ഭൂപാലമംഗളം പാടിക്കൊണ്ടാണ് യാത്ര. ഇടയ്ക്കിടെ മുദ്രാവാക്യവും ഉണ്ടാകും:

''ചക്രവർത്തിതിരുമനസ്സ് ജയിക്കട്ടെ.'' മുൻനിരയിലുള്ള അദ്ധ്യാപകനാവും മുദ്രാവാക്യം ചൊല്ലിക്കൊടുക്കുന്നത്. ഘോഷയാത്ര തിരിച്ചെത്തുമ്പോൾ, വലിയ ചെമ്പുകുട്ടകത്തിൽ നാരങ്ങാവെള്ളം കലക്കിവെച്ചിട്ടുണ്ടാവും. വിയർത്ത് തളർന്നുവരുന്ന കുട്ടികൾക്ക് ഒരു ഗ്ലാസ് നാരങ്ങാവെള്ളംകൊണ്ട് ദാഹം തീരില്ല. ദാഹം തീരുവോളം കൊടുക്കാൻ വെള്ളം മതിയാവാതെ വരുമ്പോൾ ചെറിയൊരു സൂത്രപ്പണി ഒപ്പിക്കും. ഒരു ഗ്ലാസ് വെള്ളം; ഒപ്പം ഈരണ്ടു ബിസ്ക്കറ്റും. ചുവന്ന നിറത്തിൽ പഞ്ചാരപ്പൂക്കൾ ഒട്ടിച്ചുവെച്ച ബിസ്ക്കറ്റ് കാണുമ്പോൾ, 'ബിസ്ക്കോത്ത്', 'ബിസ്ക്കോത്ത്' എന്ന് ആർത്തുവിളിച്ച് ദാഹം മറന്ന് കുട്ടികൾ ഉല്ലസിക്കും. തുടർന്ന് രംഗപ്രവേശം ചെയ്യുന്നത് പ്രഭാഷണമാണ്. പട്ടണത്തിൽനിന്ന് ഏതെങ്കിലും ഡോക്ടറെ ക്ഷണിച്ചുവരുത്തും. അദ്ദേഹം ആരോഗ്യത്തെപ്പറ്റി സംസാരിക്കും. ഗഹനമായ കാര്യങ്ങൾ പറയാൻ അദ്ദേഹം ഇഷ്ടപ്പെട്ടില്ല. ആരോഗ്യത്തിന്റെ പൊതുശത്രു ഈച്ചയാണ്. ഡോക്ടർ ഈച്ചയോട് യുദ്ധം പ്രഖ്യാപിക്കും:

''കുട്ടികളേ, നിങ്ങൾ വീടും പരിസരവും ശുചിയായി സൂക്ഷിക്കണം. വീട്ടിലോ നിങ്ങളുടെ ശരീരത്തിലോ വൃത്തികേടുകളുണ്ടാവരുത്. രോഗം പരത്തുന്നത് ഈച്ചകളാണ്. രോഗാണുക്കളെ പേറിക്കൊണ്ടുവന്ന് നിങ്ങളുടെ ശരീരത്തിൽ നിക്ഷേപിക്കുന്നതും ഈച്ചകളാണ്. അതുകൊണ്ട് ഈച്ചകളെ കണ്ടുപോയാൽ തല്ലിക്കൊന്ന് തീയിലിട്ട് ചുട്ടുകരിക്കുക!''

ഡോക്ടറുടെ പ്രഭാഷണത്തിൽ, ഈച്ചയെ തല്ലിക്കൊന്ന് തീയിലിട്ട് ചുട്ടുകരിക്കണമെന്ന ഭാഗം വരുമ്പോൾ കുട്ടികൾ അമ്പരപ്പോടെ അദ്ധ്യാപകരുടെ മുഖത്ത് നോക്കും. എന്നും അദ്ധ്യാപകർ അവരെ ഉപദേശിക്കുന്നത്, ആരെയും ഉപദ്രവിക്കരുത്, വെറുക്കരുത്, കൊല്ലരുത് എന്നൊക്കെയാണ്. ഇപ്പോൾ ഡോക്ടർ കൊല്ലാനുപദേശിക്കുന്നു. കൊന്നാലും പോരാ, തീയിലിട്ടു കരിക്കണമെന്നും പറയുന്നു. ഏതാണ് വിശ്വസിക്കേണ്ടത്? ഏതുപദേശമാണ് സ്വീകരിക്കേണ്ടതെന്നറിയാതെ ബാലമനസ്സുകളിൽ അപ്പോൾ ആശങ്ക നിറയും. തെല്ലിട മാത്രം ആരോഗ്യവാരാഘോഷത്തിന്റെ ലഹരിയിൽ അവർക്ക് മതിമറന്നാഹ്ലാദിക്കാൻ സ്വാതന്ത്ര്യം കിട്ടുന്ന ദിവസമാണത്.

വിദേശാധിപത്യത്തിന്റെ ഗുണഗണങ്ങൾ കേട്ടുവളർന്ന അച്ചുക്കുട്ടിയെന്ന വിദ്യാർത്ഥി ഹൈസ്കൂളിൽ പ്രവേശിച്ചപ്പോൾ തന്റെ വിശ്വാസം അടിത്തറയോടെ ഇളകുന്നുണ്ടോ എന്നു സംശയിച്ചു. പഠിക്കുന്നവരും പഠിപ്പിക്കുന്നവരും അവിടെ ചക്രവർത്തിയെ പുകഴ്ത്തിക്കേട്ടില്ല. വിദേശ ഭരണത്തിന്റെ മഹത്വം ഉരുവിടുന്നതും കേട്ടില്ല. അവിടെ അടിമത്തമായിരുന്നു എന്നും മുഖ്യചർച്ചാവിഷയം; മാതൃഭൂമിയുടെ അടിമത്തം കടലിനക്കരെനിന്ന് കച്ചവടത്തിനു വന്നവർ കള്ളവും ചതിയും പ്രയോഗിച്ച് നാടിനെ കീഴ്പ്പെടുത്തിയ കഥ, 'മാഞ്ചസ്റ്ററി'ലും 'ലങ്കാഷേറിലു'മുള്ള തുണിമില്ലുകളിൽ ഉത്പാദിപ്പിക്കുന്ന വസ്ത്രങ്ങൾ ഇറക്കുമതി ചെയ്ത് ഭാരതത്തിലെ വസ്ത്രവ്യവസായം പാടെ നശിപ്പിച്ച കഥ. എല്ലാം വിരസമായി തോന്നി അച്ചുക്കുട്ടിക്ക്. അവൻ ചർച്ചകളിൽ പങ്കെടുത്തില്ല. വാദപ്രതിവാദങ്ങളിൽ അവന് താത്പര്യമുണ്ടായില്ല. എല്ലാറ്റിലും അവൻ കേൾവിക്കാരനായി നിന്നു. ഒന്നും അതിന്റെ മുഖവിലയ്ക്കെടുക്കാൻ അവൻ തയ്യാറായില്ല. കേൾക്കുക, മനസ്സിലാക്കുക, അങ്ങനെ സത്യം എവിടെയെന്ന് കണ്ടുപിടിക്കുക. ഹൈസ്കൂൾ പരിസരത്തിലൂടെ പലപ്പോഴും ചെറിയ ജാഥകൾ പോകുന്നതവൻ കാണാറുണ്ട്. ജാഥയിൽ മുഴങ്ങിക്കേൾക്കുന്ന മുദ്രാവാക്യങ്ങൾ അവൻ കേൾക്കാറുണ്ട്. മുദ്രാവാക്യങ്ങളുടെ അർത്ഥം തേടുമ്പോൾ കുറ്റകരമായ ഒന്നും അതിൽ കണ്ടെത്താനവന് കഴിഞ്ഞില്ല. മഹാത്മജിക്കും ഭാരതമാതാവിനും 'ജേ' വിളിക്കുന്നു. വിദേശവസ്ത്രം ബഹിഷ്കരിക്കാൻ പറയുന്നു. സ്വദേശീവ്രതം കൈക്കൊള്ളാൻ അഭ്യർത്ഥിക്കുന്നു. അഹിംസ പരമമായ ധർമ്മമാണെന്ന് ഉദ്ഘോഷിക്കുന്നു. തെറ്റായ ഒരക്ഷരമോ ആശയമോ മുദ്രാവാക്യങ്ങളിലില്ല. എല്ലാം നീതിനിഷ്ഠമായതുതന്നെ.

ചക്രവർത്തിക്കും വിദേശഭരണത്തിനും അനുകൂലമായ അവന്റെ മനോഭാവത്തിൽ ക്രമേണ മാറ്റം വരാൻ തുടങ്ങിയ കാലത്താണ്, ഒരു ദിവസം സ്കൂൾ പിരിഞ്ഞു പോകുമ്പോൾ കേളപ്പജിയുടെ നേതൃത്വത്തിലുള്ള ഒരു പ്രതിഷേധജാഥ അച്ചുക്കുട്ടി കാണുന്നത്. ഇതെന്തിനാണ്, എവിടെയാണ് പോകുന്നതെന്നറിയാനുള്ള കൗതുകംകൊണ്ടാണ് അവനും ജാഥയ്ക്കൊപ്പം ചേർന്നതും യോഗത്തിൽ പങ്കെടുത്തതും. പ്രതിഷേധയോഗത്തിലെ പ്രഭാഷണങ്ങളിൽനിന്ന് പുതിയ കാര്യങ്ങളറിയാൻ അവനു കഴിഞ്ഞു. നിരായുധരായ ജനങ്ങളെ അകാരണമായി പൊലീസ് ദ്രോഹിക്കുന്നു. കള്ളക്കേസുകൾ സൃഷ്ടിച്ച് നിർദ്ദോഷികളെ ജയിലിലടയ്ക്കുന്നു. വലിയ പദവിയിലുള്ള നേതാക്കന്മാരെയും പൊലീസ് വെറുതെ വിടുന്നില്ല. 'പഞ്ചാബ് കേസരിയെ തല്ലിക്കൊന്നു.' പ്രഭാഷകർ കളവു പറയുന്നവരല്ല. കേളപ്പജി, സ്ഥാനമാനങ്ങൾ മോഹിക്കാത്ത നിസ്വാർത്ഥിയായ ജനസേവകൻ. ഇവർ പറയുന്നതിൽ സത്യമുണ്ടാവണം; തീർച്ച. പക്ഷേ, മഹാനായ ജോർജ്ജ് ചക്രവർത്തി അറിഞ്ഞുകൊണ്ടിതൊക്കെ നടക്കുമോ? ഈ അക്രമങ്ങൾക്കു മുഴുവനും അദ്ദേഹം അനുമതി നൽകിയിരിക്കുമോ? വിശ്വസിക്കാൻ വിഷമമുണ്ട്.

തുടർന്നുള്ള ദിവസങ്ങൾ സത്യാന്വേഷണത്തിന്റേതായിരുന്നു. സ്കൂൾ ലൈബ്രറിയിലെ പുസ്തകങ്ങൾ പലതും അച്ചുക്കുട്ടി വായിച്ചു തീർത്തു. പ്രതിവാരചിന്തകളടങ്ങിയ പത്രങ്ങളും മാസികകളും രാഷ്ട്രീയ ലേഖനങ്ങളും വിമർശനങ്ങളും അവൻ ഒഴിവാക്കിയില്ല. ലാഹോർ ഗൂഢാലോചനക്കേസിലെ ഒരു പ്രതിയെന്ന നിലയിൽ ജയിലിലായ യതീന്ദ്രദാസിന്റെ വീരചരിതം അച്ചുക്കുട്ടിയുടെ മനസ്സിൽ ഒരു പുതിയ വെളിച്ചം കടത്തിവിട്ടു. ലാഹോർ ജയിലിലെ രാഷ്ട്രീയത്തടവുകാരോട് മനുഷ്യോചിതമല്ലാത്ത രീതിയിൽ അധികൃതർ പെരുമാറുന്നു. നല്ല ഭക്ഷണമില്ല. ഇരിക്കാനോ കിടക്കാനോ സൗകര്യമില്ല. ബന്ധുമിത്രാദികളെ കാണാൻ പാടില്ല. പത്രമാസികകൾ വായിച്ചുകൂടാ. വെളിച്ചം കടക്കാത്ത തടവുമുറിയിൽ ദിവസം മുഴുവനും കഴിച്ചുകൂട്ടണം. ജയിലിലെ വാർഡന്മാരും തടവുകാരെ അകാരണമായി മർദ്ദിക്കുന്നു. യതീന്ദ്രനാഥദാസിന്റെ യുവചേതന സടകുടഞ്ഞെഴുന്നേറ്റ് അനീതിക്കെതിരായി യുദ്ധം പ്രഖ്യാപിച്ചു. രാഷ്ട്രീയത്തടവുകാരെ പീഡിപ്പിക്കുന്നതവസാനിപ്പിക്കണം. രാജ്യസ്വാതന്ത്ര്യത്തിനുവേണ്ടി സമരമുഖത്തിറങ്ങിയവർ കള്ളന്മാരോ കൊലപാതകികളോ അല്ല. അവരെ രാഷ്ട്രീയത്തടവുകാരായി അംഗീകരിച്ച് അവർക്കുള്ള ന്യായമായ അവകാശങ്ങൾ വകവെച്ചുകിട്ടണം. ബന്ധുമിത്രാദികളെ കാണാൻ അനുവദിക്കണം. പത്രമാസികകൾ ലഭ്യമാക്കണം. ഇതെല്ലാം ഉടനടി നടപ്പിൽ വരുത്തിയില്ലെങ്കിൽ താൻ മരണംവരെ നിരാഹാരവ്രതമെടുക്കുമെന്ന് യതീന്ദ്രനാഥദാസ് അധികൃതരെ അറിയിച്ചു. അധികൃതർ അനങ്ങാൻ ഭാവമില്ലെന്നു തീർച്ചയായപ്പോൾ സമരം ആരംഭിച്ചു.

ദാഹജലംപോലും കഴിക്കാത്ത കഠിനവ്രതമായിരുന്നു അത്. ജയിലറകൾ ഭേദിച്ചുകടന്ന സമരവാർത്ത നാട്ടിലങ്ങോളമിങ്ങോളം കൊടുങ്കാറ്റുപോലെ വീശി. ബഹുജനരോഷം ആളിക്കത്തി. ദിവസങ്ങൾ ഓരോന്നായി പൊഴിഞ്ഞുവീണു. ഇന്ത്യയിലങ്ങോളമിങ്ങോളമുള്ള നേതാക്കന്മാരും സമാധാനപ്രിയരായ ജനങ്ങളും നിരാഹാരം അവസാനിപ്പിക്കാൻ യതീന്ദ്രനോടഭ്യർത്ഥിച്ചു. പ്രശ്നപരിഹാരത്തിന് വഴിയൊരുക്കാൻ വ്രതം അവസാനിപ്പിക്കേണ്ടതാവശ്യമാണെന്ന കാര്യവും അഭ്യർത്ഥനയിൽ സൂചിപ്പിച്ചിരുന്നു. ദിവസങ്ങൾ ആഴ്ചകളായും ആഴ്ചകൾ മാസങ്ങളായും മാറിയപ്പോൾ ഉണ്ണാവ്രതം അമ്പതാംദിവസത്തിലെത്തി. അഭ്യർത്ഥനകൾ വിഫലങ്ങളായി. ആവശ്യങ്ങൾ അനുവദിക്കുക അതിൽക്കുറഞ്ഞ ഉപാധികളൊന്നും സ്വീകാര്യമല്ല. ക്ഷീണിതനായ ദാസ് തറപ്പിച്ചുപറഞ്ഞു. നിരാഹാരംകൊണ്ട് ശരീരം ക്ഷീണിച്ചെങ്കിലും മനസ്സ് ദൃഢമായി നിലകൊണ്ടു. സ്വന്തം സഹോദരൻ കിരൺദാസ്, നിറകണ്ണുകളോടെ അപേക്ഷിച്ചിട്ടും നിശ്ചയത്തിൽനിന്ന് പിന്മാറാൻ ആ യുവകേസരി തയ്യാറായില്ല. മരണം അരിച്ചരിച്ച് ഉറുമ്പിനെപ്പോലെ അവസാനനിമിഷങ്ങളിലേക്കു നീങ്ങുന്നത് മനസ്സിലാക്കിക്കൊണ്ടുതന്നെ ദാസ് അചഞ്ചലനായി കിടന്നു. ഒടുവിൽ ആ കരാളമുഹൂർത്തമെത്തി. നിറപാതിര! നിറഞ്ഞ നിശ്ശബ്ദതയ്ക്ക്

മുറിവേൽപ്പിച്ചുകൊണ്ട് ഘടികാരം മുഴങ്ങി. ഒരുമണി! മരണത്തിന്റെ കാലൊച്ച കേൾക്കുന്നു. തന്റെ നാട്ടിനുവേണ്ടി, സഹോദരങ്ങൾക്കു വേണ്ടി, അടിമത്തമെന്ന മഹാദുരന്തം അവസാനിപ്പിക്കാൻ വേണ്ടി വീര മൃത്യുവരിക്കുന്നതിലുള്ള സന്തോഷത്തോടെ സഹോദരന്റെ മടിയിൽ തലവെച്ചുകൊണ്ട് യതീന്ദ്രനാഥദാസ് കണ്ണടച്ചു.

അച്ചുക്കുട്ടിയെന്ന വിദ്യാർത്ഥിയുടെ കണ്ണുകൾ നനഞ്ഞു. കവിളി ലൂടെ താഴോട്ടിറങ്ങിയ കണ്ണീർകണങ്ങൾ ഗ്രന്ഥത്താളുകൾ നനച്ചു. ജോർജ്ജ് ചക്രവർത്തിയെ അറിയാതെ സ്നേഹിച്ചുപോയ അപരാധം, കണ്ണീരുകൊണ്ട് കഴുകിക്കളഞ്ഞു.

പത്താംക്ലാസിലെത്തിയ അച്ചുക്കുട്ടി പഠിപ്പിലും കളിയിലും കേമ നെന്നപോലെ, വിദ്യാർത്ഥികളുടെ ക്ഷേമകാര്യങ്ങളിൽ അതീവതൽ പരനുമായിരുന്നു. തന്റെ പ്രവർത്തനമേഖല, വിദ്യാലയത്തിന്റെ അതിർത്തി ക്കപ്പുറത്തേക്ക് വികസിപ്പിക്കാനുള്ള ശ്രമമായിരുന്നു പിന്നെ. ഹിന്ദി ക്ലാസുകളിലും നൂൽനൂൽപ്പ് കേന്ദ്രങ്ങളിലും ഒഴിവുസമയങ്ങളിൽ അച്ചു ക്കുട്ടി പങ്കെടുക്കാൻ തുടങ്ങി. സഹപാഠികളെ വിളിച്ചുകൂട്ടി സ്വദേശീ വ്രതത്തിന്റെ പ്രാധാന്യവും മാതൃഭാഷയോടൊപ്പം ഹിന്ദി പഠിക്കേണ്ട തിന്റെ ആവശ്യകതയും പറഞ്ഞുമനസ്സിലാക്കാൻ തുടങ്ങി. ദേശത്തിന്റെയും ഭാഷയുടെയും ജാതിയുടെയും മതത്തിന്റെയും പേരിൽ ഭിന്നിക്കുന്നത് അനൈക്യവും സ്പർദ്ധയും വർദ്ധിപ്പിക്കുമെന്ന് സഹപാഠികളെ അച്ചു ക്കുട്ടി പഠിപ്പിച്ചു. ഏറെത്താമസിയാതെ കുട്ടികൾ അവർക്കായൊരു നേതാ വിനെ കണ്ടെത്തുകയായിരുന്നു. അച്ചുക്കുട്ടി എന്ന വിദ്യാർത്ഥിനേതാ വിനെ, നിരന്തരമായ വായനയിലൂടെ അച്ചുക്കുട്ടിയുടെ ഉള്ളിൽ ഒരു വിപ്ലവകാരി വളരുകയായിരുന്നു.

പത്ത്

ഒരു നുള്ള് ഉപ്പ്!

പേരിലോ ഉപയോഗത്തിലോ പ്രത്യേകതയൊന്നുമില്ലാത്ത വസ്തു. പാവപ്പെട്ടവന്റെ കഞ്ഞിവെള്ളത്തിലതു ചേരണം. മഹാപ്രഭുവിന്റെ തീൻ മേശപ്പുറത്തതിന്റെ സാന്നിധ്യം എപ്പോഴുമുണ്ടായിരിക്കണം. മുതലാളിക്കും തൊഴിലാളിക്കും ജന്മിക്കും കുടിയാനും കുചേലനും കുബേരനും ഉപ്പ് അനുപേക്ഷണീയം. ഉപ്പ് പ്രകൃതിയുടെ വരദാനമാണ്. ഭൂഗോളത്തെ ചുറ്റി വളഞ്ഞുകിടക്കുന്ന സമുദ്രജലത്തിൽ ഉപ്പുണ്ട്. 'ഉപ്പിട്ടു സൂക്ഷിക്കുക' എന്നൊരു രീതി പണ്ടേ നടപ്പുള്ളതാണ്. വസ്തുക്കൾ കേടുവരാതെ സൂക്ഷിക്കാനുള്ള ഒരുപായം. ആരത് ഗവേഷണം ചെയ്ത് കണ്ടുപിടിച്ചു വെന്നറിഞ്ഞുകൂടാ. ഒരുപക്ഷേ, അതുകൊണ്ടായിരിക്കണം പടച്ച തമ്പു രാൻ ഈ ഭൂമിക്കു ചുറ്റും ഇത്രയേറെ ഉപ്പുവെള്ളം സൂക്ഷിച്ചുവെച്ചത്.

''ബാലകൃഷ്ണാ, അല്ല മാഷേ, കുളികഴിഞ്ഞോ?'' അച്ചുക്കുട്ടി മേനോന്റെ ചോദ്യം.

''കഴിഞ്ഞു.'' ബാലകൃഷ്ണൻമാഷ് മറുപടി പറഞ്ഞുതീരും മുമ്പേ മറ്റൊരു ചോദ്യം.

''തനിക്കു പ്രഷറുണ്ടോ?''

''എന്താ, എന്താ ചോദിച്ചത്?''

''തനിക്ക് ബ്ലഡ് പ്രഷറുണ്ടോന്ന്?''

''അറിഞ്ഞുകൂടാ.''

ചോദ്യത്തിന്റെ പൊരുൾ പിടികിട്ടാതെ മാഷ് മറുപടി പറഞ്ഞു:

''ഇല്ല. ഉണ്ടെങ്കിൽ എങ്ങനെ അറിയും?

''ഓ! താനൊരു മണ്ടൻതന്നെ.'' അച്ചുക്കുട്ടിമേനോന് ചിരിയടക്കാൻ കഴിഞ്ഞില്ല.

''വർഷങ്ങളെത്രയായി താൻ പട്ടണത്തിൽ പൊറുക്കാൻ തുടങ്ങിയിട്ട്! ഇനിയും പ്രഷർ കണ്ടുപിടിക്കാനുള്ള സൂത്രം താൻ മനസ്സിലാക്കിയില്ലേ? ഇതിനൊക്കെ യന്ത്രങ്ങളുണ്ടെടോ. മനുഷ്യശരീരത്തിനകത്ത് സംഭവിച്ചുകൊണ്ടിരിക്കുന്നതെന്നതും കണ്ടുപിടിക്കാനുള്ള യന്ത്രങ്ങൾ ഇന്ന് സുലഭമാണ്. ഭിഷഗ്വരർ ബുദ്ധിയുപയോഗിച്ച് രോഗങ്ങൾ കണ്ടുപിടിക്കേണ്ട ആവശ്യമിന്നില്ല. എല്ലാം യന്ത്രങ്ങൾ ചെയ്തുകൊള്ളും.''

''അതിരിക്കട്ടെ.'' അച്ചുക്കുട്ടി മേനോന്റെ ചോദ്യം അപ്പോഴും മാഷെ അലട്ടുകയായിരുന്നു.

''ഇപ്പോൾ ഈ കാര്യം എന്നോട് ചോദിച്ചതിന്റെ ഉദ്ദേശ്യം എനിക്കു മനസ്സിലായില്ല.

''എടോ, ബ്ലഡ്പ്രഷർ ഉള്ളവർക്ക് ഉപ്പ് പറ്റില്ല. ഞാൻ പറയാൻ പോകുന്നത് ഉപ്പിന്റെ കാര്യമാണ്. താൻ കുളിക്കുമ്പോഴും ഉണ്ണുമ്പോഴും ഉറങ്ങുമ്പോഴുമൊക്കെ ഞാൻ 'സങ്കല്പവായുവിമാനത്തിൽ' സഞ്ചാരമാണ്. പിറകോട്ട്, പിറകോട്ട്. പണ്ട് പണ്ട് സഞ്ചരിച്ച വഴികളിലൂടെ, ചെയ്തുതീർത്ത കാര്യങ്ങളിലൂടെ, തളരാത്ത സഞ്ചാരം. ഞാനിപ്പോൾ എവിടെയാണെന്ന് പറയാമോ തനിക്ക്?

''വയ്യ. സഞ്ചാരം സങ്കല്പവിമാനത്തിലല്ലേ? എങ്ങനെ സഹയാത്രികനാവാൻ കഴിയും?''

''ബുദ്ധിമുട്ടണമെന്നില്ല. ഞാൻ തന്നെ പറയാം. അച്ചുക്കുട്ടിമേനോൻ തന്റെ സങ്കല്പയാത്ര വിവരിക്കാൻ തുടങ്ങി.

''ഒരു നുള്ള് ഉപ്പ്. അതാണെന്നെ യാത്രയ്ക്കു പ്രേരിപ്പിച്ചത്. ഇന്ത്യയിലെ മുപ്പതുകോടി ജനങ്ങൾക്കു മുഴുവനും അത്യന്താപേക്ഷിതമായ ഉപ്പ്. ഉപ്പ് പടന്നകളിൽനിന്ന് വാരിയെടുക്കാനും സമുദ്രജലം കുറുക്കിയുണ്ടാക്കാനും കഴിയുന്ന ഉപ്പ്. വിദേശഭരണം ഉപ്പിനും നികുതി

ചുമത്തി. പ്രകൃതിയുടെ വരദാനത്തിന് നികുതി ചുമത്തിയ കുത്സിത വൃത്തിക്കെതിരെ മഹാത്മജിയുടെ പ്രഖ്യാപനമുണ്ടായി:

''ഉപ്പുനികുതി ഉപേക്ഷിക്കുക.''

ഒരു കൊച്ചുമനുഷ്യൻ. അർദ്ധനഗ്നൻ. കാഴ്ചയിൽ ദുർബലൻ! മഹായുദ്ധത്തിൽ ജർമ്മനിയെ മുട്ടുകുത്തിച്ച ബ്രിട്ടീഷ് സിംഹം ആ പ്രഖ്യാപനം കേട്ട് വാലറ്റമൊന്ന് ഇളക്കിയതുപോലുമില്ല. ജനകോടികളെ ബാധിക്കുന്ന പ്രശ്നം. ന്യായവും മിതവുമായ ആവശ്യം. ആവശ്യത്തിനു മുമ്പിൽ ഭരണകൂടത്തിന്റെ മൗനം; പരിഹാസവും ധിക്കാരവും ഉൾക്കൊണ്ട മൗനം. ജനഹിതത്തെ പുച്ഛിച്ചു തള്ളുന്ന മൗനം. മൗനത്തിന് മറുപടി നൽകാൻ ജനകോടികൾ സന്നദ്ധരായി. നികുതിനിയമം പിൻവലിച്ചില്ലെങ്കിൽ സഹനസമരത്തിലൂടെ സാമ്രാജ്യത്വത്തിന് ഉചിതമായ മറുപടി നൽകാൻ തീരുമാനമുണ്ടായി.

നികുതിനിഷേധസമരം. സമുദ്രജലം കുറുക്കി ഉപ്പുണ്ടാക്കും. ഉപ്പുപടന്നകൾ കൈയേറി ജനങ്ങൾക്കാവശ്യമായ ഉപ്പ് സംഭരിക്കും. പൊലീസ് വന്നാലും പട്ടാളം വന്നാലും ലാത്തിയടി കൊണ്ടാലും വെടിയുണ്ടകളേറ്റാലും പിന്മാറില്ല. ആയിരങ്ങളോ പതിനായിരങ്ങളോ മരിച്ചുവീഴട്ടെ, പിന്മാറ്റമില്ല, മുന്നോട്ട്, മുന്നോട്ട്; അക്രമരഹിതസമരം മുന്നോട്ട്. അതെ, ഈ അച്ചുക്കുട്ടിയും മുന്നോട്ട്! മഹാത്മജിയുടെ ആഹ്വാനവും ജനങ്ങളുടെ ആവേശവും എന്നെ ബോധമുള്ള പൗരനാക്കി. ദണ്ഡിയാത്രയുടെ വാർത്ത-കേളപ്പജിയുടെ പയ്യന്നൂർയാത്ര! പഠിപ്പും ഉദ്യോഗവും പിന്നീട്. ഇപ്പോൾ നാടിന്റെ വിളിക്ക് ഉത്തരം കൊടുക്കുക. ആരുടെ സമ്മതവും ചോദിക്കാതെ, ആരുമറിയാതെ വീടുവിട്ടിറങ്ങി. എന്റെ ഏക സഹോദരി ഭവാനിയേടത്തി വേദനിക്കുമെന്ന വിചാരത്തിനും എന്നെ തടയാൻ കഴിഞ്ഞില്ല.

കോഴിക്കോട്ടെത്തി. വലിയ പട്ടണമാണെന്നു കേട്ടിട്ടുണ്ട്. ആദ്യമാണവിടെ കാലുകുത്തുന്നത്. ആരോടും വഴി ചോദിക്കാതെ ആൾക്കൂട്ടത്തിൽ ഒരാളായി അലഞ്ഞുനടന്നു. അങ്ങനെ നടക്കുമ്പോൾ മഹാദ്ഭുതം പോലെ അനുഗ്രഹംപോലെ കേളപ്പജിയുടെ നേതൃത്വത്തിലുള്ള ജാഥ കാണുന്നു. കൃഷ്ണപിള്ളയാണ് ജാഥാക്യാപ്റ്റൻ. അദ്ദേഹം ഹിന്ദുസ്ഥാനിയിൽ ദേശഭക്തിഗാനം ഭംഗിയായി ചൊല്ലുന്നു, മുദ്രാവാക്യം വിളിക്കുന്നു. അദ്ദേഹത്തിന്റെ ചലനത്തിലും ശബ്ദത്തിലും തിളങ്ങിയ ആവേശം അതിശയകരമായിരുന്നു. ജാഥയുടെ പിറകിൽ ഒട്ടനേകം കുട്ടികളുണ്ടായിരുന്നു. അവരിൽ ഒരു മുതിർന്ന കുട്ടിയായി അച്ചുക്കുട്ടിയും നടന്നു. ക്രമേണ കുട്ടികളെല്ലാം പിരിഞ്ഞുപോയി. എന്തു ചെയ്യണമെന്ന കാര്യത്തിൽ സംശയമോ അമ്പരപ്പോ ഉണ്ടായില്ല. ഒപ്പം നടന്നു.

വഴിയിൽ പലേടത്തും സത്യഗ്രഹികൾക്കു സ്വീകരണമുണ്ടായി. കിട്ടിയത് നാരങ്ങാവെള്ളവും ഇളനീരുമായിരുന്നു. എവിടെയും ചായ ഉണ്ടായിരുന്നില്ല. ചായകുടി, കാപ്പികുടി, പുകവലി എന്നിവ നിഷിദ്ധമായിരുന്നു.

സത്യഗ്രഹികളുടെ സംശുദ്ധജീവിതത്തിന് നിരക്കാത്തത് സ്വീകരണത്തിനൊത്തുകൂടുന്ന ജനങ്ങളോട് കേളപ്പജി സൗമ്യമായ ഭാഷയിൽ സംസാരിക്കും. അടിമത്തത്തിൽനിന്ന് നാടിനെ മോചിപ്പിക്കാനുള്ള സമരത്തിൽ പങ്കാളികളാവാൻ അഭ്യർത്ഥിക്കും. കൃഷ്ണപിള്ള ശക്തിയായ ഭാഷയിൽ സമരാഹ്വാനം നടത്തും. ജനശത്രുക്കളെ നാടു കടത്തണം. ചൂഷകഭരണം അവസാനിപ്പിക്കണം. ബ്രിട്ടീഷ് സിംഹത്തെ കുഞ്ചിമുടി പിടിച്ച് തൂക്കി അറബിക്കടലിലെറിയണം. കൃഷ്ണപിള്ളയുടെ പ്രസംഗം യുവാക്കൾ ഹസ്തഘോഷം മുഴക്കി അഭിനന്ദിക്കും.

ജാഥയുടെ പിറകെ എത്ര നടന്നെന്ന് തിട്ടപ്പെടുത്താൻ പ്രയാസം. നേരവും ദൂരവും ഒരു പ്രശ്നമായിരുന്നില്ല. സ്വീകരണയോഗങ്ങളിൽ സത്യഗ്രഹികൾക്കൊപ്പം അച്ചുക്കുട്ടിക്കും ഇളനീർ കിട്ടിയിരുന്നു, നാരങ്ങാവെള്ളം കിട്ടിയിരുന്നു. അതൊക്കെ കഴിക്കുമ്പോൾ അച്ചുക്കുട്ടിക്കും തോന്നി താനൊരു സത്യഗ്രഹിയാണെന്ന്. മാതൃഭൂമിക്കുവേണ്ടി ജീവിതമർപ്പിക്കാൻ ഒരുമ്പെട്ടിറങ്ങിയവനാണെന്ന്. യാത്രയ്ക്കിടയിൽ നേരത്തെപ്പറ്റിയോ ദൂരത്തെപ്പറ്റിയോ ചിന്തിക്കാൻ കഴിഞ്ഞിരുന്നില്ല. എന്നും ഓർമ്മിക്കത്തക്ക ഒരനുഭവം ആ യാത്രയിലുണ്ടായതുകൂടി പറഞ്ഞ് ഈ ബോറടിയിൽനിന്നുതന്നെ ഞാൻ രക്ഷിക്കാം. എടോ ബാലകൃഷ്ണൻ മാഷേ, ഈ കാര്യങ്ങൾ ഇങ്ങനെയല്ലാതെ പറയാനും വിവരിക്കാനും പറ്റില്ല. പൈങ്കിളിമട്ടിൽ പറഞ്ഞാൽ എങ്ങനെയിരിക്കുമെന്ന് താൻതന്നെ ഒന്നാലോചിച്ചുനോക്കൂ. ഇത് പൈങ്കിളിയല്ലാത്തതുകൊണ്ടാണ് ബോറടി എന്നു പറയേണ്ടിവന്നത്. ങാ, അതുപോട്ടെ. ഒരിക്കലും മറക്കാൻ വയ്യാത്ത ഒരു അനുഭവത്തിന്റെ കഥയാണല്ലോ പറയാൻ തുടങ്ങിയത്. അതെ.

കോഴിക്കോട്ടുനിന്ന് പുറപ്പെട്ട് ഒരുനാൾ ഉച്ചയ്ക്ക് നടുവണ്ണൂരിലെത്തി. ഉച്ചവിശ്രമവും ഭക്ഷണവും അവിടെയാണ് നിശ്ചയിച്ചിരുന്നത്. ധാരാളം ആളുകൾ സത്യഗ്രഹികളെ കാണാനെത്തിയിരുന്നു. നിസ്വാർത്ഥമതികളായ രാജ്യസ്നേഹികളെ, സത്യഗ്രഹികളെ, അവർ കാണുന്നു. ആദരിക്കുന്നു. ലാഭേച്ഛയില്ലാതെ, അധികാരക്കൊതിയില്ലാതെ, തങ്ങൾക്കുവേണ്ടി തുറന്നിട്ടത് ജയിലറയാണെന്നും തങ്ങളുടെ മാറിനുനേരെ ചൂണ്ടുന്നത് തോക്കാണെന്നും തങ്ങളുടെ തലയ്ക്കു മുകളിൽ വീശാനൊരുങ്ങി നിൽക്കുന്നത് ലാത്തിയാണെന്നും അറിഞ്ഞുകൊണ്ട് കർമ്മരംഗത്തിറങ്ങിയവരെ കാണാനും അവരുമായി സംസാരിക്കാനും ജനങ്ങൾ അതിയായ ആഗ്രഹം പ്രകടിപ്പിക്കുന്നു. കേളപ്പജിക്കും കൃഷ്ണപിള്ളയ്ക്കും ഇത്തിരി വിശ്രമിക്കാൻപോലും സൗകര്യം കിട്ടിയിരുന്നില്ല. ആരാധകരും അഭിനന്ദിക്കാൻ വരുന്നവരുമായ ജനക്കൂട്ടം ഒഴിഞ്ഞ സമയമില്ല.

നടുവണ്ണൂരിലെ അറിയപ്പെടുന്ന ഒരു തറവാടാണ് നന്താനശ്ശേരി. അവിടുത്തെ പരമേശ്വർമൂസ്സത് അധികാരിയാണ്. അദ്ദേഹത്തിന്റെ അനുജൻ ഗണപതിമൂസ്സത് ദേശീയപ്രസ്ഥാനങ്ങളുമായി അടുത്ത ബന്ധം പുലർത്തിപ്പോരുന്ന ആളാണ്. ഖാദിപ്രചാരണം തുടങ്ങിയ നിർമ്മാണ പ്രവർത്തനങ്ങളിൽ ഇടപെട്ടു കഴിയുന്ന സൗമ്യനായ ഒരു യുവാവ്.

ഗാന്ധിയൻ തത്ത്വങ്ങളിൽ അടിയുറച്ചു വിശ്വസിച്ചുപോരുന്ന ഒരു യഥാർത്ഥ സത്യഗ്രഹി. ജാഥയെ സ്വീകരിച്ചതും ജാഥാംഗങ്ങൾക്കു വിശ്രമത്താവളം ഒരുക്കിയതും പരമേശ്വരൻമൂസ്സതും ഗണപതിമൂസ്സതും മുൻകൈയെടുത്തിട്ടായിരുന്നു. സത്യഗ്രഹജാഥയെ സ്വീകരിച്ചാദരിക്കാനെത്തിയവരുടെ മുൻപന്തിയിൽ പരമേശ്വരൻമൂസ്സതായിരുന്നു. എടോ മാഷേ, താൻ അമ്പരക്കുന്നുണ്ടോ? തനിക്കു ബോധക്ഷയം വരുന്നുണ്ടോ? എങ്കിൽ പറയണം. തനിക്കും എനിക്കും പരിചയമുള്ള അധികാരിമാരുടെ പ്രവർത്തനശൈലിയുമായി തട്ടിച്ചുനോക്കുമ്പോൾ അമ്പരക്കാതെ നിവൃത്തിയില്ല. ബ്രിട്ടീഷ്സാമ്രാജ്യത്തെ അരക്കിട്ടുറപ്പിച്ചുനിർത്താൻ തങ്ങളാലാവുന്നതെന്തും ചെയ്യാൻ സന്നദ്ധരാണ് നമ്മുടെ അധികാരിമാർ. പൊലീസിന്റെ അഴിഞ്ഞാട്ടത്തിനും ജനദ്രോഹത്തിനും 'ചങ്ങലവട്ട' കത്തിച്ചുകാട്ടുന്ന അധികാരിമാർ നന്താനശ്ശേരി പരമേശ്വരൻമൂസ്സത് ഒരു അധികാരിയാണെന്നറിഞ്ഞാൽ തലകറങ്ങിവീഴും.

ഉച്ചഭക്ഷണം വിഭവസമൃദ്ധമായ സദ്യയായിരുന്നു. ഭക്ഷണശേഷം വിശ്രമിക്കുന്ന കേളപ്പജിയെ പരമേശ്വരൻമൂസ്സത് സമീപിച്ച് ആദരപൂർവ്വം കുശലപ്രശ്നം നടത്തി.

''പയ്യന്നൂരുവരെ നടക്കുന്നത് അങ്ങേയ്ക്ക് ക്ലേശമാവില്ലേ?'' പരമേശ്വരൻ മൂസ്സത് ചോദിച്ചു.

''ക്ലേശമോ?'' ചിരിച്ചുകൊണ്ടു കേളപ്പജിയുടെ മറുപടി.

''നമ്മളൊക്കെ ക്ലേശിക്കേണ്ടവരല്ലേ? മാതൃഭൂമിയുടെ ഇന്നത്തെ അവസ്ഥയെന്താണ്? പട്ടിണിയും തൊഴിലില്ലായ്മയും പെരുകുന്നു. വിദേശികൾ വിഭവങ്ങൾ ചോർത്തിക്കൊണ്ടുപോകുന്നു. ഈ അനീതി കണ്ടുകൊണ്ട് ആത്മാഭിമാനമുള്ളവർക്ക് അടങ്ങിയിരിക്കാൻ കഴിയുമോ? അതിരിക്കട്ടെ, എന്റെ ക്ലേശത്തെപ്പറ്റി വിഷമിക്കേണ്ട. ഇവിടെ വിദേശാധിപത്യം തുടരുവോളം ക്ലേശിക്കാൻതന്നെ തീരുമാനിച്ചാണ് ഞാനും എന്നെപ്പോലുള്ളവരും ഈ പ്രസ്ഥാനത്തിലിറങ്ങിയത് എന്റെ ചോദ്യം അധികാരിയോടാണ്.

''എന്താവോ?''

''നന്താനശ്ശേരി പരമേശ്വരൻമൂസ്സത് അധികാരിയാണെന്ന് എനിക്കു നേരത്തെയറിയാം. ഈ തൊഴിൽ, നിയമലംഘനത്തിനിറങ്ങിയവരെ സ്വീകരിച്ച് സദ്യനൽകുന്ന തൊഴിൽ ഒരധികാരിക്കു ചേർന്നതാണോ?''

''എല്ലാ അധികാരിമാർക്കും ചേർന്നതല്ല. പക്ഷേ, എന്റെ കാര്യം മറ്റുള്ളവരിൽനിന്ന് വളരെ വ്യത്യസ്തമാണ്. അധികാരിപ്പണി എനിക്കൊരലങ്കാരമല്ല. അന്തസ്സിന്റെ അടയാളവുമല്ല. എനിക്കു ശരിയെന്നു തോന്നുന്നത് പ്രവർത്തിക്കുമ്പോൾ എന്നെ തടയാൻ ആർക്കും അധികാരമില്ല. എന്നെ പിരിച്ചുവിടുമെന്ന പരിഭ്രമം എനിക്കില്ല. ഈ പദവി വലിച്ചെറിയണമെന്നാണ് വിചാരം.''

''ധൃതി കൂട്ടരുത്.'' കേളപ്പജി ഉപദേശിച്ചു.

''അധികാരത്തിൽനിന്നുകൊണ്ട് പ്രസ്ഥാനത്തെ സഹായിക്കാൻ കഴിഞ്ഞാൽ നല്ലതാണ്.''

''ഞാനിന്ന് ചെയ്യുന്നതും അതാണ്.''

''ധീരതയാണാവശ്യം. അനീതിയുടെ കാര്യം വരുമ്പോൾ ഏതു വലിയ ശക്തിക്കുമുമ്പിലും തല കുനിക്കരുത്. ഒടുവിൽ ജയം നമ്മുടേതായിരിക്കും.''

അധികാരിയും കേളപ്പജിയും സംസാരിച്ചുകൊണ്ടിരിക്കുമ്പോൾ മറ്റൊരിടത്ത് ഒരുപറ്റം യുവാക്കൾ കൃഷ്ണപിള്ളയുമായി സംവാദം നടത്തുകയായിരുന്നു. എന്നാൽ എന്റെ മാഷേ, ഈ അച്ചുക്കുട്ടി അപ്പോൾ എന്തു ചെയ്യുകയായിരുന്നെന്ന് പറയാമോ? ഒരിക്കലും കഴിയില്ല. കേട്ടോളൂ. ഈ അച്ചുക്കുട്ടി മനസ്സിൽ വളരുകയായിരുന്നു. ഒരു സമരഭടനായി. സത്യഗ്രഹിയായി വളരുകയായിരുന്നു.''

പതിനൊന്ന്

'ആലിക്ക' വരുന്നു. ഊടുവഴിയിലൂടെ അറ്റത്തുനിന്ന് പാട്ടു കേൾക്കുന്നു.

''കണ്ടോ, കണ്ടോ...
ലണ്ടൻകൊട്ടാരം കണ്ടോ?
മക്കം മദീനം കണ്ടോ?
മക്കത്തെ പള്ളി കണ്ടോ?''

ആലിക്കയുടെ പിറകെ ചെറുതും വലുതുമായ കുട്ടികൾ അനേകം. ഒരു ഘോഷയാത്രപോലെ അത് പതുക്കെ നീങ്ങുന്നു. നാൽക്കൂട്ടപെരുവഴിയിലെത്തുമ്പോൾ ആലിക്ക ചുമടിറക്കുന്നു. കറുപ്പുതുണികൊണ്ടു മൂടിയ 'അതിശയപ്പെട്ടി' മൂന്നുകാലുകളിൽ ഉറപ്പിച്ചുനിർത്തുന്നു.

''കണ്ടോ, കണ്ടോ.''

കറുപ്പുതുണി ഭാഗികമായി മാറിയപ്പോൾ പ്രത്യക്ഷപ്പെട്ടത് ഒരു 'ഉണ്ടക്കണ്ണ്.' കണ്ണിന്റെ മുടി നീക്കി പെട്ടിക്കുള്ളിലേക്കു നോക്കി ആലിക്ക പാട്ടു തുടരുന്നു:

''കണ്ടോ, കണ്ടോ...

ലണ്ടൻകൊട്ടാരം കണ്ടോ?

വെള്ളക്കാരൻ ഞമ്മളെ മൂപ്പൻ

രാശാവ,പ്പുറമുള്ളത് രാശാത്തി.

കണ്ടോ, കണ്ടോ?''

അങ്ങനെ ഭൂലോകത്തിലെ അതിശയങ്ങളത്രയും കാണിക്കുന്ന പെട്ടിക്കുള്ളിൽ ഒന്നു നോക്കാൻ 'കാലണ', കാലണ മാത്രം! കുട്ടികൾ

ഞാൻ ഞാനെന്ന മട്ടിൽ കാലണയും നീട്ടിപ്പിടിച്ച് തിരക്കുകൂട്ടുമ്പോൾ കൈയിൽ കാലണയില്ലാത്തവർ ദുഃഖിച്ചു തലതാഴ്ത്തിനിൽക്കുന്നു.

ഒരു കണ്ണുപൊത്തി മറ്റേ കണ്ണുകൊണ്ട് അതിശയപ്പെട്ടിയിലേക്കു നോക്കുമ്പോൾ, ആലിക്കയുടെ പാട്ടിലൊതുങ്ങിയ വസ്തുവഹകളൊക്കെ മാറിമാറി പ്രത്യക്ഷപ്പെടുന്നു. ഹാ! എന്തതിശയം! അച്ചുക്കുട്ടിക്കന്ന് ആറു വയസ്സ്. ലണ്ടൻ കൊട്ടാരവും രാശാവും രാശാത്തിയും അന്ന് മനസ്സിൽ കടന്നുകൂടിയതാണ്. പിന്നെ പള്ളിക്കൂടത്തിലെ ചുമരിൽ അവരെ കണ്ടു. പാഠപുസ്തകങ്ങളിൽ കണ്ടു. ഗുരുക്കളുടെ നാവിൻതുമ്പിലൂടെ അവരുടെ അപദാനങ്ങൾ കേട്ടു. അപ്പോഴൊക്കെ ആലിക്കയുടെ അതിശയപ്പെട്ടി അച്ചുക്കുട്ടിയുടെ ഓർമ്മയിൽ തള്ളിക്കയറിവരുമായിരുന്നു.

അച്ചുക്കുട്ടി ഇപ്പോൾ അച്ചുക്കുട്ടിമേനോനായി വളർന്നിരിക്കുന്നു. രക്ഷകരുടെ സ്ഥാനത്തിപ്പോൾ ചൂഷകരെയാണ് കാണുന്നത്. വായനയിലൂടെ ലോകകാര്യങ്ങൾ അടുക്കിലും ചിട്ടയിലും കണ്ടെത്താനുള്ള ശ്രമം ആരംഭിച്ചിരിക്കുന്നു. റഷ്യയിൽ ചക്രവർത്തിഭരണം അവസാനിപ്പിച്ചതിന്റെ കഥ ആവേശത്തോടെയാണ് വായിച്ചു മനസ്സിലാക്കിയത്. ചക്രവർത്തിഭരണത്തിനെതിരെ ഇന്ത്യയിൽ നടക്കുന്ന ചെറുതും വലുതുമായ സമരങ്ങൾ മേനോന്റെ ദേശീയബോധത്തിന് ഉത്തേജനൗഷധമായി. കോളനിവാഴ്ചയുടെ ദുരന്തത്തിൽനിന്ന് മാതൃഭൂമിയെ മോചിപ്പിക്കാനുള്ള ശ്രമങ്ങളിൽ പങ്കാളിയാവാൻ അച്ചുക്കുട്ടിമേനോൻ തീരുമാനിച്ചത് നടുവണ്ണൂരിൽവെച്ചായിരുന്നു. കേളപ്പജിയുടെ പയ്യന്നൂർ യാത്രയിൽ ആരാലും ശ്രദ്ധിക്കപ്പെടാത്ത ഒരനുഭാവി അന്നവിടെവെച്ചു തീരുമാനമെടുത്തു. ഉറച്ച തീരുമാനം; ഈ മഹത്തായ സമരത്തിൽ ജീവൻ ബലിയർപ്പിക്കാനും ഒരുക്കമാണെന്ന്.

ഉപ്പിന്റെ കഥയാണിനിയും പറയാനുള്ളത്. കടൽവെള്ളം കുറുക്കി ഉപ്പെടുക്കുമെന്ന് മഹാത്മജി പ്രഖ്യാപിച്ചപ്പോൾ ഇന്ത്യയ്ക്കകത്തും പുറത്തുമുള്ള 'വലിയവർ' പുച്ഛിച്ചു നെറ്റിചുളിച്ചു. പക്ഷേ, ഒരു നുള്ളുപ്പ് പ്രപഞ്ചത്തോളം വലുതായി. ഇന്ത്യയുടെ കടൽത്തീരത്തങ്ങോളമിങ്ങോളം തീയും പുകയുമുയർന്നു. ചിലേടങ്ങളിൽ ഉപ്പു കുറുക്കൽ ഉത്സവക്കൊഴുപ്പോടെ നടന്നു. മറ്റു ചിലേടങ്ങളിൽ സമരസ്വഭാവം കൈക്കൊണ്ടു. ഏതു നിലയിലും നിയമം ലംഘിച്ച് ഉപ്പുകുറുക്കൽ തകൃതിയായി നടന്നു. എങ്ങും ബഹുജനമുന്നേറ്റം. നിയമലംഘനത്തിനിറങ്ങിത്തിരിക്കുന്ന സത്യഗ്രഹികളെ ആശീർവദിക്കാനും ഹാരാർപ്പണം നടത്തി അവരെ അനുഗമിക്കാനും ജനങ്ങൾ ഉത്സാഹത്തോടെ മുമ്പോട്ടു വന്നു. വിറകു വരുന്നു, പാത്രങ്ങൾ എത്തുന്നു, അടുപ്പൊരുങ്ങുന്നു. എല്ലാമെല്ലാം ബഹുജനങ്ങളുടെ ഉത്സാഹത്തിൽ. സത്യഗ്രഹികൾ വെറും കാഴ്ചക്കാരാവുന്നു. പല സ്ഥലത്തും പൊലീസ് എത്തച്ചേരാറില്ല. എത്തിച്ചേരുന്ന സ്ഥലത്താവട്ടെ, അവർ കേവലം കാണികൾ.

ഇക്കാലത്ത് കോഴിക്കോട്ടൊരു കിംവദന്തി പ്രചരിച്ചു. എന്നും കടപ്പുറം നിറയെ സമരക്കാരെത്തിച്ചേരുമ്പോൾ, നൂറുകണക്കിന് പൊലീസുകാർ തയ്യാറെടുത്തുനിൽപ്പുണ്ടാവും. പക്ഷേ, അവർ നിഷ്ക്രിയർ. എന്തുകൊണ്ടവർ നിയമലംഘകരെ നേരിടുന്നില്ല?

ഈ ചോദ്യത്തിന്റെ ഉത്തരമെന്ന നിലയിലാണ് കിംവദന്തി പ്രചരിച്ചത്. ജില്ലാ കളക്ടറും പൊലീസ് സൂപ്രണ്ടും തമ്മിൽ സ്വരച്ചേർച്ചയില്ല. രണ്ടുപേരും വെള്ളക്കാർ. പൂർവ്വവൈരാഗ്യംകൊണ്ടാവണം രണ്ടുപേരും പരസ്പരം മത്സരിക്കാൻ ഒരുങ്ങിയത്. നിരോധനാജ്ഞയ്ക്ക് ഉത്തരവിടാൻ കലക്ടർ തയ്യാറല്ല. പൊലീസിന്റെ ഭാഗത്തുനിന്നുള്ള നിർദ്ദേശങ്ങളൊന്നും കലക്ടർ ഗൗനിക്കില്ല. അറസ്റ്റു ചെയ്യാനും ബലം പ്രയോഗിച്ച് സത്യഗ്രഹികളെ പിരിച്ചുവിടാനും കലക്ടർ അനുമതി നൽകിയില്ല. അനിശ്ചിതത്വത്തിന്റെ ദിവസങ്ങളെന്നോ ഭരണസ്തംഭനത്തിന്റെ ദിവസങ്ങളെന്നോ വിശേഷിപ്പിക്കാവുന്ന വിധത്തിലായിരുന്നു അധികൃതരുടെ നിഷ്ക്രിയത്വം. ഒരിക്കൽ ഹജൂർ കച്ചേരിയിലെ ഒരു ഉദ്യോഗസ്ഥൻ ഒരു ഫലിതം പറഞ്ഞു: ‘‘ഔദ്യോഗിക രഹസ്യക്കൂട്ടിൽനിന്ന് ഒരു തത്ത വിളിച്ചുപറയും മറ്റേ തത്തയെ പേടിപ്പിക്കാൻ ‘തത്തമ്മേ പൂച്ച പൂച്ച്’. ഉടനെ മറ്റേ തത്ത കൂടുതൽ ഉച്ചത്തിൽ പറയും: ‘‘തത്തമ്മേ പൂച്ച പൂച്ച’’ നാട്ടുകാർക്ക് ബഹുരസം. പക്ഷേ, സത്യഗ്രഹികൾക്ക് ആശാഭംഗം. ദിവസവും രാവിലെ മൂവർണ്ണക്കൊടിയേന്തി മുദ്രാവാക്യം മുഴക്കി, നിയമലംഘനത്തിൽ പുറപ്പെടുന്നു. അത്യുത്സാഹത്തോടെ നിയമം ലംഘിക്കുന്നു. മറുവശത്ത് അനക്കമില്ല. എത്രകാലമിങ്ങനെ തുടരും? കലക്ടറും സൂപ്രണ്ടും തമ്മിലുള്ള ശീതസമരമാണ് നിയമലംഘനപ്രസ്ഥാനത്തെ തളർത്തുന്ന ഈ നടപടിക്കു കാരണമെങ്കിൽ പുതിയ വഴി വല്ലതും കണ്ടെത്തേണ്ടിവരും. ഏറെത്താമസിയാതെ വഴി തെളിഞ്ഞു. സത്യഗ്രഹികളുടെ എണ്ണം വർദ്ധിപ്പിക്കുക. ബഹുജനങ്ങൾ ഒന്നായി സമരത്തിനിറങ്ങട്ടെ. എന്നും കടൽത്തീരങ്ങളിലേക്ക് ജനം പ്രവഹിക്കട്ടെ. ഏതുവഴി വിദേശികൾ ഇവിടെ കടന്നുവന്നുവോ, അതുവഴിതന്നെ തിരിച്ചുപോകാൻ നിർദ്ദേശിച്ചുകൊണ്ട് ആയിരമായി പതിനായിരമായി ജനങ്ങൾ നിയമലംഘനത്തിനെത്തിച്ചേരട്ടെ.

അന്ന് കോഴിക്കോട്ടെ സമരസമിതി ആപ്പീസ് കൺതുറന്നത് സമരസന്നദ്ധരായി വന്ന ജനസാമാന്യത്തെ കണ്ടുകൊണ്ടായിരുന്നു. കടപ്പുറത്തെ പൂഴിപ്പരപ്പിലെ മനുഷ്യക്കടൽ കണ്ട് അറബികൾ നെടുവീർപ്പിട്ടു. രണ്ടു കടലും ഇരമ്പിത്തകർക്കുന്നതിനിടയിൽ, സത്യഗ്രഹികളുടെ ജാഥ വരുന്നു. കേളപ്പജി, അബ്ദുറഹ്മാൻ സാഹേബ്, കൃഷ്ണപിള്ള, മാധവനാർ, കൃഷ്ണസ്വാമി അയ്യർ. സത്യഗ്രഹികളെ നയിക്കുന്ന നേതാക്കൾ. മുദ്രാവാക്യങ്ങളുടെ ഇരമ്പം. സമരഗാനങ്ങളുടെ ആലാപനം. നിരനിരയായി അടുപ്പുകൾ രൂപംകൊള്ളുന്നു. മുഹമ്മദ് അബ്ദുറഹ്മാൻ സാഹേബ് അടുപ്പിലേക്ക് വിറകുകളിടുന്നു. കേളപ്പജി കടൽവെള്ളം പാത്രത്തിൽ നിറച്ചുകൊണ്ടുവരുന്നു. കൃഷ്ണപിള്ള അടുപ്പിൽ തീയെരിക്കുന്നു. അറ്റം

കാണാതെ നീണ്ടുകിടക്കുന്ന കടപ്പുറം ജനനിബിഡം. പൊലീസ് അകന്നു നിന്ന് രംഗം വീക്ഷിക്കുകയാണ്.

അച്ചുക്കുട്ടിമേനോൻ തലേദിവസം കോഴിക്കോട്ടെത്തി സമരസമിതി ആപ്പീസിൽ സ്ഥലം പിടിച്ചിരുന്നു. എന്തെന്തു ചെയ്യണമെന്ന ആവേശ മായിരുന്നു മേനോന്. പക്ഷേ, ഒന്നും ചെയ്യാൻ കഴിഞ്ഞിരുന്നില്ല. മേനോനു മാത്രമല്ല, സത്യഗ്രഹികൾക്കാർക്കുംതന്നെ അവിടെ ഒന്നും ചെയ്യാനു ണ്ടായിരുന്നില്ല. എല്ലാം ബഹുജനങ്ങളാണ് ചെയ്യുന്നത്. അങ്ങനെ പ്രഭാ തവും ഉപ്പുവെള്ളവും ഒന്നിച്ചു ചൂടാവാൻ തുടങ്ങിയ മുഹൂർത്തം. പതിവു പോലെ നിഷ്ക്രിയരായി നിൽക്കുന്ന പൊലീസുകാരുടെ ഇടയിൽ ഒരു മൂവർണ്ണക്കൊടിയതാ മടങ്ങിച്ചുളിഞ്ഞ അവസ്ഥയിൽ. ഏതോ സത്യ ഗ്രഹിയിൽനിന്ന് തട്ടിയെടുത്തതാണത്. ഇതുകണ്ട കൃഷ്ണപിള്ള ഒരു കുതിപ്പിന് പൊലീസുകാർക്കിടയിൽ എത്തുന്നു. മൂവർണ്ണക്കൊടി പിടിച്ചു പറ്റാൻ ശ്രമിക്കുന്നു. ഏതാനും പൊലീസുകാർ അദ്ദേഹത്തെ മർദ്ദിക്കുന്നു. ഭയമെന്തെന്നറിയാത്ത അദ്ദേഹം മൂവർണ്ണക്കൊടി മാറോടടക്കിപ്പിടിച്ച് പൂഴിയിൽ കമിഴ്ന്നുകിടക്കുന്നു. പിന്നെ ക്രൂരമായ മർദ്ദനമാണ്. മർദ്ദന ത്തിന്റെ കാഠിന്യം കണ്ട് ജനം രോഷാകുലരാകുന്നു. രോഷാകുലരായ ജനങ്ങൾക്കുനേരെ പൊലീസ് ചാടിവീണ് കണ്ണുംപൂട്ടി ലാത്തിച്ചാർജ്ജ് തുടങ്ങി.

വകഭേദമില്ലാത്ത മർദ്ദനമായിരുന്നു പിന്നെ. നേതാക്കന്മാരും മർദ്ദന വിധേയരായി. കേരളകേസരിയെന്ന് പ്രകീർത്തിക്കപ്പെട്ട അബ്ദുറഹ്മാൻ സാഹേബിനെ വകവരുത്താനുള്ള ശ്രമംപോലും നടന്നെന്ന് പിറ്റേന്നു പത്രങ്ങളിൽ വാർത്ത വന്നിരുന്നു. അദ്ദേഹത്തിന്റെ കഴുത്തിൽ ലാത്തി വെച്ചമർത്തിയതിന്റെ പാടുകൾപോലും കാണാനുണ്ടായിരുന്നു. കേള പ്പജിയെയും വെറുതെ വിട്ടില്ല. നൂറുകണക്കിൽ പൊലീസുകാർ ലാത്തിയും വീശി അടുക്കുന്നതു കണ്ട ജനം പലവഴിക്കോടി. പലരും വീണു. വീണ വരെ ചവുട്ടി മറ്റുള്ളവർ തലങ്ങും വിലങ്ങും ഓടി. ഓടുന്നവരിൽ ചിലർ അച്ചുക്കുട്ടിമേനോനെയും തട്ടിവീഴ്ത്തി. മേനോൻ വീണ് കൂട്ടിയിട്ട ചിരട്ടയിലാണ്. പിന്നെയും പിന്നെയും ഓടിവരുന്ന ജനം വീണത് കൂട്ടി യിട്ട ചിരട്ടയിലാണ്. പിന്നെയും പിന്നെയും ഓടിവരുന്ന ജനം അച്ചു ക്കുട്ടിമേനോനെ ചവുട്ടിക്കടന്നാണ് മുമ്പോട്ടു പോയത്. മുമ്പോട്ടുപോയവരെ പിന്തുടരുന്ന പൊലീസുകാരുടെ ബൂട്ടും അച്ചുക്കുട്ടി മേനോനെ പലവട്ടം ആശ്ലേഷിച്ചു. ഓരോ ചവിട്ടേൽക്കുമ്പോഴും ചിരട്ട പൊട്ടി ദേഹത്ത് തറച്ച് മുറിവുണ്ടാക്കും. അങ്ങനെ കിടന്ന കിടപ്പിൽ ദീർഘനേരം ചവിട്ടു കൾ ഏറ്റുവാങ്ങി തളർന്നുകിടക്കുന്ന അച്ചുക്കുട്ടി മേനോനെ ഒരു പൊലീ സുകാരൻ കാണുന്നു. അയാൾ ക്രുദ്ധനായി കല്പിക്കുന്നു.

''എടാ, എഴുന്നേൽക്കെടാ കഴുവേറി മോനേ!''

അച്ചുക്കുട്ടിമേനോന് സംബോധന ഇഷ്ടമായില്ല.

''എണീക്കാൻ വയ്യ.''

‘‘വയ്യേ?’’

‘‘നീയാരാടാ വല്യയജമാനനോ?’’

‘‘എണീക്കാൻ!’’

‘‘വയ്യെന്നു പറഞ്ഞില്ലേ?’’

‘‘ആഹാ! എടാ, നീ എഴുന്നേൽക്കും. ഓടും. പിന്നെ പറക്കും.’’

‘‘ആദ്യത്തെ തല്ല് വീഴുന്നു. പിന്നെ ചോദ്യം വരുന്നു.’’

‘‘എഴുന്നേൽക്കാൻ വയ്യേ?’’

‘‘വയ്യ.’’

പിന്നെയും തല്ല്. പിന്നെയും ചോദ്യം. അരിശം മൂത്ത പൊലീസുകാരൻ മറ്റു രണ്ടുപേരെ വിളിച്ചുകൂട്ടി അച്ചുക്കുട്ടിമേനോനെ തൂക്കിയെടുത്ത് പൊലീസ്‌വാനിൽ എറിഞ്ഞു...

‘‘എടോ ബാലകൃഷ്ണൻമാഷേ, സ്വാതന്ത്ര്യത്തിന് കൊടുക്കേണ്ട വിലയുടെ ഏതാണ്ട് സ്വഭാവം അന്ന് അവിടെവെച്ച് മനസ്സിലായി. നേതാക്കന്മാരെ അറസ്റ്റുചെയ്തുകൊണ്ടുപോവുകയും മറ്റുള്ളവരെ അടിച്ച് വശംകെടുത്തുകയും ചെയ്ത പൊലീസ് എന്നെ പിടികൂടി ലോക്കപ്പിലാക്കിയതിന്റെ രഹസ്യം പിറ്റേന്നാണെനിക്കു പിടികിട്ടിയത്. അവശനായി കിടക്കുന്ന എന്നോട് ഓടാൻ കല്പിച്ചത് ഒരു സബ്ഇൻസ്പെക്ടറായിരുന്നു. അദ്ദേഹത്തോട് വയ്യെന്നു പറഞ്ഞ കുറ്റത്തിനാണെന്നെ പിടിച്ച് ലോക്കപ്പിലിട്ടത്. ഒരാഴ്ച അവിടെ കിടന്നു.’’

‘‘ശരീരം മുഴുക്കെ മുറിഞ്ഞിരുന്നില്ലേ?’’

മാഷ് ചോദിച്ചു.

‘‘വല്ല ചികിത്സയും കിട്ടിയോ?’’

‘‘കിട്ടി, പിറ്റേ ദിവസം സബ് ഇൻസ്പെക്ടറുടെ മുമ്പിൽ ഹാജരാവാൻ കല്പന. വയ്യാതെ വേച്ചുവേച്ച് നടന്നു. അയാളുടെ മുറിയിൽ എത്തിയപ്പോൾ പുളിച്ച ചീത്ത. കേട്ടാൽ അറയ്ക്കും. ഒരാഴ്ച കഴിഞ്ഞ് മജിസ്ട്രേറ്റ് കോടതിയിൽ ഹാജരാക്കി. കുറേ വകുപ്പുകൾ പറഞ്ഞ് കുറ്റം ചെയ്തിട്ടുണ്ടോ എന്ന ചോദ്യം. കോടതി നടപടികളിൽ പങ്കെടുക്കരുതെന്നും ഏതു ശിക്ഷയും സന്തോഷത്തോടെ ധീരതയോടെ സ്വീകരിക്കണമെന്നും സത്യഗ്രഹികൾക്ക് നിർദ്ദേശമുണ്ട്. അതിന്റെ ബലത്തിൽ ഞാൻ പറഞ്ഞു. കോടതിയിൽ വിശ്വാസമില്ലെന്നും കോടതി നടപടികളിൽ പങ്കെടുക്കില്ലെന്നും. മാത്രമല്ല, ആത്മാഭിമാനമുണ്ടെങ്കിൽ ഉദ്യോഗം രാജിവെച്ച് നിയമലംഘനപ്രസ്ഥാനത്തിൽ പങ്കെടുക്കണമെന്ന് ഞാൻ മജിസ്ട്രേറ്റിനോട് അഭ്യർത്ഥിച്ചു. അഭ്യർത്ഥനയ്ക്ക് അന്നുതന്നെ ഫലം കിട്ടി. മടങ്ങി ലോക്കപ്പിലെത്തിയപ്പോൾ പൊതിരെ തല്ല്.’’

‘‘എന്നിട്ടും ചികിത്സയൊന്നും ഉണ്ടായില്ലേ?’’

മാഷ്ടെ ചോദ്യത്തിന് അച്ചുക്കുട്ടിമേനോന്റെ ചിരിയായിരുന്നു മറുപടി.

‘‘എടോ മാഷേ, വിദേശമേൽക്കോയ്മ ഇവിടെത്തന്നെ പിടിച്ചു നിൽക്കാനുള്ള അതിമോഹത്തിന്റെ പേരിൽ മനുഷ്യത്വഹീനമായ കൃത്യങ്ങൾ പലതും ഇവിടെ നടന്നിട്ടുണ്ട്. അതൊക്കെ വിസ്തരിച്ചു പറയാൻ ദിവസങ്ങൾതന്നെ വേണം. തൽക്കാലം ഇതുമാത്രം കേട്ടോളൂ. ശരീരത്തിലെ മുറിപ്പാടുകളോടെ ഉറുമ്പരിക്കുന്ന സിമന്റ് തറയിൽ ഒന്ന് പൊതയ്ക്കാനും വിവരിക്കാനുമില്ലാതെ, കഴിച്ചുകൂട്ടിയ ദിനരാത്രങ്ങൾ അവസാനിച്ചത് എന്റെ കുറ്റത്തിന് കോടതി ശിക്ഷ വിധിച്ചതിനുശേഷമാണ്.’’

‘‘ഉപ്പ് കുറുക്കിയ കുറ്റമാണോ?’’ - മാഷ് ചോദിച്ചു:

‘‘ഗവൺമെന്റിനെ അട്ടിമറിക്കാനുള്ള ഗൂഢാലോചനയിൽ പങ്കെടുത്തു. സായുധവിപ്ലവത്തിന് ജനങ്ങളെ പ്രേരിപ്പിച്ചു. ഇത്രയും കുറ്റത്തിന് ബഹുമാനപ്പെട്ട കോടതി മൂന്നുവർഷം കഠിനതടവു വിധിച്ചു. അങ്ങനെ മാതൃഭൂമിയുടെ മോചനത്തിനിറങ്ങിയതിന്റെ പേരിൽ ഞാനൊരു സായുധവിപ്ലവക്കാരനായി.’’

പന്ത്രണ്ട്

കൈകളിൽ വിലങ്ങ്. കാലുകളിൽ നിറയെ നീറിപ്പുകയുന്ന വ്രണം. കോഴിക്കോട് കടപ്പുറത്തിന്റെ സംഭാവന. ചിരട്ടക്കൂമ്പാരത്തിൽ വീണുകിടന്നപ്പോൾ, ചവുട്ടിത്തകർത്തു കടന്നുപോയവരുടെ സമ്മാനം. ജയിലറകളിലെ വൃത്തികേടുകൾ വിളയിച്ചെടുത്ത മുറിപ്പാടുകൾ. ഇരുവശവും തോക്കുധാരികളായ പൊലീസുകാർ, മഹാസാമ്രാജ്യത്തിനെതിരെ സായുധവിപ്ലവത്തിന് ജനങ്ങളെ പ്രേരിപ്പിച്ച വിധ്വംസകന്റെ അംഗരക്ഷകർ. അല്പഭക്ഷണം നൽകി നിരന്തരപീഡനമേൽപ്പിച്ച് വേണമല്ലോ വിധ്വംസകരെ സംരക്ഷിക്കാൻ. ജീവപര്യന്തത്തിനോ വധശിക്ഷയ്ക്കോ വിധിയാകുംവരെയുള്ള സംരക്ഷണം വളരെ ശ്രദ്ധാപൂർവ്വമായിരിക്കും.

രാത്രിയിലെ നിശ്ശബ്ദതയെ കീറിമുറിച്ചോടുന്ന തീവണ്ടി. നാടേത്, സമയമേത്, ലക്ഷ്യമെവിടെയെന്നറിയാത്ത യാത്ര. നീങ്ങാനോ നിരങ്ങാനോ ഇടമില്ലാത്ത തീവണ്ടിമുറി. നിൽക്കുന്നവന് ഇരിക്കാൻ മോഹം. ഇരിക്കുന്നവന് കിടക്കാൻ മോഹം. രണ്ടിനും ഇടമില്ല. നിൽക്കുന്നവൻ ചാഞ്ഞും ചെരിഞ്ഞും സമീപസ്ഥന്റെ തോളിൽ തലവെച്ചുറങ്ങുന്നു. ഇരിക്കുന്നവന്റെ തല, തൊട്ടടുത്തിരിക്കുന്നവന്റെ നെഞ്ചിൽ നിരങ്ങുന്നു. ഉറക്കത്തിന്റെ കടന്നാക്രമണത്തിൽ ആരും ആരേയും അറിയുന്നില്ല. ഇവിടെ ശത്രുവും മിത്രവുമില്ല. ഒന്നുമില്ല; ഉള്ളത് ഉറക്കം മാത്രം.

ചിലപ്പോൾ തീവണ്ടിയുടെ ശബ്ദത്തെ ഭേദിച്ചുകൊണ്ട് ഒരു കൂർക്കം വലി കേൾക്കാം. നിന്നുറങ്ങുന്നവന്റെ കൂർക്കംവലി. എല്ലാം കണ്ടും കേട്ടും കാലിലെ വേദന സഹിച്ചും ഇരിക്കുമ്പോൾ പൊലീസുകാരിൽ ഒരാൾ ഞെട്ടി തലയുയർത്തി; നിവർന്നിരുന്ന് ഞെളിഞ്ഞും പിരിഞ്ഞും

അവിടവിടെ മാന്തിയും വിഷമിക്കുന്നതു കാണാം. മൂട്ടകടി. അപ്പോൾ കാൽമുട്ടുകൾക്കിടയിൽ ചേർത്തുവെച്ച തോക്കിന്റെ കാര്യം ഓർത്ത് ചിരിച്ചുപോകും. അഹിംസാവ്രതമാചരിക്കുന്ന സത്യഗ്രഹികൾക്കുനേരെ ചൂണ്ടുന്ന തോക്ക് റെയിൽവേക്കാരന്റെ മൂട്ടയ്ക്കു മുമ്പിൽ നിർജ്ജീവം, നിരർത്ഥകം. എങ്ങനെ ചിരിക്കാതിരിക്കും? എല്ലാ ആയുധങ്ങളുടെയും കഥ ഇതുതന്നെ. അന്യനെ കേറി ഉപദ്രവിക്കാനല്ലാതെ അവനവന്റെ ദേഹത്തൊരു കൊതുകോ മൂട്ടയോ കടിക്കാനെത്തുമ്പോൾ ഈ മാരകായുധങ്ങളൊക്കെ നിഷ്പ്രയോജനങ്ങളല്ലേ?

''മോനേ!''

തീവണ്ടിയുടെ ശബ്ദത്തെ ഭേദിച്ചുകൊണ്ട് ഒരു വൃദ്ധന്റെ വിളി കേൾക്കുന്നു. ആരെയാവും, എന്തു സഹായത്തിനാവും വിളി എന്നോർത്ത് മനസ്സ് വിഷമിച്ചു. വിഷമിച്ചിട്ടെന്തു കാര്യം? ഇരുന്നേടത്തു നിന്നനങ്ങാൻ പൊലീസുകാർ അനുവദിക്കില്ല.

''മോനേ!''

വിറയാർന്ന ശബ്ദം വീണ്ടും.

ഇടതൂർന്നു നിൽക്കുന്ന മനുഷ്യസമൂഹത്തെ വകഞ്ഞുമാറ്റി ഒരു തല പ്രത്യക്ഷപ്പെടുന്നു. പിറകെ പാമ്പിഴയുംപോലെ ഒരു ശരീരവും മുമ്പോട്ടുവരുന്നു. മെലിഞ്ഞ് ദുർബലമായ ശരീരം. ഇഴഞ്ഞിഴഞ്ഞു മുമ്പിലെത്തി വിറയാർന്ന ശബ്ദത്തോടെ പിന്നെയും വിളിക്കുന്നു:

''അച്ചൂട്ടിമോനേ.''

വിളികേട്ട് പൊലീസുകാർ ഞെട്ടിയുണരുന്നു.

''എടാ കെഴവാ; എന്താവിടെ? ഏ? കള്ളവണ്ടി കയറുന്നതും പോരാ യാത്രക്കാരെ ബുദ്ധിമുട്ടിക്കുകയും വേണം; ഇല്ലേ? ഉം! പോയാട്ടെ, ഇല്ലെങ്കിൽ അടുത്ത സ്റ്റേഷനിൽ പിടിച്ചിറക്കും.''

''ഏമാന്മാരേ, ഞമ്മളൊരു പാവം! ഒരു പാട്ടുപാടട്ടെ?''

''ഈ ബോറൊന്നും പോരാഞ്ഞിട്ട് നിന്റെ പാട്ടും! പോടാ. വേറെ സ്ഥലം നോക്ക്.''

പൊലീസുകാരന്റെ കൺപോളകളിൽ ഉറക്കം ഊഞ്ഞാലാടുകയാണ്. കിഴവൻ വിടാൻ ഭാവമില്ല.

''ഈ ബണ്ടീന്റകത്ത് ഒറക്കം ബരൂല. ന്റെ റബ്ബേ, എന്തൊരു മൂട്ട. ബലിയ ആത്തച്ചക്കേടെ ചേലിക്കിണ്ട്. പക്കെലൊരു കാര്യം. ഓടുന്ന ബണ്ടീല് കൊതൂല്ല. ഏമാന്മാരേ, ഒരു പാട്ടുപാടട്ടെ, കൊതൂന്റെ പാട്ട്.''

''എന്തു പണ്ടാരായാലും വേണ്ടില്ല. നീയൊന്ന് പോയാൽ മതി.''

പൊലീസുകാരൻ ഉറക്കച്ചടവോടെ പറഞ്ഞു തൂങ്ങാൻ തുടങ്ങി. കിഴവൻ പിന്നെ താമസിച്ചില്ല പാട്ടുമൂളാൻ:

''ചരട്ചങ്ങല ചമയംപൂണ്ടൊരു
പിറുക്കുവന്നെന്നിറുക്കുന്ന്
പിറുക്കിനാരാനുടമയുണ്ടെങ്കിൽ
പിടിച്ചുകെട്ടണം പിറുക്കിന
പരന്ന പാറേമ്മന്നുരുണ്ട കല്ലെടു-
ത്തെറിഞ്ഞുകൊല്ലണം പിറുക്കിന.''

പാട്ടുകൾ പലതും പിന്നെ പിറന്നുവീണു. ഓരോ പാട്ടും ഉറക്കിനുത്തേജകമരുന്നായി. പൊലീസുകാർ കൂർക്കംവലി തുടങ്ങി. അപ്പോൾ തടവുകാരന്റെ ചോദ്യം:

''ആലിക്കാ, ഇതെന്തു വേഷം? എവിടെ പോണൂ?''

''എല്ലാം പറയാംന്റെ കുട്ടീ.''

കൈവിലങ്ങിൽനിന്ന് കണ്ണെടുക്കാതെ, ഇടറുന്ന സ്വരത്തിൽ ആലിക്ക ചോദിക്കുന്നു:

''എബിഡക്കാ ന്റെ കുട്ട്യേ കൊണ്ട്പോണത്?''

''അറിയില്ലാലിക്കാ. ജയിലിൽനിന്ന് ജയിലിലേക്കു മാറ്റിക്കൊണ്ടിരിക്കും. ഇപ്പ വരുന്നത് കണ്ണൂര് ജയിലിൽനിന്ന്. അവിടെ ചെന്നെത്തുന്നത് ഏത് ജയിലാണെന്ന് എത്തിയാലറിയാം. ആലിക്കാ, ഈ വണ്ടീല് ഈ നേരത്ത് എങ്ങനെ എത്തീന്ന് പറ.''

''ഞമ്മള് സേലത്ത് പോവാണ്.''

''എന്തിന്?''

''മോന കാണാൻ.''

''ഏത് മോൻ?''

''ഉമ്മറ്.''

''ഉമ്മറ് സേലത്താണോ?''

''അതെ, ഓന് അബിടാ പണി.''

''എന്തുപണി?''

''ചായമക്കാനീല് എന്തോ പണി. ഞമ്മക്കറിയില്ല.''

''എന്നു മടങ്ങും?''

''ഇനി മടക്കം ഇല്ല മോനേ. നാട്ടില് ഞമ്മക്കൊന്നൂല്ല. ആരാന്റെ പൊരേല് സൗജന്യായിട്ട് കയിഞ്ഞതല്ലേ. പൊര മൊതലാളിക്ക് ബിട്ട് കൊടുത്ത്. ഉമ്മറിന്റെ ഉമ്മ ഞമ്മളെബിട്ട് പോയത് മോനറിഞ്ഞോ?''

''ഇല്ല. ആലിക്കാ ഞാനൊന്നും അറിഞ്ഞില്ല.''

''എന്നാല് അങ്ങനെ ഒരു കെടുതീം പടശ്ശോൻ ഞമ്മക്ക് തന്ന്. ഒരു സോക്കേടും ഇല്ലാണ്ട് ഓള്...''

പാതിപറഞ്ഞ് ആലിക്ക മിണ്ടാതെ തലതാഴ്ത്തി ഇരുന്നു. ചില നിമിഷങ്ങളങ്ങനെ കടന്നുപോയി. പിന്നെ പറയാൻ തുടങ്ങുമ്പോൾ വാക്കുകൾക്ക് വേദനയുടെ നനവുണ്ടായിരുന്നു.

ഒരു സൂക്കേടും ഇല്ല മോനേ. അത്തായം കയിച്ച് ബെറ്റിലടക്ക മുറുക്കി. കാലും നീട്ടി കോലായിലിരുന്ന് സൊറ പറയാൻ തൊടങ്ങി. പറഞ്ഞ് പറഞ്ഞ് ഇച്ചിരി കയിഞ്ഞപ്പം, ബായിലെ വെറ്റിലടക്ക നീട്ടി ത്തുപ്പി ഒരട്ടഹാസം, തണ്ണിമാണം. തണ്ണികൊണ്ടുബന്ന് കൊട്ടുത്തപ്പം ഒരു വലിക്ക് കിണ്ടീലെ മുയുമൻ തണ്ണീം കുടിച്ച്തീർത്ത് മലന്നൊരു കെടപ്പ്. കുത്തിഒലിക്കുന്ന ബിശർപ്പ്. ഞമ്മള് ബീശിക്കൊടുത്ത്. അപ്പം കണ്ണടച്ച് മയക്കംപോലെ കിടന്ന്. പിന്നെ കണ്ണ് തുറന്നിറ്റില്ല മോനേ.''

വേർപാടിന്റെ വേദനയിൽ മുഴുകിയിരിക്കുന്ന ആലിക്കയുടെ കണ്ണീ രൊപ്പാൻ വിലങ്ങിട്ട കൈകൾക്കു കഴിയാതെപോയി.

''സാരമില്ല ആലിക്ക. എല്ലാം വിധിയാണ്.''

''ഉം!''

''വിധിക്കു കീഴടങ്ങാതെ വയ്യല്ലൊ. ആലിക്കടെ പെട്ടി, നാട് കാണും പെട്ടി, അദ്ഭുതപ്പെട്ടി...?''

മുഴുവനും പറയുംമുമ്പേ ആലിക്ക ഇടപെടുന്നു:

''പോയി മോനെ, എല്ലാം പോയി.''

''അതെങ്ങനെ ആലിക്ക?''

''മോന് കേക്കണെച്ചാൽ പറയാം, ഇപ്പഹേര് ഒണരോ?''

''നല്ല ഒറക്കാണ്. കൂർക്കംവലി കേട്ടില്ലേ.''

''എങ്കി പറയാം. ഞമ്മളെ കുട്ട്യോളുണ്ടല്ലോ. സ്കൂളിലെ കുട്ട്യോള് - ഓലെല്ലാം പാടെ ഒരീസം ഞമ്മക്കൊരു പാട്ട് പാടിത്തന്ന്. അത് പടിച്ച് എന്നും പാടണന്ന് പറഞ്ഞ്. ഞമ്മളെ കുട്ട്യോളല്ലേ, ഓല് പറഞ്ഞാ ഞമ്മക്ക് പാടാണ്ട് കയ്യോ? പെട്ടീംകൊണ്ട് നടക്കുമ്പം പാടാനുള്ള പാട്ടാ. പിന്നെ ലണ്ടൻകൊട്ടാരം കാണിക്കണ്ടാന്നും കുട്ട്യോള് പറഞ്ഞു. ഞമ്മക്കും അത് കാണിക്കിന്ന കാര്യത്തില് ബലിയ തൃപ്തില്ലാന്ന് കൂട്ടിക്കോളീം. ലാത്തിയടീം, വെടിവെപ്പും തൂക്കിക്കൊല്ലലും ഒക്കെ അല്ലേ വെള്ള ക്കാരന്റെ പണി. ഒരു പിച്ചാത്തികൂടി കൊണ്ടുനടക്കാത്ത, തല്ലിയാൽ പകരം തല്ലാത്ത, ചീത്തവിളിച്ചാൽ ചിരിച്ചോണ്ട് കേക്കുന്ന ബാല്യേ ക്കാര് കുട്ട്യോളെ തല്ലിച്ചതയ്ക്കുന്നത് വല്യ ബപ്പത്തന്നാ വിചാരം. ങാ, പറഞ്ഞിറ്റെന്തു കാര്യം. ഞമ്മക്ക് പട്ടാളോം ഇല്ല തോക്കും ഇല്ലല്ലോ.''

''ആലിക്കാ, തോക്കില്ലാതെ തോക്കിനോട്, തല്ലില്ലാതെ തല്ലിനോട് സമരം ചെയ്യുന്ന രീതിയാണ് നമ്മുടേത്. ധർമ്മസമരം എന്നാ ഇതിന്റെ പേര്.''

''പതുക്കെ പറഞ്ഞോളീം.''

ഒരു പൊലീസുകാരൻ പല്ലിളിച്ച്, ചൊറിയാൻ തുടങ്ങിയപ്പോൾ ആലിക്ക പറഞ്ഞു:

''ഓന്റെ ഒരു കളി കണ്ടിലേ്ല. ഞമ്മക്കിപ്പം ബലിയ ഇസ്റ്റം. ആരോട്! തീവണ്ടീലെ മുട്ടനാട്. ന്താച്ചാൽ, കണ്ടിലേ്ല പൊലീസുകാരനെ കടിച്ചു രുട്ടുന്നത്. നല്ല ഉസ്ര്ള്ള ബമ്പൻ മുട്ട.''

''ആലിക്കാ, നിങ്ങളെ പെട്ടീടെ കഥ പറഞ്ഞാട്ടെ.''

''കുട്ട്യോള് ഞമ്മക്ക് തന്ന പാട്ട് പതുക്കെ ഒന്നു മൂളട്ടെ.''

''ഉം!''

''പഹേര് കേട്ടാ ഞമ്മളെ കൊല്ലും.''

''കേൾക്കില്ല ആലിക്കാ, ഉറക്കെന്ന് വച്ചാൽ ചെറിയൊരു മരണാ.''

''എന്നാ കേട്ടോളീം.''

ആലിക്ക പതുക്കെ മൂളാൻ തുടങ്ങി.

''നാടുമുടിക്കും വെള്ളക്കാരന്
ചൂട്ടുപിടിക്കണ ശൈത്താനെ നിന്റെ
നാളുകളെണ്ണിത്തീരുംമുമ്പേ-
കേറിക്കോ
കപ്പല്കേറിക്കോ...നാട്.
ശീമക്കാരൻ വെള്ളക്കാരന്
വെള്ളം കാച്ചാൻ പോയിക്കോ...
കേറിക്കോ കപ്പലുകേറിക്കോ - നാട്.''

''പെട്ടീം പേറി ഈ പാട്ടുംപാടി ഞമ്മള് നടക്കാൻ തൊടങ്ങി. പക്കേങ്കില്, പെട്ടീലെ ബിസായം കാണാൻ കുട്ട്യോൾക്കൊന്നും ഒരു ഇസ്റ്റോം ഇല്ല. ഓലൊക്കെ ബലിയ രാസ്ത്രീയം പറഞ്ഞ് നടക്കാ.''

''അതുകൊള്ളാമല്ലോ.''

തടവുകാരൻ പറഞ്ഞു:

''നമ്മളെ കുട്ടികൾ വെള്ളക്കാരന്റെ ഭരണത്തിന് എതിരാവണം. എതിരായേ പറ്റൂ. കുട്ടികളോടൊപ്പം അമ്മമാരും ഭരണത്തിനെതിരായി കർമ്മരംഗത്തിറങ്ങണം.''

''സമ്മയിച്ചു. പക്കേങ്കില് മോനേ, ഞമ്മളെ ബയറ്റത്തടിയലേ്ല നടന്നത്. ഞമ്മള് പാടിക്കൊണ്ട് നടന്ന പാട്ട് അധികാരിക്ക് പുടിച്ചില്ല. അയാളെക്കൊണ്ടാണ് പാട്ടെന്ന് ആരോ പറഞ്ഞുകൊടുത്തു.''

''നേരലേ്ല, വെള്ളക്കാരന് ചൂട്ടുപിടിച്ചുനടക്കുന്നതും അവന് വെള്ളം കാച്ചുന്നതും ഒക്കെ അധികാരിയലേ്ല?''

''അതും ഞമ്മള് സമ്മയിച്ചു. പക്കെങ്കില്, പെട്ടി പോയ സങ്കടം ഞമ്മളാരോട് പറയും. ഒരീസം ഞമ്മള് പാട്ടും പാടി ഓടോക്കുന്നിന്റെ

തായത്തൂടെ വര്മ്പം കൊറേ കുണ്ടന്മാര് ഞമ്മളെ പറഹെ കൂടി. ഓല് കല്ലെടുത്ത് ഞമ്മളെ എറിഞ്ഞ്. കയ്യില് കിട്ട്യേതെടുത്ത് ഞമ്മളും അങ്ങോട്ടെറിഞ്ഞു. അപ്പൊ എറുമ്പുംകൂടുപോലെ കുണ്ടമ്മാരെളകി. പിന്നെ നിക്കക്കള്ളീല്ല. ഞമ്മളോടി. പിറകെ കുണ്ടമ്മാരും. കൂക്കിവിളി, ഏറ്, തെറിപ്പാട്ട്. പൊറുതിമുട്ട്യപ്പം പെട്ടീം വിട്ട് ഞമ്മളോടി. അതോടെ പെട്ടീംപോയി. പണ്ടാരപഹേരത് തച്ചുപൊട്ടിച്ചു.''

നീണ്ട മൗനം. പിന്നെ നെടുവീർപ്പ്. തുടർന്ന് ഗദ്ഗദം:

''പോയി മോനേ, എല്ലാം പോയി. പെട്ടി പോയേപ്പിന്നെ കെട്ട്യോള ധികം നിന്നില്ല. ഓളും പോയി. എങ്കിലും ഞമ്മളെ സങ്കടം മോനോട് പറയാൻ പറ്റിയല്ലോ.''

''ആലിക്കാ, നമ്മള് കണ്ടിട്ടെത്ര കാലമായി? എന്നെ അറസ്റ്റ് ചെയ്തിട്ടും കാലം കുറെ കഴിഞ്ഞു. എന്നിട്ടും നിങ്ങളെന്നെ ഈ ആൾത്തിരക്കിൽ വച്ച് മനസ്സിലാക്കിയല്ലോ.''

''മോനെന്നേം മനസ്സിലാക്കിയില്ലേ?''

''അതാണ് സ്നേഹം. ആട്ടെ, നാട്ടിലെന്തൊക്കെയുണ്ട് വിശേഷം? ജയിലിൽ കത്തുകളൊന്നും കിട്ടാറില്ല. വല്ലവരും സ്നേഹിച്ചെഴുതുന്ന കത്തുകൾ ഞങ്ങൾക്ക് തരാറുമില്ല.''

''അപ്പം മോനിതൊന്നും അറിഞ്ഞില്ലേ?''

''എന്ത്?''

''കുഞ്ഞികൃഷ്ണൻനമ്പ്യാര്...''

''ഏ?''

''പോയി മോനേ, പോയി. മോന്റെ പെങ്ങളും മോളും... എന്താപ്പം ഞമ്മള് പറേണ്ടത്?''

''ഒന്നും പറേണ്ട ആലിക്കാ. എല്ലാം എനിക്കു മനസ്സിലായി. വേദന കൾക്കുമേലെ വേദന. എല്ലാം സഹിക്കാൻ പഠിച്ചു. ഉം! കലങ്ങിത്തെളി യട്ടെ. തെളിയാതിരിക്കില്ല ആലിക്ക. ഒരു രാത്രിക്കൊരു പകൽ വേണ്ടേ? ഇരുട്ടിനൊരു വെളിച്ചവും.''

വണ്ടി ഏതോ ഒരു ജംഗ്ഷനിലെത്തി. ഉറങ്ങുന്നവരും മയങ്ങുന്ന വരും ഞെട്ടിയുണർന്ന് തലങ്ങും വിലങ്ങും ഓടാൻ തുടങ്ങി. പൊലീസു കാർ തോക്കെടുത്ത് തോളിൽ വെച്ച്, തടവുകാരനോട് എഴുന്നേൽക്കാൻ കല്പിക്കുന്നു. ആലിക്ക തടവുകാരന്റെ മുഖത്തു നോക്കി നിശ്ചലനാ യിരിക്കുമ്പോൾ കണ്ണുകൾ നിറഞ്ഞൊഴുകി, വാർദ്ധക്യം കവിളിൽ കീറിയ ചാലുകളിലൂടെ താഴോട്ടൊഴുകാൻ തുടങ്ങി. ദീർഘകാലത്തെ ദുരനു ഭവങ്ങളിൽ ഒട്ടും തളരാതെ ധീരതയോടെ പിടിച്ചുനിന്ന തടവുകാരന്റെ കണ്ണുകൾ ഈറനണിയുന്നു. പാരവശ്യത്തിന്റെ ഒരു നിമിഷാർദ്ധം കീഴ ടക്കാനെത്തിയപ്പോൾ മുമ്പിൽ തെളിഞ്ഞുകാണുന്നു. കേളപ്പജിയുടെ മുഖം, കൃഷ്ണപിള്ളയുടെ മുഖം. പിന്നെ താമസിച്ചില്ല, പൊലീസു കാർക്കൊപ്പം തിരിഞ്ഞുനോക്കാതെ നടന്നു.

പതിമ്മൂന്ന്

എപ്പോൾ, എവിടെ ചെന്നെത്തുമെന്നറിയാത്തതാണല്ലോ ജീവിതയാത്ര. സത്യഗ്രഹികളുടെ യാത്രയും അതുപോലെതന്നെ. കണ്ണൂരിൽനിന്നു പുറപ്പെടുന്നു: 'ബല്ലാരി'യിലെത്തുന്നു. അതൊരിടത്താവളം. പിന്നേയും യാത്ര. ചെന്നെത്തുന്നത് മദിരാശിയിലാവാം, വെല്ലൂരിലോ 'സേല'ത്തോ ആവാം. യാത്രയിലൂടെ മാറിമാറി സുഖമനുഭവിച്ചുകൊണ്ട് ഇപ്പോൾ സേലത്ത് എത്തിയിരിക്കുന്നു. സേലം ജയിലിൽ 'പരമസുഖ'മാണെന്നു പറഞ്ഞുകേട്ടിരുന്നു. കഴിഞ്ഞ തിങ്കളാഴ്ച 'പരമസുഖ'മനുഭവിക്കാൻ ഇടവന്നു. ഇപ്പോൾ സുഖാനുഭവത്തിന് പിറകെ കിട്ടിയ ഏകാന്തതടവിലാണ് താമസം. ഇവിടെയിരുന്ന് ഇരുമ്പഴിക്കിടയിലൂടെ നോക്കിയാൽ തൂക്കുമരം കാണാം. അല്ല, തൂക്കുഗൃഹം കാണാമെന്നാണ് പറയേണ്ടത്. അവിടെവെച്ച്, ആ ഗൃഹത്തിൽവെച്ച്, അനേകം പേരെ തൂക്കിക്കൊന്നിട്ടുണ്ടാവാം. അവരിൽ നിരപരാധികളും പെട്ടിട്ടുണ്ടാവാം. ഇവിടെ ഈ ഏകാന്തത്തടവിൽ മരണഗന്ധമുണ്ട്. ഇവിടത്തെ കാറ്റിൽ ഏതൊക്കെയോ നിർദ്ദോഷികളുടെ ദീർഘശ്വാസത്തിന്റെ ചൂടുണ്ട്.

'പരമസുഖാ'നുഭവത്തിന്റെ തുടക്കം ഇങ്ങനെയാണ്. എപ്പോൾ, എവിടെവെച്ചുകണ്ടാലും ജയിലറെ ആദരവോടെ വണങ്ങുകയും സലാം വെക്കുകയും വേണം. നാടിന്റെ പല ഭാഗത്തുനിന്നും എത്തിച്ചേർന്ന സത്യഗ്രഹികൾ ജയിലറെ വണങ്ങുന്ന സമ്പ്രദായത്തെ ചോദ്യം ചെയ്തു. ഒറ്റക്കെട്ടായിനിന്ന് അവർ പ്രതിഷേധിച്ചു. ആദരവ് അധികാരപ്രയോഗത്തിലൂടെ നേടേണ്ടതല്ല; നല്ല പെരുമാറ്റമാണോ? ആദരവ് തനിയേ വന്നുചേരും. അതില്ലാത്തകാലത്തോളം ജയിലറെ ആദരിക്കേണ്ട കാര്യമില്ലെന്ന് സത്യഗ്രഹികൾ തീരുമാനിച്ചു.

സത്യഗ്രഹികളെ കഠിനാദ്ധ്വാനത്തിലൂടെ നരകിപ്പിക്കുക ജയിലധികൃതരുടെ വിനോദപരിപാടികളിലൊന്നായിരുന്നു. പകൽ മുഴുവൻ കരിങ്കല്ലുടയ്ക്കുക. ഒട്ടും തണലില്ലാത്ത സ്ഥലമാണതിനുവേണ്ടി തെരഞ്ഞെടുത്തത്. അങ്ങനെ കരിങ്കല്ലുമായി മുഷ്ടിയുദ്ധം നടത്തുന്ന സത്യഗ്രഹികൾ പതിവില്ലാത്തവിധം ബൂട്ടിന്റെ ശബ്ദം കേട്ടു തിരിഞ്ഞുനോക്കി. അകമ്പടിക്കാരും അംഗരക്ഷകരുമായി ജയിലർ വരുന്നു.

കാഴ്ചയിലും സ്വഭാവത്തിലും അതിഭയങ്കരൻ. ചുരുട്ടിമടക്കി അറ്റം മേലോട്ടാക്കി, ഇരുവശങ്ങളിലേക്കും വളർത്തിയ മീശ. കറുത്ത കൺതടം. കഥകളിയിലെ ചുവന്ന താടിയോടു കടംകൊണ്ട ചുവന്ന കണ്ണുകൾ. മൂർദ്ധാവോളം വികാസം പ്രാപിച്ചുനിൽക്കുന്ന നെറ്റിത്തടം. നീണ്ട കഴുത്ത്. കാക്കിയുടുപ്പുപോലും പേറിനടക്കാൻ ബലമില്ലാതെ ശോഷിച്ച ശരീരം. ക്ഷയരോഗിയെപ്പോലെ സദാ ചുമച്ചും തുപ്പിയും സത്യഗ്രഹികളെ തെറിവിളിച്ചും ചുറ്റിനടക്കുന്ന ആ മനുഷ്യരൂപിയുടെ പിറകിൽ അംഗരക്ഷകരായി എപ്പോഴും ജീവപര്യന്തക്കാരായ തടവുപുള്ളികളുണ്ടാവും.

‘‘ഡായ്!’’

ജയിലറുടെ കഫപ്പറ്റുള്ള കണ്ഠത്തിൽനിന്ന് പൂക്കുറ്റിയുടെ ശബ്ദം. ആദ്യം അതു ഗൗനിച്ചില്ല. വീണ്ടും ചുവന്ന താടി അലറി:

‘‘ഡേയ്, റാസ്കൾ. യാരെട, അച്ചുക്കുത്തി?’’

പ്രതികരണമില്ല. പിന്നെയും ചോദ്യമുണ്ടായി. സത്യഗ്രഹികൾ കരിങ്കല്ലിൽ ആഞ്ഞാഞ്ഞു മുട്ടിക്കൊണ്ടിരുന്നു. ജയിലറുടെ സാന്നിധ്യം അറിഞ്ഞതായി അവർ ഭാവിച്ചതുപോലുമില്ല. പിന്നെ ചോദ്യം അംഗരക്ഷകരുടെ നേർക്കായി. ജയിലറെ ബഹുമാനിക്കാൻ പാടില്ലെന്ന് സത്യഗ്രഹികളെ ഉപദേശിച്ച ധിക്കാരിയായ അച്ചുക്കുട്ടിമേനോനെ അംഗരക്ഷകരിൽ ഒരാൾ കാട്ടിക്കൊടുത്തു.

‘‘ഉം! വാങ്കോ വാ.’’

ജയിലർ നടന്നു. ഒപ്പം അംഗരക്ഷകരും അച്ചുക്കുട്ടിമേനോനും! ജയിലറുടെ മുറിയിൽ കടന്ന ഉടനെ അച്ചുക്കുട്ടിമേനോന്റെ നാഭിക്ക് ജയിലറുടെ ബൂട്ട് സ്നേഹപൂർവ്വം ചുംബിച്ചു. മുന്നറിയിപ്പില്ലാത്ത തൊഴിയായതുകൊണ്ട് അച്ചുക്കുട്ടിമേനോൻ മലർന്നടിച്ചുവീണു. വീണേടത്തുനിന്നും എഴുന്നേൽക്കാൻ പഴുതുകൊടുക്കാതെ തൊഴിച്ചുകൊണ്ടിരുന്നു. തൊഴി സഹിക്കാം. ജയിലറുടെ തെറിപ്പാട്ടിനാണ് കൂടുതൽ അസഹ്യത. അങ്ങനെ തൊഴിച്ചും ഇടിച്ചും ക്രോധാഗ്നി ശമിച്ചശേഷം തടവുപുള്ളിയെ ഏകാന്തതടവിലേക്ക് പറഞ്ഞയച്ചു.

ഇപ്പോൾ ഈ ഭിത്തിയിൽ തലചാരി, തറയിൽ കാലുനീട്ടിയിരുന്ന് വിശ്രമിക്കുമ്പോൾ ഇവിടെ ഇതേപോലെ ഇരുന്ന് മരണത്തിന്റെ മുഖത്തു നോക്കി വിറകൊണ്ടവരെപ്പറ്റി ചിന്തിക്കാതിരിക്കാൻ ശ്രമിക്കുന്നു. വയ്യ. പലവഴിക്കും മനസ്സിനെ വ്യാപരിച്ചുനോക്കി. കഴിയുന്നില്ല. വീണ്ടും വീണ്ടുമത് കൊലക്കുറ്റത്തിന് മരണശിക്ഷ വാങ്ങി, ഇവിടെ ഈ ഇരുമ്പഴികളിൽ തലയിട്ടടിച്ചും ദുഃഖഭാരത്തോടെ മുറിയിലങ്ങോട്ടുമിങ്ങോട്ടും നടന്നും പിച്ചുംപേയും പറഞ്ഞും കരഞ്ഞും ശപിച്ചും പിരിഞ്ഞുപോയ ആത്മാക്കൾ ചുറ്റുമിരുന്ന് പരാതിപറയുംപോലെ ചില രാത്രികളിൽ തോന്നാറുണ്ട്.

ഏകാന്തവാസം തുടരുംതോറും നടുവേദന കൂടിക്കൂടി വന്നു. ഒരുപക്ഷേ, പഴയ പരുക്കിൽ ജയിലറുടെ സംഭാവനകൂടി ചേർന്നപ്പോൾ വേദന കൂടിയതാവാം. കുനിയാനും നിവരാനും പ്രയാസം; രാത്രി ഉറക്കം വളരെ കുറവ്. അങ്ങനെ, വിഷമിച്ചു ദിവസം നീക്കുമ്പോൾ ഒരു സന്ധ്യയ്ക്ക്, ജയിലറയ്ക്കപ്പുറം ഇരുമ്പുകമ്പികൾക്കടുത്ത് ഒരാൾ നിൽക്കുന്നതു കണ്ടു. അന്വേഷിച്ചുവരാൻ ആരുമില്ല. വാർഡന്മാരാരെങ്കിലുമാവും. നിൽക്കുന്ന ആൾ പതുക്കെ വിളിക്കുന്നു:

‘‘സാർ!’’

മിണ്ടിയില്ല.

''സാർ!''

ശബ്ദം ഉയർത്തി വീണ്ടും വിളിക്കുന്നു. നല്ല മലയാളത്തിൽ തുടർന്നു പറയുന്നു:

''ഒന്നു പറഞ്ഞോട്ടെ സാർ, ഒരു വാക്കുമാത്രം. എനിക്കറിയാം. ഇതിനകത്തുള്ള ആരെയും സാർ വിശ്വസിക്കില്ലെന്ന്.''

അച്ചുക്കുട്ടിമേനോൻ പ്രയാസപ്പെട്ടെഴുന്നേറ്റ്, ഇരുമ്പഴികൾക്കടുത്തു ചെന്നു ചോദിച്ചു:

''എന്താ വേണ്ടത്?''

''സാർ ക്ഷോഭിക്കരുത്.''

''ഇല്ല. ക്ഷോഭം സത്യഗ്രഹികൾക്കു ചേർന്നതല്ല. തനിക്കെന്തു വേണേങ്കിലും പറയാം. കതകു തുറന്ന് അകത്തുകടന്ന് എന്നെ ഇടിക്കാം, തൊഴിക്കാം. ഞാൻ സത്യഗ്രഹിയാണ്, പ്രതികരിക്കില്ല.''

''എന്റെ സാർ, ഞാനിവിടുത്തെ ഒരു വാർഡനാണ്. സാറെന്നെ വെറുക്കരുത്.''

''ഇല്ല.''

അച്ചുക്കുട്ടിമേനോൻ ശാന്തനായി പറഞ്ഞു.

''എന്നെ തൊഴിച്ച ജയിലറെപ്പോലും ഞാൻ വെറുക്കുന്നില്ല.''

''എനിക്കാശ്വാസമായി സാർ. ഞാനൊരു മലയാളിയാണ്. തിരൂരാണ് രാജ്യം.''

''തനിക്കെന്താ വേണ്ടത്?''

''എന്നെ പറയാൻ അനുവദിക്കുക.''

''പറഞ്ഞോളൂ.''

''അതിനു മുമ്പേ ഞാൻ മാപ്പു ചോദിക്കുന്നു സാർ. ഇവിടത്തെ ക്രൂരതയ്ക്ക് മാപ്പു ചോദിക്കുന്നു.''

''ഓ! അതൊന്നും ആവശ്യമില്ല. ജയിലിൽ ഇടിയും തൊഴിയും ഉണ്ടാവുമെന്ന് അറിഞ്ഞുകൊണ്ടുതന്നെ പുറപ്പെട്ടതാണ്. ആട്ടെ, താനിത്രയും ബുദ്ധിമുട്ടി വന്നതുകൊണ്ടു ചോദിക്കുകയാണ്. എവിടെയാ നാടെന്നു പറഞ്ഞത്?''

''തിരൂർ.''

''തിരൂരെവിടെ?''

''തുഞ്ചൻപറമ്പിനടുത്ത്.''

''പേര്?'

''എന്റെ പേരാണോ?''

''അതെ.''

''റഹ്മാൻ...''

''റഹ്മാൻ ഇവിടെ വന്നിട്ടെത്ര കാലമായി?''

''അഞ്ചെട്ടുകൊല്ലമായി സാർ.''

''തിരൂരിൽനിന്നു വന്ന് സേലം ജയിലിൽ വാർഡനായതെങ്ങനെ?''

''അതൊരു... വലിയ... അല്ല, ചെറിയ കഥയാണ് സാർ. ചെറിയ തെന്നു പറഞ്ഞാൽ നിസ്സാരകഥ. സാറെന്നെ വെറുക്കില്ലെങ്കിൽ പറയാം.''

''വെറുപ്പിന്റെ പ്രശ്നമില്ലാ റഹ്മാൻ. ബ്രിട്ടീഷ് ഗവണ്മെന്റിനോടു മാത്രമാണ് ഞങ്ങളുടെ സമരം. ഒരു രാജ്യത്തെ അടിമത്തത്തിൽ പിടിച്ചു നിർത്തി വിഭവങ്ങൾ ചൂഷണം ചെയ്തുകൊണ്ടുപോകുന്ന സമ്പ്രദായ ത്തോടാണ് ഞങ്ങളുടെ സമരം. ഇതു ധർമ്മസമരമാണ്. നിങ്ങളെപ്പോലുള്ള വർക്കതു മനസ്സിലാവില്ല.''

''സാർ.''

ഒരു വിലാപംപോലെയായിരുന്നു റഹ്മാന്റെ വിളി.

''ഞങ്ങളിൽ ചിലർ വിവരംകെട്ടവരാണ്. സമ്മതിക്കുന്നു. എല്ലാവരും...''

''ഉം! എന്താ പറുങ്ങുന്നത്?''

''എല്ലാവരും.''

ശബ്ദം ഒതുക്കി വളരെ പതുക്കെയാണ് റഹ്മാൻ പയാൻ തുടങ്ങി യത്:

''ജയിലറെപ്പോലെ മൃഗങ്ങളല്ല. ഞങ്ങളിവിടെ ഭൂരിപക്ഷം ജോലി ക്കാരും സമരക്കാരുടെ ഭാഗത്താണ്. പക്ഷേ, അതു പുറത്തുകാണിച്ചാൽ ജോലി പോകും. കുടുംബം പട്ടിണിയാവും. ഉമ്മാടേം ബാപ്പാടേം പട്ടിണി മാറ്റാനാണ് സാർ ഈ വേഷം. തെറ്റിദ്ധരിക്കരുത്.''

''ഇല്ല റഹ്മാൻ.''

അച്ചുക്കുട്ടിമേനോൻ പറഞ്ഞു:

''ഒരു തെറ്റിദ്ധാരണയുമില്ല. സന്തോഷമേയുള്ളൂ. നിങ്ങളിൽ ചില രെങ്കിലും ഈ പ്രസ്ഥാനത്തോടു കൂറുള്ളവരാണെന്നറിഞ്ഞതിൽ ഞാൻ സന്തോഷിക്കുന്നു.''

''ഇങ്ങനെ നിൽക്കാൻ വിഷമമുണ്ടോ സാർ? വേദനിക്കുന്നുണ്ടോ?''

''പത്താംക്ലാസ് പാസ്സായപ്പോൾ നല്ലോരു ജോലി കിട്ടുന്നു വിചാരിച്ച് കുറേക്കാലം വെറുതെ കളഞ്ഞു. നിൽക്കക്കള്ളിയില്ലാതായപ്പോൾ വണ്ടി കയറി. പല സ്ഥലത്തും ചുറ്റിക്കറങ്ങി ഇവിടെയെത്തി. കടത്തിണ്ണേ കിടന്ന് രാത്രി കഴിച്ചുകൂട്ടും. കാലത്തെഴുന്നേറ്റ് ജോലിയന്വേഷിച്ചു പോകും. പല പടിവാതിലിലും മുട്ടും. അങ്ങനെയങ്ങനെ ഒരുനാൾ കാലത്ത് ഇവിടെ ഒരു ഹോട്ടലിന്റെ പടിക്കലെത്തി. അവിടെ കുറച്ചുനേരം നിന്നപ്പോ മൊതലാളി എന്നെ അകത്തേക്കു വിളിച്ചു. ഊരും പേരും തിരക്കി.''

''എന്താ അവിടെ നിക്ക്ണ്?''

ചോദ്യം കേട്ട് മലയാളിയാണെന്നു മനസ്സിലായപ്പോൾ പരിഭ്രമം പാതി നീങ്ങി. മൊതലാളി പിന്നെയും ചോദിക്കുന്നു:

''എന്താ വേണ്ടതെന്ന്?''

''ഒരു ജോലി.''

പതുക്കെയാണു പറഞ്ഞത്. അദ്ദേഹം അകത്തേക്കു വിളിച്ചു ചോദിച്ചു:

''ചായ വേണോ?''

''വേണ്ട.''

''ചായ കുടിച്ചോ?''

''ഇല്ല.''

ഉടനെ അദ്ദേഹം ജോലിക്കാരനെ വിളിച്ച് ചായ കൊണ്ടുവരാൻ പറഞ്ഞു. ചായയും ഇഡ്ഢലിയും കഴിച്ചു കൈകഴുകി വന്നപ്പോൾ അദ്ദേഹം ചോദിക്കുന്നു:

''എന്താ പേര്?''

''രാമകൃഷ്ണൻ.''

''എവിടെയാ രാജ്യം?''

''വടകര.''

''എഴുതാനും വായിക്കാനും വശമുണ്ടോ?''

''ഉണ്ട്. പത്താംതരം പാസായിട്ടുണ്ട്.''

''മെട്രിക്കുലേഷൻ; അല്ലേ?''

''അതെ.''

''എവിടെ താമസിക്കുന്നു?''

''പകലൊക്കെ അലഞ്ഞുനടക്കും.''

''എന്നിട്ട്?''

''രാത്രി കടത്തിണ്ണേലെവിടെങ്കിലും കേറി കിടക്കും.''

മറുപടി കേട്ട് കുറച്ചധികനേരം മിണ്ടാതിരുന്ന അദ്ദേഹം പറഞ്ഞു:

''രാമകൃഷ്ണൻ തൽക്കാലം ഇവിടെ നിന്നോളൂ. നല്ലൊരു ജോലി കിട്ടുന്നവരെ. അന്നന്നത്തെ വരവുചെലവെഴുതണം. ജോലിക്കാരുടെ മേൽനോട്ടം വഹിക്കണം. സമ്മതമാണോ?''

''സമ്മതമാണ്.''

''അങ്ങനെ അവിടെ ജോലിക്കു നിന്നു. നാലരമണിക്കെഴുന്നേൽക്കണം. അടുക്കളജോലിയിൽ മേൽനോട്ടം വഹിക്കണം. എല്ലാ കാര്യങ്ങളും ചിട്ടയായി ഒരുക്കിവെക്കണം. ആദ്യത്തെ ഉപഭോക്താവെത്തുമ്പോൾ

അദ്ദേഹത്തിനാവശ്യമുള്ളതു കൊടുക്കാൻ ഒരുക്കിവെച്ചിട്ടുണ്ടാകണം. ഒന്നും ഒരിക്കലും ഇല്ലെന്നു പറയാൻ ഇടയാവരുത്.''

''സാറിപ്പം ആലോചിക്കുന്നുണ്ടാവും. ഈ കള്ളൻ പേരുമാറ്റി പറഞ്ഞ തെന്തിനെന്ന്?''

''കള്ളനെന്നു വിചാരിച്ചിട്ടില്ല, പേരു മാറ്റി പറഞ്ഞതെന്തിനെന്ന് ഇപ്പോഴും സംശയിക്കുന്നുണ്ട്.''

''സാർ, എന്നെ കണ്ടാൽ, എന്റെ സംസാരം കേട്ടാൽ, ഒരാൾക്കും ഞാൻ ഇന്ന മതക്കാരനാണെന്നു തീരുമാനിക്കാൻ പറ്റില്ല. ഭക്ഷണ രീതിയിലോ വസ്ത്രധാരണരീതിയിലോ എനിക്കു പ്രത്യേകതയുമുണ്ടാ യിരുന്നില്ല. മതം മനസ്സിലല്ലേ സാർ. ഉടുപ്പിലും നടപ്പിലും പേരിലും ഭക്ഷണത്തിലുമല്ലല്ലോ. ഒരു ജോലിക്കുവേണ്ടി, കുടുംബം പുലർത്താൻ ആർക്കും ഒരു ദ്രോഹവും വരുത്താനിടയില്ലാത്ത ഒരു കളവുപറയാ മെന്നു ഞാൻ തീരുമാനിച്ചു. ജഗന്നിയന്താവോടു പൊറുക്കണേയെന്നു മനസ്സുരുകി പ്രാർത്ഥിക്കുകയും ചെയ്തു. സാറിന് എന്റെ പേരിൽ വല്ല തെറ്റിദ്ധാരണയുമുണ്ടെങ്കിൽ...''

''ഹേയ്, അങ്ങനെയൊന്നൂല്ല. ഒരു കാര്യമേ ഇനി അറിയാനുള്ളൂ.''

''എന്താവോ?''

''എങ്ങനെ ഈ കുപ്പായം സമ്പാദിച്ചു?''

''അതിലുമില്ല സാർ വഞ്ചന. അവിടെ നിന്നുകൊണ്ട് തമിഴ് നന്നായി പഠിച്ചു. നല്ലൊരു ജോലി കിട്ടുന്നതുവരെ ഇവിടെ നിന്നോളൂ എന്ന് മുതലാളി പറഞ്ഞത് ഓർത്തുകൊണ്ട് ജോലിക്കുവേണ്ടി നിരന്തരം അപേക്ഷകളയച്ചുതുടങ്ങി. പത്രങ്ങളിൽ കാണുന്ന ഒഴിവുകളിലെല്ലാം എന്റെ അപേക്ഷകൾ ചെന്നെത്തി.''

''രാമകൃഷ്ണനായിട്ടോ, റഹ്മാനായിട്ടോ?''

''റഹ്മാനായിട്ട്. അങ്ങനെ നീണ്ട കാത്തിരിപ്പിനുശേഷം ഈ ജോലി കിട്ടി. ഇനി ഞാനിവിടെ വന്ന കാര്യം പറയാം. സാറിന്റെ നേർക്ക് കാട്ടിയ ക്രൂരതയ്ക്ക് മാപ്പു ചോദിക്കാൻ. പിന്നെ സാറിന്റെ മുന്നിൽ ഒരു അപേക്ഷ സമർപ്പിക്കാനും.''

''എന്താണപേക്ഷ?''

''സാറിന് എന്താവശ്യമുണ്ടെങ്കിലും എന്നോടു പറയാം. സാറിന്റെ വേദന മാറാൻ മരുന്നു വാങ്ങിച്ചുകൊണ്ടുവന്നിട്ടുണ്ട് ഞാൻ. സാറിന്റെ അനുമതി കിട്ടീട്ടു വേണം അതിങ്ങട്ട് കൊണ്ടുവരാൻ.''

''അതു വേണോ?''

''വേണം.''

''പിന്നെ എനിക്കത്യാവശ്യമായിട്ട് ഒരു ഉപകാരം ചെയ്തുതരാനുണ്ട്.''

''പറയണം സാർ.''

‘‘എന്റെ നാട്ടുകാരൻ ഒരു പയ്യൻ ഇവിടെ ഏതോ ഒരു ഹോട്ടലിൽ ജോലി ചെയ്യുന്നുണ്ട്.’’

‘‘പേരെന്താണ് സാർ?’’

‘‘ഉമ്മർ. ബാപ്പയുടെ പേർ ആലി. എല്ലാവരും ആലിക്കാന്ന് വിളിക്കും. ഒന്നന്വേഷിച്ചു കണ്ടുപിടിക്കണം.’’

‘‘അന്വേഷിക്കാൻ ഒന്നൂല്ല സാർ. എനിക്ക് നന്നായറിയാം. അവന്റെ ബാപ്പ ആലിക്ക കഴിഞ്ഞ കൊല്ലം മരിച്ചു.’’

‘‘ഏ?’’

തല കറങ്ങുംപോലെ. ശ്വാസം സ്തംഭിക്കുംപോലെ. കണ്ണിലിരുട്ടു കയറുംപോലെ. ഇരുമ്പഴിയിൽ പിടിച്ച് അച്ചുക്കുട്ടിമേനോൻ പതുക്കെ തറയിൽ ഇരുന്നു.

പതിന്നാല്

ഇന്ത്യാക്കാരന് വളയാത്ത നട്ടെല്ലു പാടില്ലെന്ന് വെള്ളക്കാരന്റെ മതം. അടിച്ചും തൊഴിച്ചും നട്ടെല്ലു വളച്ചുതരാമെന്ന് വെള്ളക്കാരന്റെ ചെരിപ്പു തുടയ്ക്കുന്ന അടിമകളുടെ വാഗ്ദാനം. സ്വാതന്ത്ര്യസമരസേനാനികളുടെ മനശ്ശക്തിക്കുമുമ്പിൽ യജമാനന്മാരും അടിമകളും ഒരുപോലെ പരാജയപ്പെടുന്നു. മർദ്ദകരുടെ കൈകൾ തളരുന്നു; ലാത്തികൾ ഒടിഞ്ഞു തകരുന്നു. സഹനസമരത്തിന്റെ ജയപതാകകൾ പറപ്പിച്ചുകൊണ്ട് സത്യഗ്രഹികൾ മുന്നേറുന്നു. എന്നും ജയിലറകൾ ഭേദിച്ചുകൊണ്ട് മുദ്രാവാക്യങ്ങൾ മുഴങ്ങും. പുതിയ അതിഥികളുടെ വരവാണ്. കണ്ണൂരിൽനിന്നോ ബല്ലാരിയിൽനിന്നോ പുതിയ സംഘങ്ങൾ വരുമ്പോൾ സ്വാഗതഗാനങ്ങളും മുദ്രാവാക്യങ്ങളുമുണ്ടാവും. അപ്പോൾ ഏകാന്തതടവുകാരന്റെ മനം തുടിക്കും. ആവേശം – അതിരില്ലാത്ത ആവേശം.

ഇപ്പോൾ വില്ലിങ്ടൺപ്രഭുവിന്റെ ഭരണമാണ്. സാമ്രാജ്യവിരുദ്ധരെ മുഴുവനും നിലംപരിശാക്കാൻ വ്രതമെടുത്താണ് പ്രഭു അധികാരമേറ്റത്. ഗാന്ധി-ഇർവിൻ സന്ധിയെത്തുടർന്നുള്ള ശാന്തിയും സമാധാനവും പാടേ തകർന്നുകഴിഞ്ഞിരിക്കുന്നു. ആത്മരാഹിത്യത്തിലൂടെ സമരം നടത്തുന്ന നിരായുധരായ സത്യഗ്രഹികളെ മർദ്ദിച്ചൊതുക്കുക. അതായിരുന്നു പ്രഭുവിന്റെ ലക്ഷ്യം. ലക്ഷ്യസാക്ഷാത്കാരത്തിന് ഉപയുക്തകമായ കരിനിയമങ്ങൾ പലതും രൂപംപൂണ്ടു. ചില പ്രമുഖ പട്ടണങ്ങളിൽ ജനമുന്നേറ്റം തടയാൻ പട്ടാളഭരണംതന്നെ വേണ്ടിവന്നു. ആകെ കലങ്ങിമറിയുകയാണ്; തെളിയാനുള്ള കലക്കം.

ഏകാന്തതടവുകാരന് പുറംലോകവുമായുള്ള ബന്ധം മുഴുവനുമായി നിഷേധിച്ചിരിക്കുന്നു. സംഭവങ്ങളുടെ ഏകദേശരൂപം ശബ്ദതരംഗങ്ങളായിട്ട് ചിലപ്പോൾ തടവറയിൽ വന്നുചേരും. മുദ്രാവാക്യങ്ങളായി, ജയ്‌വിളികളായി. അന്നങ്ങനെയുള്ളൊരു ദിവസമായിരുന്നു. കാലത്തുതുടങ്ങിയ ശബ്ദകോലാഹലം ഇടമുറിയാതെ കേട്ടുകൊണ്ടിരുന്നു. പ്രത്യേകത എന്തെന്നറിയാനുള്ള ഉത്കണ്ഠ! കാതോർത്തുകിടക്കുമ്പോൾ വിളി കേൾക്കുന്നു:

''സാർ.''

ഓ! റഹ്മാന്റെ വിളിയാണ്. വിവരമന്വേഷിച്ചറിയാൻ സൗകര്യമായി. ഇപ്പോൾ ഭിത്തിയിൽ പിടിച്ചുനടക്കാനുള്ള ശേഷിപോലുമില്ല. നിരങ്ങി നിരങ്ങി ഇരുമ്പഴിക്കടുത്തെത്തി.

''എന്താ റഹ്മാൻ?''

''സാർ, വേദനയ്ക്കാശ്വാസമുണ്ടോ?''

''ചോദിച്ചതു നന്നായി.''

ചിരിക്കാൻ ശ്രമിച്ചുകൊണ്ടായിരുന്നു മറുപടി.

''വേദനയ്ക്കാശ്വാസമുണ്ടെന്നു പറയാൻ എനിക്കു കലശലായ ആഗ്രഹമുണ്ട്. പക്ഷേ, കഴിയുന്നില്ല.''

''ഞാൻ കുറച്ചു തൈലം കൊണ്ടുവന്നിട്ടുണ്ട്.''

''വേണ്ടായിരുന്നു.''

''അങ്ങനെ പറയരുതു സാർ.''

''റഹ്മാനോടുള്ള സ്നേഹംകൊണ്ടാണു പറയുന്നത്. ഇങ്ങനെ ബുദ്ധിമുട്ടരുത്.''

''ഇതെനിക്കൊരു ബുദ്ധിമുട്ടല്ല സാർ.''

''അല്ലായിരിക്കാം, പക്ഷേ, സായുധവിപ്ലവത്തിന് ജനങ്ങളെ പ്രേരിപ്പിച്ച കൊടുംകുറ്റവാളിയെന്ന നിലയിലാണ് എന്നെ ഈ ഏകാന്തതടവിലടച്ചത്. അതു തനിക്കറിയാമല്ലോ.''

''അറിയാം സാർ.''

''അത്തരമൊരു ഭീകരനെ സഹായിക്കുന്നത് ജയിലറോ സൂപ്രണ്ടോ അറിഞ്ഞാൽ...?''

''അറിഞ്ഞാൽ ജോലി പോകുമായിരിക്കും.''

''ജോലി പോകുന്നതിൽ ഭയമില്ലേ?''

''ഇല്ല സാർ; ഒട്ടുമില്ല.''

''അപ്പോൾ കുടുംബത്തെ രക്ഷിക്കാനുള്ള വഴി?''

''ജോലി ഉപേക്ഷിച്ചുവന്നവർ എത്രയോ ഇതിനകത്തുണ്ട് സാർ.''

''എന്നെപ്പോലൊരു പാവപ്പെട്ടവനെ സഹായിച്ച് റഹ്മാൻ ജോലി കളയുന്നതു മണ്ടത്തരമാണ്. അതിരിക്കട്ടെ, ഇന്നിവിടെ എന്താ സംഭവി ക്കുന്നത്? 'ജയ്' വിളികളും മുദ്രാവാക്യങ്ങളും കാലത്തെ തുടങ്ങിയല്ലോ.''

''അതൊരു വലിയ കഥയാണ് സാർ. പട്ടണത്തിലെ ഒരു കമ്പനി യിൽനിന്നു രണ്ടു തൊഴിലാളികളെ പിരിച്ചുവിട്ടു. പിരിച്ചുവിട്ടവരെ തിരി ച്ചെടുക്കണമെന്ന് ആവശ്യപ്പെട്ട് മുഴുവൻ തൊഴിലാളികളും പണിമുടക്കി കമ്പനിപ്പടിക്കൽ സത്യഗ്രഹം തുടങ്ങി. സത്യഗ്രഹം ആരംഭിച്ചിട്ട് ഇന്നേക്ക് ഒരാഴ്ചയാവുന്നു. ഒരു മുന്നറിയിപ്പുമില്ലാതെ, ഇന്നു രാവിലെ പൊലീസ് വന്ന് സത്യഗ്രഹികളെ ലാത്തിച്ചാർജ്ജ് ചെയ്ത് പിരിച്ചുവിടാൻ ശ്രമിച്ചു. ആകെ ബഹളമായപ്പോൾ പൊലീസിനെ കല്ലെറിഞ്ഞെന്നു പറഞ്ഞ് വെടിവെപ്പുണ്ടായി. നാലുപേർ മരിച്ചു. ഏറെപ്പേർക്ക് പരിക്കുപറ്റി. തുടർന്ന് കണ്ണിൽ കണ്ടവരെ മുഴുവൻ അറസ്റ്റു ചെയ്തു. അറസ്റ്റു ചെയ്തവരും ജനങ്ങളും പൊലീസുമായി ഏറ്റുമുട്ടി. ഇവിടെയും വെടിവെപ്പുണ്ടായി. എത്രപേർ മരിച്ചെന്നറിഞ്ഞുകൂടാ. ഇപ്പോഴും ബഹളം നടക്കുകയാണ്. ജനങ്ങൾ ആകെ ക്ഷോഭിച്ചിളകിയിരിക്കുന്നു. എന്തും സംഭവിക്കാമെന്ന നിലയാണ്.''

''റഹ്മാൻ, വേഗം പൊയ്ക്കോളൂ.''

''വേണ്ട സാർ. ഇന്നെനിക്ക് ഒഴിവുദിവസമാണ്. ഈ തൈലം തേച്ചാൽ വേദനയ്ക്ക് ആശ്വാസം കിട്ടും. ഒരു കാര്യംകൂടി.''

''എന്താ?''

''സാറിന് രോഗം കൂടുതലാണെന്നും ചികിത്സിച്ചിട്ട് പ്രയോജന മൊന്നുമില്ലെന്നും ഈ നിലയ്ക്ക് ഡിസ്ചാർജ്ജ് ചെയ്താൽ കുഴപ്പ മൊന്നുമില്ലെന്നും സൂപ്രണ്ട് എഴുതി അയച്ചിരിക്കുന്നു.''

''ഞാനിവിടെക്കിടന്നു മരിച്ചാൽ കുഴപ്പമാണെന്ന് സൂപ്രണ്ടിന് തോന്നി യിരിക്കും.''

''ഇവിടുത്തെ സമ്പ്രദായമിതാണ് സാർ. ആരും ഇവിടെവെച്ചു മരി ക്കുന്നത് അദ്ദേഹത്തിനിഷ്ടമല്ല.''

''കൊല്ലുന്നത് ഇഷ്ടമായിരിക്കും, ഇല്ലേ?''

''ഇതു കലാപത്തിന്റെ കാലമല്ലേ സാർ? ആർക്കും എന്തും ചെയ്യാം. ചോദിക്കാൻ ആരുമില്ല. ലോക്കപ്പിൽ കൊല്ലപ്പെടുന്നത് ഒരു സത്യഗ്രഹി യാണെങ്കിൽ അത് ആത്മഹത്യയാവുന്നു. വെടിവെപ്പിലാകുമ്പോൾ അക്രമാസക്തരുടെ മരണം. ഇത് അവാസനത്തെ കളിയാണ് സാർ.''

''മനസ്സിലായില്ല.''

''അവരുടെ അവസാനത്തെ കളി.''

''ആരുടെ?''

''എന്നെ പരീക്ഷിക്കരുതു സാർ. ഉള്ളു തുറന്നുകാണിക്കാൻ എനിക്കു വയ്യ.''

''റഹ്മാൻ, പരീക്ഷിച്ചതല്ല ഞാൻ. പരീക്ഷ നേരത്തെ കഴിഞ്ഞു. തന്നിലെ മനുഷ്യനെ ഞാൻ എന്നോ കണ്ടെത്തിയിരിക്കുന്നു. വിശ്വാസം നഷ്ടപ്പെടാതെ രാമകൃഷ്ണനായി കാപ്പിക്കടയിൽ ജോലി ചെയ്തതും അവിടെയിരുന്നുകൊണ്ട്, ജോലി തേടിയതും പിന്നെ റഹ്മാനായി ജോലിയിൽ പ്രവേശിച്ചതുമൊക്കെ ഒരു കെട്ടുകഥപോലെയാണ് ആദ്യം ഞാൻ കേട്ടത്. ക്രമേണ, താനൊരു സമസൃഷ്ടിസ്നേഹിയാണെന്നും അവശരിൽ അനുകമ്പയുള്ളവനാണെന്നും ഞാൻ മനസ്സിലാക്കി. ഈ നന്മകളൊന്നും തന്റെ ജോലിക്കു ചേർന്നതല്ല. പരുക്കനായിരിക്കണം. മറ്റുള്ളവരുടെ ദുഃഖത്തിൽ ആനന്ദംകൊള്ളണം. നിർദ്ദോഷികളെ ഹിംസിക്കണം. തട്ടിപ്പറി തൊഴിലാക്കണം. കിട്ടുന്നതു കൈനീട്ടി വാങ്ങണം. അതിനു സൗകര്യം കുറഞ്ഞ സ്ഥലത്ത് പിടിച്ചുപറിക്കൊരുങ്ങണം.''

''സാർ.''

പറഞ്ഞു മുഴുമിപ്പിക്കുംമുമ്പേ കരയുംപോലെ റഹ്മാൻ വിളിച്ചു.

''പടച്ചതമ്പുരാൻ എന്നെ സൃഷ്ടിച്ചത് അതിനല്ല. ഞാനൊരിക്കലും ആ വഴിക്കു ചിന്തിക്കില്ല.''

''ആ തൈലമിങ്ങ് തരൂ.''

തൈലം കൈനീട്ടി വാങ്ങുമ്പോൾ റഹ്മാൻ പറഞ്ഞു:

''വേദനയുള്ളിടത്ത് മുഴുവനും തേക്കണം.''

''പിന്നെ ചൂടുവെള്ളംകൊണ്ട് കഴുകണമായിരിക്കും?''

''വേണം സാർ, വേണം. വൈകീട്ട് ചൂടുവെള്ളം ഞാൻ കൊണ്ടു വരും.''

''ദൈവമേ, നീ കേൾക്കുന്നുണ്ടോ റഹ്മാൻ ഞാൻ ദൈവത്തെ വിളിച്ചത്? എന്റെ കഷ്ടപ്പാടിനൊരറുതിവരുത്തണമെന്ന് പ്രാർത്ഥിക്കാനല്ല. തന്നെപ്പോലുള്ളവരെ ഇനിയുമിനിയും സൃഷ്ടിച്ച് ഈ ഭൂമുഖത്തേക്ക് അയച്ചുതരണേ എന്ന് അപേക്ഷിക്കാനാണ്.''

''ഞാൻ പോട്ടെ സാർ. ആലിക്കാടെ മകൻ ഉമ്മർ, സാറിനെ കാണാനിന്നുവരും. അവനെ ആരും അകത്തു കടത്തിവിടില്ല. ഞാൻ ചെന്നു കൂട്ടിക്കൊണ്ടുവരട്ടെ സാർ.''

''ഉമ്മറ് വരുന്നോ? നന്നായി; പോയിട്ട് വരൂ.''

''കണ്ണെത്താത്ത ദൂരം വരെ റഹ്മാനെ നോക്കിയിരുന്നു. നന്മകൾ ഏതു വേഷത്തിനടിയിലാണ് കുടികൊള്ളുന്നതെന്നു തിരിച്ചറിയാൻ വിഷമം. ഒരുപക്ഷേ, ഇവിടുത്തെ ജോലിക്കാരുടെ കൂട്ടത്തിൽ ഇതുപോലെ വേറെയും ചിലരുണ്ടാവില്ലേ? ഭയംകൊണ്ടു പുറത്തു പറയാനാവാതെ

കഴിച്ചുകൂട്ടുന്നവര് പലരുമുണ്ടാവും. തീർച്ച. ഉമ്മർ വരുന്നതല്ലേ? ഇരുമ്പഴിക്കടുത്തുതന്നെ ഇരിക്കാം. ഇല്ലെങ്കിൽ ഇനിയും നിരങ്ങേണ്ടിവരും.

അകലെ, കൂറ്റൻ ജയിൽഭിത്തികൾക്കു മുകളിൽ, കടുത്ത ദൈനാഘച്ചൂടിൽ അഭയം തേടിയ കാക്കകളെ കാണുന്നു. ഭിത്തിക്കപ്പുറമുള്ള രാജവീഥിക്കിരുവശവും നട്ടുവളർത്തിയ വേപ്പുമരങ്ങളുടെ തണൽ കാക്കകൾക്കാശ്വാസം നൽകുന്നു. ജയിൽകുസിനികളിൽനിന്ന് പുറത്തുകളയുന്ന അവശിഷ്ടങ്ങൾ അകത്താക്കി വയറുവീർപ്പിച്ച ഒരു പട്ടി ഉണക്കപ്പുല്ലുകൾ മൂടിയ കറുത്ത പാറക്കെട്ടിലൂടെ, ഉഷ്ണസഞ്ചാരം നിമിത്തം വായ പിളർത്തി നാവു നീട്ടി ധൃതിപ്പെട്ടോടുന്നു. കാക്കകളെ ഭീഷണിപ്പെടുത്തിക്കൊണ്ട് ഇടയ്ക്കിടെ ഒരു കാരാടൻ തലങ്ങും വിലങ്ങും പറക്കുന്നു. അപ്പോൾ കാക്കകൾ ഇരിപ്പിടം മാറി അങ്ങുമിങ്ങുമായി പറന്നകലുന്നു. വീണ്ടും വരുന്നു. കല്ലുടയ്ക്കുന്ന സത്യഗ്രഹികളെയും തെളിച്ച് ഉച്ചഭക്ഷണത്തിനു വരുന്ന വാർഡന്മാർ, വിശപ്പിന്റെ വെറുപ്പ് മുഖത്തു പ്രദർശിപ്പിച്ചുകൊണ്ട് നടക്കുന്നു. ഏതാണ്ടൊരു ചെറിയ ജാഥയുടെ മട്ടിലാണ് സത്യഗ്രഹികളും വാർഡന്മാരും നടന്നുനീങ്ങുന്നത്.

ഏകാന്തതടവിന്റെ മുമ്പിലെത്തിയപ്പോൾ അതു സംഭവിക്കുന്നു. കൂട്ടത്തിൽ ഒരു സത്യഗ്രഹി നടക്കാൻ വയ്യാതെ, അവശനായി ഒരിടത്തിരിക്കുന്നു. സത്യഗ്രഹികളിൽ ചിലർ അയാളെ ശുശ്റൂഷിക്കാനെത്തുന്നു. എന്താണു സംഭവമെന്നറിയാൻ മുൻകടന്നുപോയവർ തിരിച്ചുവരുന്നു. സംഭവം ചെറുതാണെങ്കിലും വാർഡന്മാരുടെ അരിശം വലുതായിരുന്നു. ശുണ്ഠിമുഴുത്ത ഒരു വാർഡൻ തിക്കിത്തിരക്കി വന്നു കല്പിക്കുന്നു.

''ഉം, എഴുന്നേൽക്കാൻ!''

സത്യഗ്രഹികളിൽ ഒരാൾ അതിനുത്തരം കൊടുക്കുന്നു:

''വയ്യാത്തതുകൊണ്ടല്ലേ ഇരുന്നത്. എങ്ങനെ എഴുന്നേൽക്കും?''

''പറഞ്ഞതനുസരിച്ചോളൂ, ഇല്ലെങ്കിൽ റിപ്പോർട്ടു ചെയ്യും.''

''എന്നാലതു നടക്കട്ടെ.''

സത്യഗ്രഹികളിൽ വേറൊരാൾ പറഞ്ഞു:

''ഈ കളി നല്ലതിനല്ല.''

വാർഡൻ അലറി:

''എഴുന്നേറ്റു മര്യാദയ്ക്കു നടന്നില്ലെങ്കിൽ ബലം പ്രയോഗിച്ചു കൊണ്ടുപോകും!''

''എങ്കിൽ സന്തോഷമായി. ഞങ്ങളെ എല്ലാവരെയും പൊക്കിക്കൊണ്ടു പോണം. അതാണു സുഖം.''

സത്യഗ്രഹികളെല്ലാവരും ഇരുന്നു.

''ഞങ്ങൾ ഇവിടെ ഇരിക്കാൻ തീരുമാനിച്ചു.''

എല്ലാവരുംകൂടിയാണ് പറഞ്ഞത്.

''എങ്കിൽ ഇന്നാർക്കും ഉച്ചഭക്ഷണമില്ല.''

''വേണ്ടാ, വേണ്ടാ.''

എല്ലാവരും ഒരേ സ്വരത്തിൽ പറഞ്ഞു.

''വയ്യാത്തവന് ഒരിടത്ത് ഇരിക്കാൻ പാടില്ലെന്നാണ് നിയമമെങ്കിൽ ആ നിയമം ഞങ്ങൾ ലംഘിക്കും. നിങ്ങൾ ഒന്നു മനസ്സിലാക്കണം. നിയമം ലംഘിച്ചാണ് ഞങ്ങളിവിടെ വന്നത്. ഏറെ കളിച്ചാൽ ഇവിടത്തെ നിയമവും ഞങ്ങൾ ലംഘിക്കും.''

സത്യഗ്രഹികൾ പൊരിവെയിലിൽ ചമ്രംപടിഞ്ഞിരുന്ന മുദ്രാവാക്യം മുഴക്കാൻ തുടങ്ങി. സംഗതി ഗൗരവസ്വഭാവം കൈക്കൊള്ളാൻ തുടങ്ങിയപ്പോൾ വാർഡന്മാരുടെ കൂട്ടത്തിൽനിന്ന് പ്രായവും പരിചയവുമുള്ള ഒരാൾ മുമ്പോട്ടുവന്നു ചോദിച്ചു:

''നിങ്ങളുടെ നേതാവാരാണ്?''

കണ്ടാൽ കോളേജ് വിദ്യാർത്ഥിയാണെന്നു തോന്നിക്കുന്ന ഒരു ചെറുപ്പക്കാരനാണതിനു മറുപടി പറഞ്ഞത്:

ഞങ്ങളെല്ലാവരും നേതാക്കന്മാരാണ്. എന്താ വേണ്ടതെന്നു പറയൂ.''

''പറയാം.''

വാർഡൻ വളരെ ഒതുങ്ങിയ മട്ടിൽ പറയാൻ തുടങ്ങി:

''ഇതൊരു ചെറിയ കാര്യം. നമുക്കിവിടെവെച്ചുതന്നെ തീർക്കാം.''

''തീർത്തോളൂ, ഒരു വിരോധവുമില്ല.''

ചെറുപ്പക്കാരനാണ് പറഞ്ഞത്.

''ഇതിവിടെ അവസാനിച്ചു. നമുക്കു സമാധാനമായി പിരിഞ്ഞു പോകാം. കൊടുംചൂടല്ലേ, ആരും അല്പം ശുണ്ഠിയെടുത്തുപോകും. അതൊന്നും ഗൗരവമായെടുക്കരുത്. ഈ സംഭവത്തിൽ ആർക്കെങ്കിലും മനോവേദനയുണ്ടായിട്ടുണ്ടെങ്കിൽ ഞാൻ മാപ്പുചോദിക്കാം. എഴുന്നേൽക്കൂ.''

''സഖാക്കളേ!''

ചെറുപ്പക്കാരൻ സമചിത്തത പാലിച്ചുകൊണ്ടു പറഞ്ഞു. ''നമുക്ക് പോകാം. ഈ പറഞ്ഞത് മര്യാദ. മര്യാദയ്ക്കു മര്യാദ, അതാണു നമ്മുടെ മര്യാദ.''

ചെറുപ്പക്കാരന്റെ അഭ്യർത്ഥന മാനിച്ച് സത്യഗ്രഹികൾ സമാധാനമായി എഴുന്നേറ്റുപോയി.

രണ്ട് ഇരുമ്പഴികൾക്കിടയിലൂടെ കാണുന്നതാണിപ്പോൾ പ്രപഞ്ചം. നീണ്ടു മെലിഞ്ഞ കുട്ടികൾ നേർവര പരിശീലിക്കുന്ന 'സ്കെയിൽ'

പോലൊരു പ്രപഞ്ചം. അകലെ പച്ചപ്പുകൾ. അടുത്ത് അഗ്നികുണ്ഠം. എന്നിട്ടും കണ്ടുകൊണ്ടിരിക്കാൻ മോഹം. ഇപ്പോൾ ഒന്നും പ്രതീക്ഷിക്കാത്ത ഇരിപ്പല്ല. ആലിക്കയുടെ മകൻ ഉമ്മർ വരുന്നു; അവൻ ഒരു പാടോർമ്മകളുമായി വരുന്നു. അല്ലെങ്കിൽ ഓർമ്മകളെ വിളിച്ചുണർത്താൻ വരുന്നു.

ഏറെ കാത്തിരിപ്പ് ആവശ്യമായി വന്നില്ല. ഉമ്മറിനെ മുമ്പിൽ അവതരിപ്പിച്ച് റഹ്മാൻ മാറിനിന്നു. താത്പര്യത്തോടെ നോക്കി. ആലിക്ക ചെറുപ്പക്കാരനായി തിരിച്ചുവന്നപോലെ - തീവണ്ടി യാത്രയ്ക്കിടയിൽ ആലിക്ക പറഞ്ഞ കാര്യങ്ങൾ മുഴുവനും ഓർമ്മയിലെത്തി. കടുത്ത തൊഴിലില്ലായ്മ നിമിത്തം, ജന്മഗ്രാമത്തിൽനിന്നു യുവജനങ്ങൾ പുറത്തേക്കൊഴുകുന്നു. മനുഷ്യവിഭവം നഷ്ടപ്പെടുന്ന ഗ്രാമങ്ങൾ ക്രമേണ ചൈതന്യരഹിതങ്ങളാകുന്നു. എത്രയെത്ര പേർ ബർമ്മയിലും സിങ്കപ്പൂരിലും ബോർണിയോവിലും ചെന്നുചേർന്ന് അന്യദേശങ്ങളെ സമ്പന്നമാക്കാൻ വിയർപ്പൊഴുക്കുന്നു! ജീവിതം ഹോമിക്കുന്നു! ഈ നശിച്ച സർക്കാരിനെ കെട്ടുകെട്ടിച്ചല്ലാതെ മോചനമില്ല. ഉമ്മർ തലതാഴ്ത്തി നിൽക്കുന്നു; ഒന്നും മിണ്ടാതെ.

''ഉമ്മറേ!''

മറുപടിയില്ല. വീണ്ടും വിളിച്ചു. അപ്പോൾ തേങ്ങലാണു കേട്ടത്. ക്രമേണ തേങ്ങൽ കരച്ചിലിനു വഴിമാറി. റഹ്മാൻ മുമ്പിൽ വന്നു വിലക്കി:

'അരുത്, ശബ്ദം കേട്ടു വല്ലവരും വന്നാൽ കുഴപ്പമാണ്. ഏകാന്ത തടവുകാരോടു സംസാരിക്കാൻ പാടില്ല.''

ഉമ്മറെ ആശ്വസിപ്പിക്കാൻ റഹ്മാന് കഴിയുന്നില്ല.

''ഉമ്മറേ, കരയരുത്. റഹ്മാൻ പറഞ്ഞത് കേട്ടില്ലേ. ഇത് ജയിലാണ്. ഇവിടത്തെ നിയമങ്ങൾ വളരെ കടുപ്പമുള്ളതാണ്. നിന്നെ കണ്ടതു വലിയ സന്തോഷമായി.''

ഉമ്മറിന്റെ കരച്ചിലടങ്ങി, വിഷമിച്ച് ചിലതൊക്കെ പറയാനുള്ള ശ്രമം തുടങ്ങി.

''ബാപ്പ എന്നും പറയും: കൈക്കും കാലിനും ചങ്ങലവെച്ച് പൊലീസുകാര് കൊല്ലാൻ കൊണ്ടോയതാരുന്നു പറഞ്ഞ് ബാപ്പ കരയും. നെഞ്ഞത്തടിച്ച് മോളോട് നോക്കി പടച്ചോനെ വിളിക്കും. എന്നിട്ട്... എന്നിട്ട്...''

വീണ്ടും കരച്ചിൽ. റഹ്മാൻ ഒരുവിധം പറഞ്ഞാശ്വസിപ്പിച്ചു. കൂട്ടിക്കൊണ്ടുപോകുമ്പോൾ ഉമ്മർ നനഞ്ഞ കണ്ണുകളോടെ തിരിഞ്ഞു തിരിഞ്ഞു നോക്കുന്നു.

ഇത് ആരുടെ കണ്ണും നനയ്ക്കുന്ന മുഹൂർത്തം. ഈ മുഹൂർത്തത്തിൽ കണ്ണീരിലലിയുന്നത് സ്നേഹത്തിന്റെ ഉപ്പാണ്. വിശുദ്ധ സ്നേഹത്തിന്റെ ഉപ്പ്!

പതിനഞ്ച്

ജയിൽമോചനം!

ഒരു വാർഡന്റെ ചവർപ്പുഭാഷയിൽ, തടവുമുറിയിൽ ആ വാർത്ത വഴുതി വീഴുന്നു. പ്രതികരണം മോശമായിരുന്നു; വളരെ മോശം. ആർക്കു വേണ്ടി, എന്തിനുള്ള മോചനം? ഒരർദ്ധപ്രാണനെ സ്വീകരിക്കാൻ ജയിലിനു പുറത്താരാണുള്ളത്? വല്ലവരുമുണ്ടെങ്കിൽ! -ഓ! അങ്ങനെ ചിന്തിക്കുന്നതേ മഹാപാപം!

ഭവാനിയേട്ടത്തിയും അരുന്ധതിയും! അവരുടെ അതിരില്ലാത്ത സ്നേഹം. ആ സ്നേഹത്തിനു മുമ്പിൽ സമർപ്പിക്കാനുള്ളത് ചലനശേഷി നഷ്ടപ്പെട്ട ഒരു മാംസപിണ്ഡം. അത് അവർക്കെത്ര വലിയ ഭാരമായിരിക്കും! നടക്കാനും നിൽക്കാനും ഇരിക്കാനും കിടക്കാനും പരാശ്രയം ആവശ്യപ്പെടുന്ന ഒരു ജീവിതംകൊണ്ട് നാട്ടിനെന്ത്, വീട്ടിനെന്ത് പ്രയോജനം? ഇല്ല, എവിടേക്കുമില്ല. ഈ തടവുമുറിയിൽതന്നെ അന്ത്യം വരണം. നിയമം ലംഘിച്ചാണിവിടെ എത്തിയത്. ഇവിടെയും നിയമം ലംഘിക്കുകതന്നെ വേണം. പോവില്ലെന്നു ശാഠ്യം പിടിക്കും. ബലപ്രയോഗത്തിനൊരുങ്ങും. അപ്പോൾ മരണംവരെ നിരാഹാരമനുഷ്ഠിക്കും. ജയിൽഭക്ഷണത്തേക്കാൾ നിരാഹാരത്തിന് സ്വാദു കൂടും അതെ, അതാണ് നേർവഴി. ഭരണകൂടത്തിന്റെ കല്പനയ്ക്കു മുമ്പിൽ വഴങ്ങാൻ ഭാവമില്ല. സൗജന്യമാണത്രേ. ശിക്ഷ ഇളവുചെയ്ത് പുറത്തേക്കയയ്ക്കുന്നത് അധികാരികളുടെ ദയയാണത്രേ. വേണ്ട, ആരുടെ ദയയും വേണ്ട. ഇവിടെ ഈ ഏകാന്തതടവിൽ അനങ്ങാതെ നീണ്ടു നിവർന്നു കിടക്കും. വേണമെങ്കിൽ വലിച്ചിഴച്ചു കൊണ്ടുപോയി തൂക്കിലേറ്റട്ടെ.

''സാർ.''

ഇല്ല, മിണ്ടില്ല. ആരായാലും മിണ്ടില്ല. വീണ്ടും വിളി കേൾക്കുന്നു:

''സാർ.''

ആരു വിളിച്ചിട്ടും കാര്യമില്ല. നിരാഹാരവ്രതവും മൗനവ്രതവുമാണ്. എന്തു വേണമെങ്കിൽ ചെയ്യട്ടെ.

''സാർ, ഇതു റഹ്മാനാണ്.''

റഹ്മാൻ! വ്രതാരംഭവും വ്രതഭംഗവും ഒരുമിച്ചുകൊള്ളാം! റഹ്മാന്റെ വിളിക്ക് മറുപടി നൽകാതെ വയ്യ.

''റഹ്മാൻ, വല്ലതും പറയാനുണ്ടെങ്കിൽ വേഗം പറഞ്ഞുതീർക്കൂ. എന്റെ മൗനവ്രതം മുടക്കരുത്.''

''ഇല്ല സാർ. ഞാനൊന്നും മുടക്കില്ല. കാര്യം ചുരുക്കിപ്പറയാം. സാറിനെ ഇന്നു വിട്ടയയ്ക്കും.''

''വേണ്ട.''

''അങ്ങനെ പറയരുതു സാർ. ജയിൽനിയമം അറിയുന്നതല്ലേ?''

''അറിയുക മാത്രമല്ല, അനുഭവിച്ചിട്ടുമുണ്ട്. ഒന്നിനും ഇനി വഴങ്ങാൻ ഭാവമില്ല. ഇവിടെ കിടന്നു മരിക്കാൻ തീരുമാനിച്ചു. ദാഹജലംപോലും കുടിക്കാതെ ഇവിടെ ഇതാ ഇങ്ങനെ കിടക്കും, അന്ത്യംവരെ.''

''സാർ, റഹ്മാനാണ് പറയുന്നത്. റഹ്മാന്റെ സ്നേഹം സാറ് മനസ്സിലാക്കിയില്ല. യാത്രയ്ക്കുള്ള എല്ലാ സൗകര്യങ്ങളും ചെയ്തിട്ടുണ്ട്. ഉമ്മർ ഗേറ്റിലുണ്ടാവും. വീട്ടിലെത്തുവോളം സാറിനൊരു ബുദ്ധിമുട്ടും വരില്ല.''

''വേണ്ട റഹ്മാൻ, വേണ്ട. എന്റെ വീട്ടുകാർക്കൊരു ഭാരമാവാൻ വയ്യ. ഈ അവസ്ഥ. ഇടിച്ചും തൊഴിച്ചും എന്റെ നട്ടെല്ലിന് ക്ഷത മേല്പിച്ചതിവിടെവെച്ചാണ്. അതോടെ പാതി ദേഹം മരിച്ചു. ഇനിയുള്ള പാതിയും ഇവിടെത്തന്നെയാവട്ടെ.''

''റഹ്മാൻ വിവരമില്ലാത്തവനാണ്; ബുദ്ധിയില്ലാത്തവനാണ്. എങ്കിലും ഒന്നു ചോദിക്കട്ടെ സാർ. ഒരു സത്യഗ്രഹി ഇങ്ങനെ മർക്കടമുഷ്ടി കാണിക്കാമോ?''

റഹ്മാന്റെ ചോദ്യത്തിനു മുമ്പിൽ നിശ്ചയദാർഢ്യം നീരാവിയാകുന്നു. വ്യക്തമായ മറുപടി നൽകാൻ കഴിയാതെ വിഷമിക്കുന്നു. ഇല്ല, അങ്ങനെ വഴങ്ങാൻ വയ്യ.

''എടോ റഹ്മാൻ, അനീതിയോടു പൊരുതുന്നതാണ് സത്യഗ്രഹിയുടെ ധർമ്മം. നീതിക്കും നിയമത്തിനും നിരക്കുന്ന സമരം. ഇവിടത്തെ നിയമം വന്യമാണ്. ഇവിടത്തെ നീതി നികൃഷ്ടമാണ്. അവയ്ക്കെതിരായി സമരം ചെയ്യാതെ വയ്യ.''

''സാർ, ഇപ്പോൾ ഇവിടെ സാമാന്യനീതിക്കെതിരായി ഒന്നും സംഭവിച്ചിട്ടില്ല. ജയിൽശിക്ഷ ഇളവുചെയ്ത് ഒരു തടവുകാരനെ മോചിപ്പിക്കുന്നു. അതാണിവിടെ സംഭവിച്ചത്. ഇതിലെന്തു നീതികേടാണ് സാർ?''

''റഹ്മാൻ കുറച്ചുകൂടി പഠിച്ച് ഒരു വക്കീലാവേണ്ടതായിരുന്നു. സമർത്ഥമായി വാദിക്കുന്നുണ്ട്.''

''അങ്ങയെ ഞാൻ ആദരിക്കുന്നു. എന്റെ അമ്മാമനായോ, മൂത്ത ജ്യേഷ്ഠനായോ സ്നേഹിക്കുംപോലെ സ്നേഹിക്കുന്നു. ഏതോ നിശ്ചയം മൂലം ഇവിടെവെച്ച് ഞാനങ്ങയെ കണ്ടുമുട്ടി. അങ്ങയുടെ പെരുമാറ്റത്തിൽനിന്ന്, സംഭാഷണത്തിൽനിന്ന്, പാഠങ്ങൾ പലതും ഞാൻ പഠിച്ചു സാർ. ധീരതയെന്താണെന്നു മനസ്സിലാക്കാനും കഴിഞ്ഞു. അങ്ങ് ഇന്ന് എന്റെ ഗുരുനാഥനുംകൂടിയാണ്. ഞാൻ കാലുപിടിച്ചപേക്ഷിക്കുന്നു, അങ്ങ് ഉടനെ പുറപ്പെടണം. ഒട്ടും താമസിക്കരുത്. യാത്രയ്ക്കുള്ള എല്ലാ ഒരുക്കങ്ങളും ചെയ്തിട്ടുണ്ട്. ഒരു ബുദ്ധിമുട്ടും വരില്ല! വീട്ടിലുള്ള സ്നേഹജനങ്ങളെയോർത്ത്, ഈ പാവപ്പെട്ട റഹ്മാനെ ഓർത്ത് അങ്ങ് പ്രതിഷേധിക്കരുത്. ബുദ്ധിയില്ലാത്ത ക്രൂരമൃഗങ്ങളുടെ ഒരു കൂടാരമാണിത്.

ഇവിടത്തെ അനുഭവങ്ങളെക്കുറിച്ചുള്ള സ്മരണകളത്രയും ഇവിടെ വിട്ടേക്കണം. കൂടെ കൊണ്ടുനടക്കാൻ പറ്റില്ല... എന്താണ് സാർ ഒന്നും മിണ്ടാത്തത്?''

''മിണ്ടാൻ വയ്യാത്തതുകൊണ്ടുതന്നെ. എന്റെ നിശ്ചയമിളക്കാൻ ഇന്ന് ഈ നിമിഷംവരെ ആർക്കും കഴിഞ്ഞിട്ടില്ല. സ്നേഹം എന്താണെന്നും അതെത്രമാത്രം മഹത്താണെന്നും പൂർണമായി മനസ്സിലാക്കാൻ കഴിഞ്ഞത് ഇപ്പോൾ ഇവിടെവെച്ചാണ്. ക്രൂരമൃഗങ്ങളെപ്പോലും കീഴടക്കാൻ സ്നേഹത്തിനു കഴിയുമെന്നും എനിക്കു ബോധ്യമായി. റഹ്മാന് പോകാം.''

''സാർ...''

''റഹ്മാൻ, കടൽത്തിരകൾ പൂഴിപ്പരപ്പിൽ ആഞ്ഞടിച്ച് തിരിച്ചു പോകുന്നത് പരാജയമാണോ?''

''അല്ല.''

''എന്തുകൊണ്ട്?''

''പരാജയമാണെങ്കിൽ, പൂർവ്വാധികം ശക്തിയോടെ തിരിച്ചുവരാൻ അതിനെങ്ങനെ കഴിയുന്നു?''

''സമ്മതിച്ചു.''

''ഉമ്മർ ഗേറ്റിലുണ്ടാവും സാർ, വീട്ടിൽ വരും അറിയിച്ചിട്ടുണ്ട്.''

''എന്ത്?''

''സാറിന്റെ വീട്ടിലുള്ളവർ കാത്തിരിക്കുന്നുണ്ടാവും?''

''എങ്ങനെ അറിയിക്കാൻ കഴിഞ്ഞു റഹ്മാൻ?''

''സാറിനെ സംബന്ധിക്കുന്ന എല്ലാ വിവരങ്ങളും ഇവിടെയുണ്ടല്ലോ. റഹ്മാൻ ഒരു സ്വാതന്ത്ര്യമെടുത്ത് വീട്ടിലേക്കെഴുതി.''

''ഉം! ഇതെല്ലാം ചേർത്തുവെച്ചു കണക്കുകൂട്ടുമ്പോൾ ഇതിനെ വിധിയെന്നു വിളിക്കാമോ? അതോ, സംഭവപരമ്പരകളുടെ സ്വാഭാവികപരിണാമമെന്നു വിശ്വസിക്കണോ? രണ്ടായാലും അനുഭവിച്ചുതീർക്കേണ്ടതെന്തൊക്കെയാണോ അവയെന്നെ മാടിവിളിക്കുകയാണ്. ചിന്തിച്ചു നിൽക്കാതെ തലകുനിച്ചനുസരിക്കുകയാണ്. റഹ്മാനു പോകാം.''

''നന്ദി സാർ, നന്ദി.''

ഇപ്പോൾ മനസ്സുനിറയെ ഭവാനി ഏടത്തിയും അരുന്ധതിയുമാണ്. വിധവയായ ഏടത്തിക്ക് തണലായി അനിയൻ വരുന്നു. പ്രായപൂർത്തിയായ മരുമകൾക്ക് രക്ഷിതാവായി അമ്മാമൻ വരുന്നു. രണ്ടുപേരും എന്തൊക്കെയെന്തൊക്കെ മോഹങ്ങൾ താലോലിക്കുകയാവുമിപ്പോൾ!

ആദ്യമായി അനിയൻ ചെയ്യുന്നത് അരുന്ധതിക്ക് അനുരൂപനായ ഒരു വരനെ തേടുകയാവും. ''അരുന്ധതിയുടെ വിവാഹം കഴിഞ്ഞാലും

അനിയന്റെ ജോലി അവസാനിക്കുന്നില്ല. അരുന്ധതിയുടെ അച്ഛന്റെ മരണശേഷം പാടം ഒഴിഞ്ഞുകിടക്കുകയാണ്. ആളില്ലാത്തതുകൊണ്ട് വിത്തിറക്കീട്ടില്ല. നല്ല മേനി കിട്ടുന്ന ഇരിപ്പുനിലം പാഴായി കിടക്കുന്നതുകണ്ട് പലരും വന്നു വിലപറഞ്ഞിട്ടുണ്ടാവും. ആർക്കും കൊടുത്തില്ല; കൊടുക്കുകയുമില്ല. അനിയൻ വരട്ടെ. അനിയൻ കൃഷിയിറക്കട്ടെ. നെൽകൃഷി വീടിന്റെ ശ്രീത്വം വർദ്ധിപ്പിക്കും. മുറ്റം പുല്ലുചെത്തി ചാണകം മെഴുകി ചുറ്റുപാടും ഓലകൊണ്ട് മറച്ച് 'കള'മുണ്ടാക്കുന്നു. കന്നിയും മകരവും കൊയ്ത്തുനടക്കുമ്പോൾ ഉത്സവപ്രതീതിയാണ് വീട്ടിൽ. ഭവാനി ഏടത്തിക്ക് എന്തൊക്കെയെന്തൊക്കെ മോഹങ്ങളുണ്ടാവും! അതൊക്കെ പൂവണിയുന്നത് ഇനി അനിയന്റെ സാന്നിധ്യത്തിൽ!

ക്ഷമിക്കൂ, ഏടത്തി ക്ഷമിക്കൂ! നാടിന്റെ നന്മയ്ക്കിറങ്ങിത്തിരിച്ച് നാടിനും വീടിനും കൊള്ളാത്തവനായിട്ട് ഈ അനിയൻ തിരിച്ചുവരുന്നു. സത്യഗ്രഹവും സമരവും ഇപ്പോൾ മനസ്സിൽ വിശ്രമം കൊള്ളുകയാണ്.

തടവറയുടെ വാതിൽ തുറക്കുന്ന ശബ്ദം. ഒരു വാർഡനും രണ്ടു തോട്ടികളും അകത്തു കടക്കുന്നു. വാർഡൻ എന്തൊക്കെയോ കടലാസിൽ ഒപ്പുവെപ്പിക്കുന്നു. എന്താണെന്നു വായിച്ചുനോക്കിയില്ല. വിരൽവെച്ച സ്ഥലത്തൊക്കെ ഒപ്പിട്ടുകൊടുത്തു. ഉടനെ കുറച്ച് ചില്ലാനം കൈയിൽ തന്നു. എത്രയാണെന്നു നോക്കിയില്ല. മുറുക്കിപ്പിടിച്ചു. തടവറയിൽനിന്ന് പുറത്തേക്കു തൂക്കിയെടുത്തുകൊണ്ട് പോയത് തോട്ടികളായിരുന്നു. പ്രതിഷേധിച്ചില്ല! പിടിച്ചിഴച്ചു തറയിലൂടെ വലിച്ചുകൊണ്ടു പോയില്ലല്ലോ. നന്ദി! തടവറയ്ക്കു പുറത്ത് ഒരു ഉന്തുവണ്ടി നിൽപ്പുണ്ടായിരുന്നു. 'ചരക്ക്' അതിൽ കയറ്റിയാണ് ഗേറ്റിനു പുറത്തെത്തിച്ചത്. റഹ്മാൻ പറഞ്ഞപോലെ ഉമ്മർ പുറത്തു കാത്തുനില്പുണ്ടായിരുന്നു. യാത്രയ്ക്കുവേണ്ടി തയ്യാറാക്കി നിർത്തിയ കാളവണ്ടിയിൽ കയറ്റിക്കിടത്താൻ ഉമ്മറും സഹായിച്ചു. കൈയിൽ മുറുക്കിപ്പിടിച്ച ചില്വാനം തോട്ടികൾക്കു കൊടുത്തപ്പോൾ മനസ്സിനാശ്വാസമായി.

താടയാട്ടി മണി കുലുക്കി കാളകൾ പായാൻ തുടങ്ങിയപ്പോൾ നട്ടെല്ലിന്റെ വേദന അസഹ്യമായി. അല്പനിമിഷംകൊണ്ട് ആ വേദനയും സഹിക്കാമെന്നായി. ഗതിവേഗംകൊണ്ട് നല്ല ആരോഗ്യമുള്ള കാളകളാണെന്നു മനസ്സിലായി. അവയെ കാണാൻ കൊതിച്ച് തലപൊക്കി നോക്കിയപ്പോൾ ചായം തേച്ച് ഭംഗിപിടിപ്പിച്ച കൊമ്പുകൾ കോലാട്ടം നടത്തുന്നതു മാത്രം കാണാൻ കഴിഞ്ഞു.

ഏറെ കഴിയുംമുമ്പേ വണ്ടി നിന്നു. റഹ്മാൻ ചരിച്ചുകൊണ്ട് വണ്ടിക്കു പിറകിൽ പ്രത്യക്ഷപ്പെട്ടു.

''ബുദ്ധിമുട്ടായോ സാർ?''

റഹ്മാന്റെ ചോദ്യം.

‘‘ഏകാന്തതടവിൽനിന്ന് കാളവണ്ടിയിലേക്കു സ്ഥലംമാറ്റം കിട്ടിയ വനോടാണോ ഈ ചോദ്യം?’’

റഹ്മാൻ മറുപടി പറയാതെ വണ്ടിയിൽ കയറിയിരുന്നു. അപ്പോൾ ഉമ്മറെ കാണാനില്ല.

‘‘റഹ്മാൻ, ഉമ്മറെവിടെ?’’

‘‘ഉമ്മർ ജോലി ചെയ്യുന്ന കടയ്ക്കു മുമ്പിലാണ് വണ്ടി നിർത്തിയത്. അവൻ കടയിൽ പോയതാണ്. ഉടനെ വരും.’’

‘‘ആലിക്കാന്റെ മകൻ ജോലി ചെയ്യുന്ന സ്ഥലം കണ്ടാൽ വേണ്ടി ല്ലെന്നുണ്ട്. വയ്യാതായിപ്പോയല്ലോ. ആലിക്കയുടെ ആത്മാവു ക്ഷമിക്കട്ടെ.’’

പറഞ്ഞുതീരുംമുമ്പേ, ഉമ്മർ ചായയും പലഹാരവുമായി വന്നെത്തി. റഹ്മാന്റെ മടിയിൽ ചാരിക്കിടന്ന് ചായകഴിച്ചു.

‘‘റഹ്മാൻ, നേരം വൈകണ്ട. ഡ്യൂട്ടിയുള്ളതല്ലേ?’’

‘‘ഇല്ല സാർ, ഞാൻ ലീവെടുത്തു.’’

‘‘എന്തിനിത്രയൊക്കെ ബുദ്ധിമുട്ടുന്നു?’’

‘‘ഇതിലെന്തു ബുദ്ധിമുട്ടാണ് സാർ.’’

‘‘ശരി, അങ്ങനെയെങ്കിലങ്ങനെ. യോഗമുണ്ടെങ്കിൽ, ഒരുപക്ഷേ, ഇനിയെന്നെങ്കിലും നമ്മൾ കണ്ടെത്തുന്നുവരും. കണ്ടാലുമില്ലെങ്കിലും ഈ ബന്ധം മറക്കാതെ സൂക്ഷിക്കണം.’’

‘‘തീർച്ചയായും, ഇതങ്ങനെ മറക്കാൻ പറ്റിയ ബന്ധമല്ല.’’

‘‘എങ്കിൽ റഹ്മാൻ മടങ്ങിപ്പൊയ്ക്കൊള്ളൂ.’’

‘‘തീവണ്ടിയാഫീസുവരെ വരാം.’’

തീവണ്ടിയാപ്പീസിലെത്തി റഹ്മാൻ തിരിച്ചുപോകാത്തതുകൊണ്ട് വീണ്ടും നിർബന്ധിച്ചു:

‘‘ഇനി പൊയ്ക്കൊള്ളൂ.’’

‘‘പോകാം സാർ. വണ്ടി വന്ന് അങ്ങയെ യാത്രയയച്ചിട്ടു പോകാം.’’

വേണ്ടിവന്നു. ഉമ്മറും റഹ്മാനും ചേർന്ന് പൊക്കിപ്പിടിച്ച് വണ്ടിയിൽ കയറ്റി സൗകര്യമുള്ളൊരിടം കണ്ടുപിടിച്ചു കിടത്തി.

‘‘എന്നാൽ റഹ്മാൻ, നന്ദി പറയുന്നില്ല. വൃത്തികെട്ട രീതിയാണിത്. ചെറിയൊരുപകരം ചെയ്താൽ നന്ദി നന്ദിയെന്നു പറഞ്ഞ് ചെയ്ത ഉപകാരത്തിന്റെ മേന്മ നശിപ്പിക്കുക. സന്തോഷത്തോടെ വിട പറയുന്നു.’’

‘‘പറയാറായില്ല സാർ, ഒപ്പം ഞാനുമുണ്ട്.’’

‘‘ഏയ് ആവശ്യമില്ല.’’

‘‘ഞാനെന്റെ വീട്ടിലേക്കു പോവുകയാണ് സാർ. തിരൂരിൽ ഇറങ്ങും. അതുവരെ സാർ എന്റെ മടിയിൽ തലവെച്ചുകിടക്കണം. അതെന്റെ ഒരാഗ്രഹമാണ്.’’

മറുപടി പറഞ്ഞില്ല. റഹ്മാന്റെ മടിയിൽ തലവെച്ചു കിടക്കുമ്പോൾ ആലോചിച്ചു:

എന്തു പരിശുദ്ധമായ നുണ! റഹ്മാൻ വീടുവരെ സഹായത്തിനുണ്ടാവും തീർച്ച. പറഞ്ഞതു മുഴുവൻ നന്മനിറഞ്ഞ നുണകളാണ്. തിരൂരിൽ വണ്ടി നിന്നപ്പോൾ റഹ്മാൻ അവിടെ ഇറങ്ങിയില്ല. ചോദ്യോത്തരമുണ്ടായതുമില്ല.

തീവണ്ടി ലക്ഷ്യമെത്തിയപ്പോൾ ആകെ പരിഭ്രാമമായിരുന്നു. പഴയ പരിചയക്കാർ വല്ലവരും കണ്ടാലോ എന്ന പരിഭ്രമം - കണ്ടുപരിചയമുള്ള പല മുഖങ്ങളും മുമ്പിലൂടെ കടന്നുപോയി. ആരും തിരിച്ചറിഞ്ഞില്ല. ക്ഷീണിച്ച ശരീരം. അടുക്കും ചിട്ടയുമില്ലാതെ വളർന്ന താടി. ജടപിടിച്ച മുടി. നടക്കാൻ വയ്യാത്ത അവശനായ രോഗി. ആരും തിരിച്ചറിയാത്തതിൽ അദ്ഭുതമില്ല. റഹ്മാൻ പറഞ്ഞു:

''എല്ലാവരും പോയിക്കഴിഞ്ഞിട്ടു മതി യാത്ര. പുറത്ത് മഞ്ചൽ തയ്യാറാക്കിയിട്ടുണ്ട്.''

''മഞ്ചലോ? എന്താണ് റഹ്മാൻ ഈ പറയുന്നത്!''

''ക്ഷമിക്കണം സാർ. മരുമകളും അമ്മയും വിവരങ്ങളൊക്കെ അറിഞ്ഞിരിക്കുന്നു. ദേഷ്യപ്പെടരുത്. ഞാനാണറിയിച്ചത്. അതുകൊണ്ടു വീട്ടിൽ കയറിച്ചെല്ലുമ്പോൾ ഒരു ബഹളവുമുണ്ടാവില്ല.''

''ഇങ്ങനെയൊന്നും വേണ്ടായിരുന്നു റഹ്മാൻ. ഇനി പറഞ്ഞിട്ടു കാര്യമില്ല. മനസ്സിൽ വേദനയും സന്തോഷവും അരിശവും കലങ്ങിമറിയുകയാണ്. ഒരുപകാരം ചെയ്യൂ. അമാലന്മാരോട് മൂളരുതെന്നു പറയൂ. അത്രയുംകൊണ്ടു സമാധാനിക്കാം.''

മഞ്ചൽ പുറപ്പെട്ടപ്പോൾ ഉമ്മറും റഹ്മാനും ഒപ്പം നടക്കുന്നുണ്ടായിരുന്നു.

പതിനാറ്

''വരാനിരിക്കുന്ന വിപത്ത് കാലേകൂട്ടി കണ്ടറിഞ്ഞപോലെ, പരമാവധി നിയന്ത്രണം പാലിച്ചുകൊണ്ടായിരുന്നു ഭവാനിയേടത്തിയും അരുന്ധതിയും എന്നെ സ്വാഗതം ചെയ്തത്. ഈ മുറി ഇതുപോലെ സംവിധാനം ചെയ്തുവച്ചിരുന്നു. ഈ കട്ടിൽ, കൈയേന്തിയാൽ എനിക്കു വേണ്ട സാധനങ്ങൾ അനായാസമായി എടുക്കാൻ കഴിയുംവിധം അടുക്കിലും ചിട്ടയിലും ഒതുക്കിവെച്ച ഉപകരണങ്ങൾ എല്ലാം കാണുന്നില്ലേ? മാഷേ, കാലമിത്രയായിട്ടും ഒന്നിനും ഒരു മാറ്റം വന്നിട്ടില്ല...''

ഗതകാലസ്മരണയുടെ സമ്മർദ്ദത്താലെന്നവിധം അച്ചുക്കുട്ടിമേനോൻ തെല്ലിട കണ്ണടച്ചു മിണ്ടാതെ കിടന്നു. പിന്നെ ഉറക്കത്തിലെന്നപോലെ പതുക്കെ പിറുപിറുക്കാൻ തുടങ്ങി:

"വയ്യ... അങ്ങനെ പറയാൻ വയ്യ... ഒരു മാറ്റവും വന്നില്ലെന്നെങ്ങനെ പറയും? എന്റെ ഭവാനിയേടത്തി ഇന്നിവിടെയില്ല... മകളുടെ കൈയിൽ എന്നെ ഏൽപ്പിച്ച് അവർ പോയി... ഞാനെന്ന മുടിഞ്ഞ ചുമട് അരുന്ധതിയുടെ ഇളംതോളിൽ ചേർത്ത് അവർ പോയി. ഓർക്കുമ്പോൾ വേദനയുണ്ട് മാഷേ. ഇപ്പോൾ നട്ടെല്ലിനു വേദനയില്ല. എല്ലാ വേദനയും മനസ്സിലേക്ക് ഊർന്നിറങ്ങിയിരിക്കുന്നു.

മഞ്ചലിൽനിന്ന് റഹ്മാനും ഉമ്മറും ചേർന്ന് എന്നെ പൊക്കിക്കൊണ്ടു വരുമ്പോൾ ഏടത്തി വരാന്തയിൽ നില്പുണ്ടായിരുന്നു; ഇലകൊഴിഞ്ഞ പൂമരംപോലെ. വിളർത്ത് ശോഷിച്ച ശരീരം. കണ്ണുനീർ വറ്റിവരണ്ട മിഴികൾ. വികാരം മാഞ്ഞുപോയ മുഖം. അവർ എന്നെ കണ്ട് എനിക്കു വേണ്ടി ചിരിക്കാൻ ശ്രമിച്ചു. കരിയിലകൾക്കിടയിൽ ഒരു പൂമൊട്ടു വിരിയിച്ചെടുക്കാനുള്ള സാഹസികശ്രമം. ആ ദയനീയചിത്രം മനസ്സിൽ നിന്നു മായുന്നില്ല. എങ്ങനെ മായും മാഷേ, കുഞ്ഞുന്നാളിൽ എനിക്കു തുണയായി വർത്തിച്ച ഏടത്തി; ഞങ്ങൾക്കു കൂടപ്പിറപ്പുകളുണ്ടായിരുന്നില്ല; ഞങ്ങൾക്കു ഞങ്ങൾ മാത്രം. ഏടത്തിക്കുവേണ്ടി ഒന്നും എനിക്കു ചെയ്യാൻ കഴിഞ്ഞില്ല. ഏടത്തിയാവട്ടെ അവസാനശ്വാസംവരെ തന്റെ അവശതകൾ മറന്ന്, ജീവനപഹരിക്കാൻ പിറകെ കൂടിയ രോഗത്തെ അവഗണിച്ച് ഈ അനിയനെ ശുശ്രൂഷിച്ചു. പറയൂ മാഷേ, എങ്ങനെ ഇതെല്ലാം മറക്കാൻ കഴിയും?

അരുന്ധതിയുടെ അച്ഛൻ പരമശാന്തനായ ഒരു മനുഷ്യനായിരുന്നു. ബിരുദധാരികൾ ആരുമില്ലാത്ത ഈ ഗ്രാമത്തിൽ ആദ്യമായി ബിരുദം നേടി ഹജൂരാപ്പീസിൽ ഒരു ഗുമസ്തനായി അദ്ദേഹം ജോലിയിൽ പ്രവേശിച്ചു. ക്രമേണ റവന്യൂ ഇൻസ്പെക്ടറായി, റേഷനിംഗ് ഇൻസ്പെക്ടറായി, ഡെപ്യൂട്ടി താസിൽദാർവരെ എത്തി. നിയമത്തിന്റെ നേർവര വിട്ടു സഞ്ചരിക്കാത്ത ഔദ്യോഗികജീവിതം. മേലധികാരത്തിലെ ഉത്തരവുകൾ വള്ളിപുള്ളി തെറ്റാതെ നടപ്പിലാക്കുന്ന ഭരണശൈലി. ആർക്കും ഒരാക്ഷേപവുമില്ല. നല്ല മനുഷ്യനെന്ന് ഭരണീയരും ഭരണകർത്താക്കളും ഒരുപോലെ പ്രശംസിക്കുന്നു."

"അധികാരി പത്മനാഭൻനമ്പ്യാരെ മാഷ് അറിയില്ലേ?"

"അറിയും."

"എങ്ങനെ അറിയും?"

"മറ്റധികാരിമാരെപ്പോലെ അദ്ദേഹം ഒരിക്കലും വിദേശസർക്കാരിനുവേണ്ടി ജനങ്ങളെ ദ്രോഹിച്ചിരുന്നില്ല."

"അതറിഞ്ഞാൽ പോരാ. ഞങ്ങൾ തമ്മിലുള്ള ബന്ധംകൂടി അറിയണം. അതറിയാമോ?

''ഇല്ല.''

''എങ്കിൽ കേട്ടോളൂ, പത്മനാഭൻനമ്പ്യാർ വിവാഹം കഴിച്ചത് അരുന്ധതിയുടെ അച്ഛന്റെ പെങ്ങളെയാണ്.''

''അപ്പോൾ അച്ചുക്കുട്ടിമേനോന്റെ അളിയന്റെ അളിയനാണ് പത്മനാഭൻനമ്പ്യാർ അധികാരി?''

''അതെ. ഞങ്ങൾ തമ്മിലുള്ള ബന്ധം അതാണ്. ആ ബന്ധം പത്മനാഭൻനമ്പ്യാരെ സംബന്ധിച്ചു പറഞ്ഞാൽ അത്ര സുഖകരമായിരുന്നില്ല.''

''കാരണം?''

''ഈ ഞാൻ! കാരണം അതുതന്നെ. രാജ്യം ഭരിക്കുന്ന ചക്രവർത്തി തിരുമനസ്സിനെതിരായി സമരം ചെയ്യുകയും ജയിൽവാസം വരിക്കുകയും ചെയ്ത ഗുരുത്വദോഷിയായ എന്നെ എങ്ങനെ ഒരു അധികാരി സഹിക്കും? ബന്ധുവായി അംഗീകരിക്കും?''

''കുടുംബബന്ധം തകരാൻ ഇത്രയും ചെറിയൊരു കാര്യം മതിയോ?''

''പോരാ. തുടർന്നുള്ള സംഭവങ്ങൾകൂടി അറിയുമ്പോൾ സംഗതി വ്യക്തമാകും.''

''ഒരു കാര്യം ചോദിക്കുന്നതിൽ പരിഭവം തോന്നരുത്.''

മാഷ് ഒരു ക്ഷമാപണത്തോടെയാണ് തുടങ്ങിയത്.

''അധികാരി നല്ല മനുഷ്യനാണെന്നും ജനങ്ങളെ ദ്രോഹിച്ചിട്ടില്ലെന്നും ഞാൻ പറഞ്ഞല്ലോ.''

''പറഞ്ഞു. ഇതിലെന്തു പരിഭവം തോന്നാൻ?''

''പശ്ചാത്തലത്തെക്കുറിച്ച് ഒരു വിവരവുമില്ലാതെ ചോദിക്കുകയാണ്. ഇത്രയം നല്ലൊരധികാരി എങ്ങനെ അച്ചുക്കുട്ടിമേനോനെ തെറ്റിദ്ധരിച്ചു?'

''മാഷേ, ഇതിലൊരു തെറ്റിദ്ധാരണയുമില്ല. അദ്ദേഹം അധികാരി. ആ പദവിയിലിരിക്കുന്ന ഒരാൾ തികച്ചും സംശയാതീതനായിരിക്കണമെന്ന് വെള്ളക്കാരനു നിർബന്ധമുണ്ടായിരുന്നു. അധികാരി തെറ്റു ചെയ്യണമെന്നില്ല. അധികാരിയുടെ സുഹൃത്തുക്കളോ ബന്ധുക്കളോ ചെയ്യുന്ന ഏറ്റവും ചെറിയ തെറ്റുപോലും ഭരണാധികാരികൾ ക്ഷമിച്ചിരുന്നില്ല. ബന്ധുവായ ഞാൻ നിയമം ലംഘിക്കുന്നു. അതുമാത്രം മതി ഭരണാധികാരികളുടെ ദൃഷ്ടിയിൽ അധികാരി നോട്ടപ്പുള്ളിയാവാൻ. ഇത് നന്നായറിയുന്ന അധികാരിക്ക് എന്നോടതൃപ്തി തോന്നിയതിൽ എന്താണു തെറ്റ്?''

''എന്നാലും...''

മാഷ്ക്ക് പിന്നെയും സംശയം.

''അച്ചുക്കുട്ടിമേനോൻ മാതൃഭൂമിയുടെ മോചനത്തിനുവേണ്ടി ത്യാഗം ചെയ്തതല്ലേ? അതോർത്തെങ്കിലും അധികാരി സമാധാനിക്കേണ്ടതായിരുന്നു.''

''സാരമില്ല മാഷേ, എനിക്കദ്ദേഹത്തോട് അശേഷം പരിഭവമില്ല. പരമശുദ്ധനാണദ്ദേഹം. അതുപോട്ടെ, ഞാൻ പറയാൻ തുടങ്ങിയ കാര്യ ത്തിലേക്കിതുവരെ വന്നില്ല. അരുന്ധതിയുടെ കഥ പറയാമെന്നു ഞാൻ മാഷ്ക്ക് വാക്കുതന്നതല്ലേ?''

''ഉവ്വ്, ഞാനതു കേൾക്കാൻ കാത്തിരിക്കുകയാണ്.''

''എന്നാൽ അതങ്ങു പറഞ്ഞുതീർത്തുകളയാം. ഞാനവിടെ വന്നു; അങ്ങനെയല്ല പറയേണ്ടത്. എന്നെ ഇവിടെ കൊണ്ടുവന്നേല്പിച്ചു എന്നാണ്. ഏല്പിച്ചുകഴിഞ്ഞ് റഹ്മാൻ എന്റെ കട്ടിലിനു സമീപം വന്ന് ഏറെ നേരം ഒന്നും മിണ്ടാതെ നിന്നു. അവൻ ഏതോ കാര്യത്തിൽ വിഷമിക്കുന്നുണ്ടെന്നു തോന്നി.''

ഞാൻ ചോദിച്ചു: ''എന്താ റഹ്മാൻ, ഒന്നും മിണ്ടാതെ നിൽക്കുന്നത്?''

ഉത്തരമുണ്ടായില്ല, കേൾക്കാഞ്ഞിട്ടാവുമെന്നു കരുതി വീണ്ടും ഞാൻ ചോദിച്ചു. അതിനും ഉത്തരമില്ല.

''പറയൂ റഹ്മാൻ, താനെന്തിനാണു വിഷമിക്കുന്നത്. തിരൂരിലേക്ക് പോകുന്നുണ്ടോ?''

''ഇല്ല.''

ഒറ്റ വാക്കിൽ ഉത്തരം.

''പിന്നെ?''

''സേലത്തേക്കു മടങ്ങുന്നു.''

''വീട്ടിൽ പോയി ഉമ്മയെയും ബാപ്പയെയും കാണണ്ടേ?''

''പിന്നീടൊരിക്കലാവാം സാർ.''

''ഇവിടെവരേം വന്ന നിലയ്ക്ക് വീട്ടിൽ ചെന്ന് അവരെ കാണണം. അതാണു മര്യാദ.''

''അറിയാം സാർ. ഞാൻ പിന്നെ വന്നു കണ്ടോളാം. ലീവില്ല.''

''റഹ്മാൻ കള്ളം പറയും; ഇല്ലേ?''

''ആർക്കും ഒരുപദ്രവം ചെയ്യാത്ത കള്ളമല്ലേ സാർ ഞാൻ പറഞ്ഞത്? ആരും സഹായമില്ലാതെ ഇത്രയും ദൂരം സാറെങ്ങനെ വരും? സുഖ മില്ലാത്തതല്ലേ?''

''അപ്പോൾ കള്ളം പറഞ്ഞതും ഈ ബുദ്ധിമുട്ടൊക്കെ അനുഭവി ച്ചതും എനിക്കുവേണ്ടിയല്ലേ? അ്ഹ! ശരി. ഒരിക്കലും പ്രത്യുപകാരം ചെയ്യാൻ കഴിവില്ലാത്ത ഒരാൾക്കുവേണ്ടിയാണ് ഈ ബുദ്ധിമുട്ടനുഭവിച്ച തെന്ന കാര്യം മറക്കണ്ട. ഇന്നുതന്നെ പോണോ?''

''വേണം സാർ. യാത്ര ചോദിക്കുന്നില്ല. ഇനി ഉമ്മയെയും ബാപ്പ യെയും കാണാൻ നാട്ടിൽ വരുമ്പോൾ ഞാനിവിടെയെത്തും സാർ. കള്ളം പറഞ്ഞതിന് എന്നോടു പൊറുക്കണം.''

മാഷേ, അവനോട് പൊറുക്കേണ്ട കാര്യം അവിടംകൊണ്ട് അവസാനിച്ചില്ല. അവൻ യാത്രപറഞ്ഞ് പിരിഞ്ഞു സമയമേറെ കഴിയുംമുമ്പേ ഭവാനിയേടത്തി മുറിയിൽ കടന്നുവന്നു പറയുന്നു:

''അച്ചുക്കുട്ട്യേ, അതു കണ്ടോ നീ. ഇതൊന്നു വായിച്ചുനോക്കൂ. ഈ കിഴിയും കത്തും എന്നെ ഏല്പിച്ചാണ് ഈ കുട്ടികൾ പോയത്.'' കത്ത് റഹ്മാന്റേതായിരുന്നു.

''ബഹുമാനപ്പെട്ട സാർ, ക്ഷമിക്കണം. ഞങ്ങളെ വെറുക്കരുത്. ജയിലിനകത്തുള്ള അനുഭവികളും പുറത്തുള്ള സത്യഗ്രഹികളും സ്നേഹപൂർവ്വം ഞങ്ങളെ ഏല്പിച്ചതാണിത്. ധൈര്യമില്ലാത്തതുകൊണ്ട് അങ്ങയുടെ കൈയിൽ തന്നില്ല. അമ്മയെ ഏല്പിക്കുന്നു. അമ്മയെയും എന്നെയും ഉമ്മറേയും അങ്ങു വെറുക്കരുത്.''

''അങ്ങനെ വെറുക്കും, വെറുക്കാതിരിക്കും, മാഷേ? സ്നേഹത്തിനുമുമ്പിൽ ഉരുകിപ്പോകാത്ത മർക്കടമുഷ്ടിയുണ്ടോ, ദുശ്ശാഠ്യമുണ്ടോ? ഒരർത്ഥത്തിൽ ഈ പ്രപഞ്ചത്തിന്റെ നിലനില്പുതന്നെ സ്നേഹത്തിന്റെ അടിത്തറയിലാണ്. മഹാത്മജി നിർദ്ദേശിച്ച അഹിംസാസമരത്തിന്റെ ആത്മാവെന്താണ്? സ്നേഹം. അല്ലെന്നു നിഷേധിക്കാൻ ആർക്കും കഴിയില്ല. റഹ്മാന്റെയും കൂട്ടുകാരുടെയും സ്നേഹം ഒരു പണക്കിഴിയായി വന്നു. ഇനി ക്ഷോഭിച്ചിട്ടെന്തു കാര്യം, പരിഭവിച്ചിട്ടെന്തു കാര്യം? ഓ! പിന്നെയും ഞാൻ വഴിതെറ്റുന്നു. അരുന്ധതിയുടെ കഥയിൽനിന്ന് അകന്നുപോകുന്നു.''

ഇതാ ഇവിടെ ഈ കട്ടിലിനടുത്ത് തറയിൽ ഒരു പായ വിരിച്ച് പുലരുംവരെ എന്റെ ഭവാനി ഏടത്തി എനിക്കു കാവൽ കിടക്കുന്നു. ഇടയ്ക്കിടെ എന്റെ ആവശ്യങ്ങൾ അന്വേഷിക്കുന്നു. അരുന്ധതിയുടെ അച്ഛന്റെ മരണശേഷം അവരൊരു സന്ന്യാസിനിയെപ്പോലെ കഴിയുകയാണ്. രോഗത്തെപ്പറ്റി സംസാരിക്കില്ല. ഡോക്ടറെ കാണില്ല. മരുന്നു കഴിക്കില്ല. എപ്പോഴും എന്റെ ശുശ്രൂഷ, എന്റെ കാര്യം. അങ്ങനെ ദിവസം കഴിയുംതോറും ഏടത്തി ഒരു നേരിയ നിഴൽപോലെയാവുന്നു. നിഴൽ നടക്കുന്നു; നിഴൽ സംസാരിക്കുന്നു. ഒരുനാൾ സന്ധ്യയ്ക്ക് എനിക്കുള്ള ഗുളികകളും ഒരു ഗ്ലാസിൽ വെള്ളവുമായി അവർ കടന്നുവന്ന് എന്റെ കട്ടിലിൽ എന്നോടു ചേർന്നിരിക്കുന്നു. ഗുളിക വായിലിട്ടുതന്ന് വെള്ളം അല്പാല്പമായി ഒഴിച്ചുതരുമ്പോൾ ഞാനാ മുഖത്തു നോക്കി. ജാലകപ്പഴുതിലൂടെ വാർന്നുവീഴുന്ന സായംസന്ധ്യയുടെ വർണ്ണഭംഗി ആ മുഖത്തിനൊരു പുതുചൈതന്യം വരുത്തിയപോലെ എനിക്കു തോന്നി.

''അച്ചൂട്ടീ!''

കുട്ടിക്കാലത്തെന്നോ കേട്ടപോലുള്ള ശബ്ദം. ആ ശബ്ദത്തിൽ സ്നേഹമുണ്ടായിരുന്നു; അധികാരത്തിന്റെ ഗൗരവും. അതു പതിവില്ലാത്തതാണ്. അല്പനേരത്തെ മൗനം. പിന്നെ ചോദ്യം:

‘‘നിനക്കിപ്പോൾ വേദനയുണ്ടോ?’’

‘‘ഇല്ല.’’

‘‘എന്നെ ആശ്വസിപ്പിക്കാൻ നുണ പറയരുത്.’’

‘‘ഏടത്തിയെ ആശ്വസിപ്പിക്കാൻ പറയുന്നതല്ല. പഴയപോലെ കഠിന വേദന ഇപ്പോൾ അനുഭവപ്പെടാറില്ല.’’

‘‘സഹായംകൂടാതെ എഴുന്നേറ്റിരിക്കാൻ കഴിയുമോ?’’

‘‘ഇല്ല.’’

പിന്നെ ചോദ്യമില്ല. കഠിനചിന്തയിലാണ്ടപോലെ ഇരിപ്പാണ്. ഇടയ്ക്കിടെ നെടുവീർപ്പിടുന്നതു കേൾക്കാം. ഏടത്തിയുടെ മനസ്സു തുറക്കുവോളം കാത്തുകിടന്നു.

‘‘അച്ചുട്ടീ!’’

‘‘നീണ്ട മൗനത്തിനുശേഷം വിളിക്കുന്നു. ഏതോ മന്ത്രം ഉച്ചരിക്കു മ്പോലെ പതുക്കെ സംസാരിക്കുന്നു:

‘‘ഈ വീട് ഇന്ന് അനാഥമാണ്. എന്റെ മകൾ അനാഥയാണ്; നീയും. ഈ നില കണ്ടുകൊണ്ട് ഇവിടംവിട്ടു പോകാൻ എനിക്കു മടിയുണ്ട്.’’

‘‘എവിടേക്കു പോകാൻ?’’

‘‘എനിക്കിനി പോകാൻ ഒരിടമേയുള്ളൂ. അതു നിനക്കറിഞ്ഞുകൂടേ?’’

‘‘ഏടത്തീ.’’

‘‘വിഷമിക്കരുത്. വിഷമിച്ചതുകൊണ്ടു കാര്യമില്ല. അരുന്ധതി മിടുക്കി യാണ്. അനാഥയായിട്ടും തന്റേടം കൈവിട്ടിട്ടില്ല. അവൾ പരാജയപ്പെടില്ല. എല്ലാവരെയുംപോലെ സുഖമനുഭവിക്കാൻ അവളെ ദൈവം അനുവദി ച്ചില്ല. ഞാനും നീയും അതോർത്തു ദുഃഖിക്കുന്നുണ്ടാവും. പക്ഷേ, അവൾക്കു ദുഃഖമില്ല. ഉണ്ണിയുടെ ത്യാഗത്തിൽ അവൾ വേദനിച്ചില്ല; അഭിമാനംകൊള്ളുകയാണു ചെയ്തത്.’’

‘‘ഏത് ഉണ്ണിയുടെ കാര്യമാണ് ഏടത്തി പറയുന്നത്?’’

‘‘എല്ലാം നീ അറിയുന്നമട്ടിലാണ് ഞാൻ സംസാരിച്ചത്. നീ അന്നു ജയിലിലായിരുന്നു. അതുകൊണ്ട് ആ സംഭവം നീ അറിഞ്ഞുകാണില്ല.’’

‘‘ഞാൻ പുറത്തുനടക്കുന്നതൊന്നും അറിഞ്ഞിരുന്നില്ല. കത്തുകളോ വർത്തമാനപത്രങ്ങളോ എനിക്കു കിട്ടിയിരുന്നില്ല. ഏടത്തി പറയുന്ന സംഭവം ഏതാണ്? ഈ ഉണ്ണികൃഷ്ണൻ ആരാണ്?’’

‘‘ഉണ്ണിയെ നീ മറക്കാനിടയില്ലല്ലോ. അരുന്ധതിയുടെ അച്ഛന്റെ മരു മകൻ. അധികാരിയുടെ മൂത്തമകൻ...’’

‘‘അയ്യോ! ഉണ്ണികൃഷ്ണന്റെ കാര്യമാണ് പറഞ്ഞതെന്നു മനസ്സിലാ ക്കിയില്ല. അവനുമായി ബന്ധപ്പെട്ട സംഭവം എന്താണേടത്തി?’’

''നിന്നെപ്പോലെ അവനും ത്യാഗത്തിനിറങ്ങി. നാടുനന്നാക്കാനുള്ള ത്യാഗം.''

''എന്നിട്ട്?''

''വേണ്ട. ഈ രാത്രി ഞാനതു പറയില്ല. അതു നിന്റെ ഉറക്കം കെടുത്തും. വേണ്ട, നീ മരുന്നു കഴിച്ചതല്ലേ, മിണ്ടാതെ അല്പനേരം വിശ്രമിക്കൂ...''

''ഏടത്തീ!''

''ഞാൻ അരുന്ധതിയെ അയയ്ക്കാം. അവള വീശിത്തരും. ഞാൻ പറഞ്ഞ കാര്യം മനസ്സിലിട്ടു കുഴയ്ക്കേണ്ട. ഉറങ്ങാൻ നോക്കൂ. അത്താഴം ഉടനെ കൊണ്ടുവരും...''

അന്ന്, രാത്രിയുടെ അന്ത്യയാമത്തിൽ ഏടത്തി ഞെട്ടിയുണർന്ന് വെള്ളം വേണമെന്നു പറഞ്ഞു. വെള്ളം കുടിച്ചു നീണ്ടുനിവർന്നു കിടന്ന് ഒന്നുരണ്ടുവട്ടം ഉറക്കെ നാമം ജപിച്ചു. പിന്നെ കണ്ണടച്ചു. നന്നേ വിയർക്കുന്നുണ്ടായിരുന്നു. അടച്ച കണ്ണ് പിന്നെ ഏടത്തി തുറന്നില്ല.

പതിനേഴ്

''**മാ**ഷേ, ഇനിയല്പം കുടുംബപുരാണം. പാരായണം കഴിയുമ്പോൾ എന്റെ വാഗ്ദാനം നിറവേറും. അരുന്ധതിയുടെ കഥ വിശദമാകുകയും ചെയ്യും. പിന്നെ നമുക്കു മംഗളം പാടി പിരിയാം.''

'''എട'ത്തിലും 'മഠ'ത്തിലും. രണ്ടു തറവാട്. രണ്ടും അതിഗംഭീരം. സാമൂതിരിപ്പാടിൽനിന്ന് ബഹുമതിയും പാരിതോഷികവും കൈപ്പറ്റിയതായിരുന്നു അന്നത്തെ തറവാടുകളധികവും. 'ചുണ്ടമ്പറ്റ്', 'വൈതിനിപ്പറ്റ്', 'നരിപ്പറ്റ' എന്നിങ്ങനെ ബഹുമതികളനേകം. ചുണ്ടങ്ങ, വഴുതിന തുടങ്ങിയവ കാഴ്ചവെച്ച കാരണവന്മാർക്കും ഒരു നരിയെ കാഴ്ചവെച്ച നായർക്കും സാമൂതിരിപ്പാട് കനിഞ്ഞരുളിയ സ്ഥാനങ്ങൾ എന്ന് ഇവ വാഴ്ത്തപ്പെട്ടു. വിയ്യൂർ, വെങ്ങളോൻ, നെല്യോടൻ എന്നിങ്ങനെ നായന്മാരിൽത്തന്നെ മുഖ്യന്മാർ ചിലരുണ്ടായിരുന്നു. അവരിലെ വിശേഷം; ഒരു വകുപ്പിലുള്ളവർ സ്വന്തം വകുപ്പിൽ വിവാഹിതരാവില്ലെന്നതായിരുന്നു; വെങ്ങളോൻ നെല്ലോടന്റെ വീട്ടിലും നെല്ലോടൻ വിയ്യൂരന്റെ വീട്ടിലും സംബന്ധം. നിയമത്തിൽനിന്നു വ്യതിചലിച്ച് ആരും അതിർത്തി ലംഘിച്ച് അക്കാലത്ത് സംബന്ധം വെച്ചതായി അറിയില്ല. മാഷ് പുഴയ്ക്കക്കരെനിന്ന് ഇവിടെ കുടിയേറിപ്പാർത്തതുകൊണ്ട് ഇവിടത്തെ കുടുംബപുരാണങ്ങൾ വേണ്ടത്ര മനസ്സിലാക്കിക്കാണില്ല. ശരിയല്ലേ മാഷേ?''

''ശരിയാണ്. എന്റെ ഗ്രാമത്തിൽ ഏറിയ കൂറും കുറുപ്പന്മാരാണ്. നമ്പ്യാന്മാരും അടിയോടിമാരും കുറവല്ല.''

‘‘എന്നാൽ എന്റെ മാഷേ, ഇന്നതൊക്കെ പോയി. അക്കരെനിന്ന് ഇക്കരെയോ ഇക്കരെനിന്ന് അക്കരെയോ പുഴകടന്നുപോയി സംബന്ധം വെച്ചാൽ സംഗതി അവിടംകൊണ്ടവസാനിക്കുന്നില്ല. സമുദായഭ്രഷ്ടാണ് പിന്നെ. ഇപ്പോൾ സങ്കലനമായിക്കഴിഞ്ഞു. ദുഃഖംകൊണ്ടു പറയുകയല്ല. ആചാരങ്ങളിലും മാമൂലുകളിലും കാലംവരുത്തുന്ന മാറ്റങ്ങൾ അദ്ഭുതത്തോടെ ഓർക്കുകയാണ്. ഓർക്കാനല്ലാതെ, മറ്റൊന്നിനും എനിക്കിപ്പോൾ കനിയില്ലല്ലോ മാഷേ. അതുകൊണ്ട് രാവും പകലും ഒരുപോലെ കിടന്ന് ഓർക്കുന്നു. അധികവും പഴയകാലത്തിന്റെ സന്തോഷവും ദുഃഖവുമാണ് ഓർമ്മയിൽ കടന്നുവരുന്നത്. ഭാവിയെക്കുറിച്ച് ഭയംകൊണ്ട് ഓർക്കാൻ കഴിയുന്നില്ല. അവിടെ സംഭവിക്കാനിരിക്കുന്ന കാര്യങ്ങൾ ആരോ കറുത്ത തിരശ്ശീലകൊണ്ടു മറച്ചുപിടിക്കുമ്പോലെ. ഓ! ഞാൻ വഴിതെറ്റുന്നു; ഇല്ലേ മാഷേ? ക്ഷമിക്കൂ. എന്നെ സംബന്ധിച്ചതെന്തും ഇനി അർദ്ധോക്തിയിൽ അവസാനിക്കട്ടെ.

പറഞ്ഞുവന്നത് ‘എട’ത്തിലെയും ‘മഠ’ത്തിലെയും കാര്യമാണ്. രണ്ടും മുന്തിയ തറവാടുകൾ. രണ്ടിലും വേണ്ടുവോളം അധികാരിമാർ. അല്പം അഭ്യസ്തവിദ്യരും ഏറെ നിരക്ഷരരും! ദുർല്ലഭം ചിലർ ഇംഗ്ലീഷ് വിദ്യാഭ്യാസത്തിന്റെ ചവിട്ടുപടിവരെ എത്തി, തിരിച്ചുപോവുന്നവരായും ഉണ്ട്. വിചിത്രമായിരുന്നു മാഷേ, അവരുടെ ജീവിതരീതി. രാജ്യത്തെപ്പറ്റി, ഭരണത്തെപ്പറ്റി, ചുറ്റുപാടുകളെപ്പറ്റി, ജനങ്ങളെപ്പറ്റി ഒന്നും അറിയാതെ, അറിയാൻ ശ്രമിക്കാതെ ജീവിച്ചവരായിരുന്നു അവരിലധികം പേരും. ‘മഠ’ത്തിൽ ഒരു പെൺകുഞ്ഞു പിറന്നാൽ അത് ‘എട’ത്തിലെ ആൺകുഞ്ഞിനവകാശപ്പെട്ടതാണ്. ചുരുക്കത്തിൽ ‘മഠ’ത്തിലും ‘എട’ത്തിലും തമ്മിലേ വിവാഹബന്ധമുള്ളൂ. ലംഘിക്കാൻ വകുപ്പില്ലാത്ത ഒരാചാരമായിരുന്നു അത്. അതുകൊണ്ട് നിരന്തരമായ അന്വേഷണമില്ലാതെ ബദ്ധപ്പാടില്ലാതെ, ചർച്ചകളില്ലാതെ രണ്ടു തറവാട്ടിലെയും വിവാഹം മുറപോലെ നടക്കുന്നു.’’

‘‘അപ്പോൾ, അച്ചുക്കുട്ടിമേന്നേ...’’

‘‘തുടങ്ങീ താൻ മേന്നേന്നുള്ള വിളി.’’

മാഷ് പറയാൻ തുടങ്ങിയത് മുഴുമിപ്പിക്കാൻ സമ്മതിക്കാതെ അച്ചുക്കുട്ടിമേനോൻ തട്ടിക്കയറി:

‘‘എടോ, താനെന്നെ ശുണ്ഠിപിടിപ്പിക്കും. നീയെന്നോ, നിർബ്ബന്ധിച്ചാൽ നിങ്ങളെന്നോ വിളിച്ചോളൂ. മേനോൻവിളി വേണ്ടാ.’’

‘‘ക്ഷമിക്കണം. ഇനി വിളിക്കില്ല.’’

‘‘താനെന്താ പറയാൻ തുടങ്ങിയത്?’’

‘‘അന്ന് ജ്യോതിഷത്തിൽ വിശ്വാസമുണ്ടായിരുന്നില്ലേ? ജാതകപ്പൊരുത്തം നോക്കാതെ അന്നു വിവാഹം നടക്കാറുണ്ടോ?’’

‘‘ഇല്ലെടോ മാഷേ, ഇല്ല. ജ്യോതിഷത്തിൽ മാത്രമല്ല, കൈനോട്ടത്തിലും മഷിനോട്ടത്തിലുമൊക്കെ ഉഗ്രവിശ്വാസമായിരുന്നു. കാരണവർക്കൊരു

നേരിയ ജലദോഷം വന്നാൽ ഉടനെ കണിയാരപ്പണിക്കരെ വരുത്തും. ഒരു കാര്യത്തിലേ അന്നൊക്കെ സംശയമുണ്ടായിരുന്നുള്ളൂ. ജലദോഷമാണോ കണിയാരപ്പണിക്കരാണോ ആദ്യം തറവാടിന്റെ പടികയറുന്നതെന്ന്.''

''എന്റെ സംശയമതല്ല.''

''ഏതാണ്?''

''ജാതകം നോക്കലും ഗണിക്കലുമൊക്കെ നടക്കുമ്പോൾ 'ചൊവ്വ' യുടെ കാര്യം എന്താവും?

''എന്താവാൻ? എടോ മാഷേ, റിട്ടയർ ചെയ്താൽ ബുദ്ധി മരവിക്കുമോ? ചൊവ്വയിൽ ജീവന്റെ സ്ഫുരണമുണ്ടോന്ന് അന്വേഷിക്കാൻ അമേരിക്ക ശ്രമിക്കുന്നത് താൻ കേട്ടില്ലേ?''

''ആ വിളിച്ചുപറയൽ കേട്ട് സ്ത്രീജാതകത്തിൽനിന്നും പുരുഷജാതകത്തിൽനിന്നും ചൊവ്വ മാറിനിൽക്കുമെന്നാണോ?''

''അല്ല, ഒരിക്കലുമല്ല. ആരെന്തൊക്കെ എവിടെവെച്ചു വിളിച്ചുപറഞ്ഞാലും ശാസ്ത്രജ്ഞൻ കുളിയും ക്ഷൗരവും പല്ലുതേപ്പുംവരെ മാറ്റിവെച്ച് രാപകലില്ലാതെ, നിരന്തരഗവേഷണത്തിലൂടെ എത്ര മഹത്തായ കാര്യം കണ്ടുപിടിച്ചാലും അന്ധവിശ്വാസമിവിടെ കരിങ്കൽപ്പാറപോലെ ഉറച്ചുനിൽക്കും. അത് ദിനംതോറും പെരുകിപ്പെരുകി വരും. അതാണ് ഭാവിയെപ്പറ്റി ചിന്തിക്കാൻ ഭയപ്പെടുന്നത്. അതുപോട്ടെ, അരുന്ധതിയുടെ അച്ഛന്റെ സഹോദരിയെ പത്മനാഭൻനമ്പ്യാർ വിവാഹം കഴിച്ചത് വെറും ചട്ടമോ മാമൂലോ മാത്രം അടിസ്ഥാനമാക്കിയായിരുന്നില്ല. പത്മനാഭൻനമ്പ്യാർ സുന്ദരനായിരുന്നു; അധികാരിയായിരുന്നു. അരുന്ധതിയുടെ അച്ഛൻ ഡെപ്യൂട്ടി താസിൽദാർ ആയിരുന്നു. ജാതകപ്പൊരുത്തത്തിന് മറ്റൊന്നും ആവശ്യമായിരുന്നില്ല. പിന്നെ, ഇന്നെന്നപോലെ അന്നും ഏതു ജാതകവും വിഘ്നേശ്വരപ്രസാദംകൊണ്ട് പൊരുത്തക്കേടുകളഞ്ഞ് ശുദ്ധമാക്കാൻ ജ്യോതിഷക്കാർക്കു കഴിഞ്ഞിരുന്നു.''

''അപ്പോൾ അതിൽമാത്രം അന്നും ഇന്നും വ്യത്യാസമില്ലെന്ന്, അല്ലേ?''

''അല്ല. മാറ്റമില്ലാതെ തുടരുകയും പടരുകയും ചെയ്യുന്ന അന്ധവിശ്വാസങ്ങൾ വേറെ എത്രയെങ്കിലുമുണ്ട്. മാഷ് വിവാഹിതനാണോ?''

''അതെ.''

''അല്ലെന്ന് ഞാൻ പറയുന്നു. മാഷ് വധുവിനെ മാലയിട്ട് വരിച്ചതാണോ?''

''അല്ല.''

''മോതിരംമാറ്റലുണ്ടായിരുന്നോ?''

''ഇല്ല!''

''അപ്പോൾ സംഗതി വ്യക്തം, നടന്നതു വിവാഹമല്ല; പുടമുറി.''

''അതെ.''

''പത്മനാഭൻനമ്പ്യാരുടേതും പുടമുറിയായിരുന്നു. പക്ഷേ, അതൊരു ചരിത്രസംഭവമാണെന്നു പറയണം. യുവസുന്ദരനായ അധികാരി. പ്രബലനും സത്യസന്ധനും മനുഷ്യസ്നേഹിയുമായ ഡെപ്യൂട്ടി താസിൽദാർ. ഇവരെ പരസ്പരം അടുപ്പിക്കുന്ന പാലമായിരുന്നു പുടമുറി. പാവം, ബഹുജനം ആവേശംകൊണ്ട് വീർപ്പുമുട്ടി. മേനോന്മാരനേകം, അധികാരിമാരനവധി. പിന്നെ, റവന്യൂ ഇൻസ്പെക്ടർമാർ, ഡെപ്യൂട്ടി താസിൽദാർമാർ, ഗുമസ്തന്മാർ, ഹേഡ് ഗുമസ്തന്മാർ, ശിരസ്തദാർ, ഡെപ്യൂട്ടി കലക്ടർ, അഡീഷണൽ ഡിസ്ട്രിക്ട് മജിസ്ട്രേറ്റ്. ഗ്രാമം ഞെട്ടി വിറച്ചുപോയി. വരനൊപ്പം പുടമുറിക്കു വന്നവർ മുഴുവനും ഗവൺമെന്റ് ഉദ്യോഗസ്ഥന്മാരായിരുന്നു. അത്രയേറെ ഗവണ്മെന്റ് ഉദ്യോഗസ്ഥന്മാരെ ഒന്നിച്ചു കണ്ടാൽ ഏതു ഗ്രാമമാണ് ഞെട്ടാതെ, വിറയ്ക്കാതെ! കാന്തവിളക്കിന്റെ പ്രഭാപൂരത്തിൽ മന്ദംമന്ദം നടന്നടുക്കുന്ന വരനെയും പാർട്ടിയെയും കാണാൻ നാടുനീളെ ജനങ്ങൾ തിങ്ങിക്കൂടിയിരുന്നു. പാർട്ടി പടിക്കലെത്തിയപ്പോൾ പനിനീർവീശലുണ്ടായി. അതു കഴിഞ്ഞ് പന്തലിൽ എത്തിയപ്പോൾ അവരെ കാത്തിരുന്നത് പുടമുറിയിലെ ഒരു പുതുവിപ്ലവമായിരുന്നു.

സ്ഥലത്തെ വ്യാപാരപ്രമുഖന് കുട്ട്യാലി വരാന്തയിൽ കസേരയിലിരുന്ന് പെട്ടിപ്പാട്ട് പാടിക്കുന്നു. ദേശത്തെന്നല്ല, അയൽദേശത്തു പോലും ആർക്കും ഒരു പെട്ടിപ്പാട്ടില്ല. ആരും പെട്ടിപ്പാട്ടു കണ്ടിട്ടില്ല. അതിലിരുന്നു പാടുന്നവരെ കണ്ടിട്ടില്ലാ, പാട്ടു കേട്ടിട്ടുമില്ല. ഈ മഹാദ്ഭുതം ഗ്രാമത്തിൽ കൊണ്ടുവന്നത് കുട്ട്യാലിയായിരുന്നു. വ്യാപാരവസ്തുക്കൾ വാങ്ങാൻ കോഴിക്കോട്ടു പോയപ്പോൾ മുട്ടായിത്തെരുവിലൊരു കടയിൽ പെട്ടിപ്പാട്ടു കാണുന്നു. അതിശയം! ബിസിനസ്സിന്റെ കണ്ണുകണ്ട കുട്ട്യാലി പെട്ടിപ്പാട്ടിനെ സംബന്ധിച്ച എല്ലാ സംഗതികളും അന്വേഷിച്ചറിയുന്നു. പ്രവർത്തിപ്പിക്കുന്ന രീതി കണ്ടറിയുകയും ചോദിച്ചു മനസ്സിലാക്കുകയും ചെയ്യുന്നു. അപ്പോൾ കുട്ട്യാലിയുടെ വ്യാപാരക്കണ്ണ് വികസിക്കുന്നു. താമസിയാതെ ഒരു പെട്ടിപ്പാട്ട് കരസ്ഥമാക്കുന്നു.

ഒരു വൈകുന്നേരം കുട്ട്യാലിയുടെ കടയിൽനിന്നു പാട്ടു കേൾക്കുന്നു; പരിസരം കാതോർക്കുന്നു. കുട്ടികൾ ഓടിക്കൂടുന്നു; പിറകെ മുതിർന്നവരും. കുട്ടികൾ ചാഞ്ഞും ചരിഞ്ഞും നിന്നും ഇരുന്നും പരിശ്രമിച്ചിട്ട് പെട്ടിക്കകത്തിരുന്ന് പാടുന്നവനെ കണ്ടുപിടിക്കാൻ കഴിഞ്ഞില്ല. സ്ഥലത്തെ നാടകനടൻ കൃഷ്ണൻനായർ വന്ന് പാട്ടിനെപ്പറ്റി എല്ലാം അറിയുന്നവനെപ്പോലെ ചോദിച്ചു:

''ശൃംഗാരലഹരിയുണ്ടോ?''

കുട്ട്യാലി ചിരിച്ചു. ഉത്തരം പറഞ്ഞില്ല. പിന്നെയും ചോദ്യം വന്നു:

''മരുകേല രാമാ...?''

കുട്ട്യാലി ഉത്തരം പറയാതെ ഒരു പാട്ട് ഉച്ചത്തിലങ്ങ് മൂളിച്ചു:

''പൂങ്കാവിനോദമേ...''

കൃഷ്ണൻനായർ തലകുലുക്കി അഭിനന്ദിച്ചു:

''ഭേഷ്.''

കുട്ട്യാലി പ്രസിദ്ധനായി. കുട്ട്യാലിയുടെ വ്യാപാരം കടയിൽ നിന്നിറങ്ങി വീടുകളിൽനിന്നു വീടുകളിലേക്കു വികസിച്ചു. കുറിക്കല്യാണത്തിനും വിവാഹത്തിനും മറ്റു വിശേഷങ്ങൾക്കും 'പൂങ്കാവിനോദം' ഒരവശ്യവസ്തുവായിത്തീർന്നു. അങ്ങനെ പത്മനാഭൻനമ്പ്യാരുടെ പുടമുറിക്കും 'പൂങ്കാവിനോദം' പുഷ്പിച്ചു.

രണ്ടാൺമക്കളാണ് പത്മനാഭൻനമ്പ്യാർക്ക്. 'ഉണ്ണി'യെന്ന ഉണ്ണികൃഷ്ണനും രാമകൃഷ്ണനും. രണ്ടുപേരും അതിമിടുക്കന്മാർ സൗന്ദര്യത്തിനു കുറവില്ല; ബുദ്ധിശക്തിയിലും ഉത്സാഹത്തിലും അവരെ പിൻതള്ളാൻ പറ്റിയ കുട്ടികളുണ്ടായിരുന്നില്ല. ഉണ്ണികൃഷ്ണൻ എല്ലാവർക്കും കണ്ണിലുണ്ണിയായിരുന്നു. രാമകൃഷ്ണനാകട്ടെ വലുതാകുംതോറും ഒരു നിഷേധിയുടെ ലക്ഷണം കാട്ടാൻ തുടങ്ങി.

''രാമകൃഷ്ണനെ ഞാൻ കണ്ടു. അധികാരിയുമായി സംസാരിച്ചിരിക്കുമ്പോൾ ഇരുട്ടിലൂടെ ഒരാൾ കയറിവന്നു. ഒരപരിചിതന്റെ മട്ടിൽ അകത്തേക്കു കടക്കാൻ തുടങ്ങുമ്പോൾ അധികാരിയുമായി ഒന്നും രണ്ടും പറഞ്ഞു. നിഷേധിയുടെ മൂത്തലക്ഷണം.''

''പാവം! പത്മനാഭൻനമ്പ്യാർ, പരമശുദ്ധനാണ്. അധികാരപ്പണിക്കു ചേർന്ന സ്വഭാവമല്ല. യുവത്വത്തിന്റെ മികവുകൊണ്ട് കേറി സ്വീകരിച്ചതാണ്. അതിന്റെ കൂലി കിട്ടുകയും ചെയ്തു.''

''അതെങ്ങനെ?''

വിവരമറിയാൻ മാഷക്ക് ബദ്ധപ്പാടായി.

''പറയാം. അവിടേക്കാണ് ഞാൻ പറഞ്ഞുവരുന്നത്. ഇടയിൽ ഒന്നു വഴുതിപ്പോയാൽ കാടുകയറും. അത്രയ്ക്കുണ്ട് സംഭവങ്ങൾ. ഉണ്ണിയുടെയും രാമകൃഷ്ണന്റെയും കാര്യമാണല്ലോ പറഞ്ഞുവന്നത്. പഠിപ്പിൽ രണ്ടുപേരും കേമന്മാർതന്നെ. ഉണ്ണി കോളേജിലെത്തിയപ്പോൾ, രാമകൃഷ്ണൻ മെട്രിക്കുലേഷൻ കണ്ടുമടങ്ങി. അവന് തുടർന്നു പഠിക്കേണ്ടെന്ന് പറഞ്ഞു. അധികാരിപ്പണിയായിരുന്നു അവന്റെ ലക്ഷ്യം.

ഉണ്ണി കോളേജിൽ അറിയപ്പെടുന്നൊരു വിദ്യാർത്ഥിയായി. വിദ്യാർത്ഥികളുടെ പ്രശ്നങ്ങളിൽ താത്പര്യം പ്രദർശിപ്പിക്കുകയും അതു പരിഹരിക്കാൻവേണ്ടി വിദ്യാർത്ഥികളെ സംഘടിപ്പിക്കുകയും നേതൃസ്ഥാനത്തുനിന്നുകൊണ്ട് ചില്ലറ ചില സമരങ്ങൾ നടത്തുകയും ചെയ്തു. എന്നാൽ അച്ചടക്കലംഘനമോ മര്യാദകെട്ട പെരുമാറ്റമോ ഉണ്ണിയുടെ ഭാഗത്തുനിന്ന് ഒരിക്കലും ഉണ്ടായിട്ടില്ല. മേലോട്ടുമേലോട്ടു പഠിച്ച് ബിരുദം നേടി, വലിയ ഉദ്യോഗത്തിൽ കയറിപ്പറ്റണമെന്ന് അവനൊരിക്കലും

മോഹിച്ചില്ല. രാജ്യത്തിനുവേണ്ടി ജനങ്ങൾക്കുവേണ്ടി വല്ലതുമൊക്കെ ചെയ്യണമെന്നായിരുന്നു ഉണ്ണിയുടെ മോഹം.

ഒഴിവുകിട്ടുമ്പോഴൊക്കെ അവൻ ഞങ്ങളുടെ വീട്ടിൽ വരും. പലതും സംസാരിക്കും. ഒരിക്കലവൻ ചോദിച്ചു:

''അങ്കിളിന് കേളപ്പജിയെ അറിയാമോ?''

''അറിയാം.''

''അടുത്തറിയാമോ?''

''നിന്നെ അറിയുമ്പോലെ അത്രയും അടുത്തറിയാം.''

''എങ്കിൽ എനിക്കൊരുപകാരം ചെയ്യണം.''

''എന്തുപകാരം?''

''അദ്ദേഹത്തോടൊരു കത്തു വാങ്ങിത്തരണം.'

''എന്തിനുള്ള കത്ത്?''

''ശുപാർശക്കത്ത്.''

''ആർക്ക്?''

ആർക്കെന്ന ചോദ്യത്തിനു മുമ്പിൽ ഉത്തരം പറയാൻ അല്പം വിഷമിക്കുംപോലെ അവൻ മിണ്ടാതെ നിന്നു.

''പറയൂ ഉണ്ണീ, ആർക്കാണ് കത്ത്?''

''മഹാത്മജിക്ക്.''

പതുക്കെയാണവൻ പറഞ്ഞത്. വളരെ പതുക്കെ. പറഞ്ഞുകഴിഞ്ഞ് എന്റെ മുഖത്തു നോക്കാതെ തലകുനിച്ച് അവൻ നിൽക്കുകയായിരുന്നു. ഒന്നും മനസ്സിലാവാത്തതുകൊണ്ട് ഞാൻ വല്ലാതെ അമ്പരക്കുകയായിരുന്നു. കേളപ്പജിയെന്നും മഹാത്മജിയെന്നും ശുപാർശക്കത്തെന്നുമൊക്കെ പറയുന്നത് ഉണ്ണിയാണ്. അധികാരി പത്മനാഭൻനമ്പ്യാരുടെ മൂത്ത മകൻ. ഡെപ്യൂട്ടി താസിൽദാരുടെ മരുമകൻ. അവൻ കേളപ്പജിയെ കാണുന്നു. മഹാത്മജിക്ക് കത്തു വാങ്ങുന്നു. കേളപ്പജിയെ കാണുകയോ കത്തു വാങ്ങുകയോ ചെയ്യുന്നതിനുമുമ്പേ, അവനിൽ ഇങ്ങനെയൊരു മോഹം ഒളിഞ്ഞിരിക്കുന്നതിന്റെ സൂചന മാത്രം ലഭിച്ചാൽ മതി. രണ്ട് ഉദ്യോഗങ്ങളും ഒരുമിച്ചു തെറിക്കും; അധികാരപ്പണിയും ഡെപ്യൂട്ടി താസിൽദാരുടെ പദവിയും. അമ്പരപ്പല്പമൊന്ന് അടങ്ങിയപ്പോൾ ഞാൻ ചോദിച്ചു:

''നിന്റെ ആവശ്യമെന്താണ്?''

''എനിക്കു മഹാത്മജിയുടെ ആശ്രമത്തിൽ പോണം.''

തികഞ്ഞ ആത്മാർത്ഥതയോടെ, സത്യസന്ധതയോടെ, ഉണ്ണി പറയുന്നു:

“എനിക്കൊരു സത്യഗ്രഹിയാവണം - യഥാർത്ഥ സത്യഗ്രഹി. ആശ്രമവാസികൾക്കൊപ്പം താമസിച്ച് എന്താണു ത്യാഗം, എന്താണു അഹിംസയെന്ന് എനിക്കു മനസ്സിലാക്കണം.”

“എന്നിട്ട്?”

“മടങ്ങിവന്ന് ഇവിടത്തെ സത്യഗ്രഹക്യാമ്പുകളിൽ ചെന്ന് നമ്മുടെ ആളുകളെ പഠിപ്പിക്കണം.”

“അവർ പഠിപ്പില്ലാത്തവരാണോ?”

“അല്ലെന്നു ഞാൻ പറഞ്ഞില്ല. അവരുടെ പഠിപ്പ് പൂർണ്ണമാണെന്ന് ഞാൻ വിശ്വസിക്കുന്നില്ല.”

സംഗതികളുടെ പോക്ക് ചൊവ്വേയല്ലെന്നു ധരിച്ചുകൊണ്ട് ഞാനവനോടു പറഞ്ഞു:

“ഉണ്ണീ, നിന്റെ ഭാഗ്യം മുഴുവനായി വിട്ടുമാറീട്ടില്ല. നിന്റെ മനസ്സ് കെട്ടിപ്പോക്കുന്ന കോട്ടകൾക്ക് ഉറപ്പുള്ള അടിത്തറയില്ലെന്ന് ഞാൻ വിശ്വസിക്കുന്നു. സ്വപ്നം കാണുന്ന പ്രായമാണ് നിന്റേത്. കണ്ടോളൂ. എത്ര വേണമെങ്കിലും കണ്ടോളൂ. സ്വപ്നത്തിന്റെ പിറകെ സഞ്ചരിക്കരുതെന്നു മാത്രം.”

“അങ്കിൾ!”

ഏതോ തീരുമാനമെടുത്തതിന്റെ ഉറപ്പും ഗൗരവവും ഉൾക്കൊണ്ട വിളിയായിരുന്നു.

“അങ്കിൾ സത്യഗ്രഹമനുഷ്ഠിച്ച് ജയിലിൽ പോയിട്ടില്ലേ?”

“പോയിട്ടുണ്ട്.”

“ഇനിയും അവസരം വന്നാൽ നിയമം ലംഘിച്ച അങ്കിൾ ജയിലിൽ പോവില്ലേ?”

“പോവും.”

“എങ്കിൽ അങ്കിളാണെന്റെ മാതൃക. ഞാനങ്കിളിനെ പിന്തുടരും. മാതൃഭൂമിയുടെ മോചനമാണെന്റെയും ലക്ഷ്യം.”

“ആലോചിക്കൂ ഉണ്ണീ. വീണ്ടും വീണ്ടും ആലോചിക്കൂ. തറവാടിനെപ്പറ്റി, അച്ഛനെപ്പറ്റി, അമ്മാമനെപ്പറ്റി ആലോചിക്കൂ.”

“അങ്ങനെ ആലോചിക്കാൻ തുടങ്ങിയാൽ ആരും ഇവിടെ വിമോചനസമരത്തിലിറങ്ങില്ല. ഞാൻ ആലോചിച്ചാണ് തീരുമാനമെടുത്തത്. ഇതെന്റെ ഉറച്ച തീരുമാനമാണ്.”

തുടർന്നുള്ള എന്റെ വാക്കുകൾക്കു കാത്തുനിൽക്കാതെ അവൻ ധൃതിയിൽ പുറത്തേക്കു പോയി.”

പതിനെട്ട്

"നമ്മൾ പറഞ്ഞുനിർത്തിയത് ഉണ്ണിയുടെ കാര്യമല്ലേ, മാഷേ? അവൻ വളരുകയായിരുന്നു. കോളേജിന് അവനെ ഉൾക്കൊള്ളാൻ കഴിഞ്ഞില്ല; അവന് കോളേജുമായി പൊരുത്തപ്പെടാനും കഴിഞ്ഞില്ല. ഇന്റർമീഡിയറ്റ് പൂർത്തിയാക്കാൻ കാത്തുനിൽക്കാതെ അവൻ പുറത്തുകടന്നു. ഏറെനാൾ അധികാരി അത് അറിഞ്ഞില്ല. അവൻ പതിവുപോലെ എന്നും രാവിലെ പുറപ്പെട്ടുപോകുന്നു. കോളേജിലേക്കാണെന്ന് അവൻ ആരോടും പറഞ്ഞിട്ടില്ല. ചോദിച്ചെങ്കിൽ കോളേജിലേക്കല്ല, സത്യഗ്രഹക്യാമ്പിലേക്കാണെന്ന് അവൻ പറയുമായിരുന്നു. പക്ഷേ, ആരും ചോദിച്ചില്ല. അവനു കള്ളം പറയാനറിയില്ല. ഏറെക്കാലം നിയമലംഘനപ്രസ്ഥാനവുമായി സൗഹൃദബന്ധം പുലർത്താൻ ആർക്കുമന്നു കഴിഞ്ഞിരുന്നില്ല. ഒരു ദിവസം പെട്ടെന്ന് ഒരുകൂട്ടം പൊലീസുകാർ സത്യഗ്രഹക്യാമ്പിൽ ഓടിക്കയറി. അപ്പോൾ അവിടെയുണ്ടായിരുന്ന മുഴുവൻ ചെറുപ്പക്കാരെയും പിടിച്ചുകൊണ്ടുപോയി ലോക്കപ്പിലിട്ടു. നാല്പത്തിയെട്ടു മണിക്കൂർ കഴിഞ്ഞാണ് വിട്ടയച്ചത്. മദിരാശി ഗവർണർ മംഗലാപുരത്തേക്കു പോകുന്നു. മെയിൽ വണ്ടിയിൽ പ്രത്യേക കമ്പാർട്ട്മെന്റ് ഘടിപ്പിച്ചാണ് യാത്ര. കുളിക്കാനും കളിക്കാനും ഉണ്ണാനും ഉണ്ടുകഴിഞ്ഞാൽ ഉറങ്ങാനുമുള്ള എല്ലാ സൗകര്യങ്ങളും ഒത്തുചേർന്ന ഒരു കൊച്ചുബംഗ്ലാവ് തന്നെയാണ് ഗവർണറുടെ തീവണ്ടിമുറി. അങ്ങനെ വേണമല്ലോ. രാജ്യം ഭരിക്കുന്ന മഹാപുരുഷനല്ലേ? അദ്ദേഹവും അദ്ദേഹത്തെപ്പോലുള്ളവരും തീവണ്ടി യാത്ര ചെയ്യുമ്പോൾ തീവണ്ടിപ്പാളത്തിന് സമാന്തരമായി കിടക്കുന്ന സ്ഥലങ്ങളിൽ ഗ്രന്ഥശാലകളോ സത്യഗ്രഹക്ക്യാമ്പുകളോ അതുപോലെ സംശയാസ്പദമായ സാഹചര്യത്തിൽ പ്രവർത്തിക്കുകയോ നിലനിൽക്കുകയോ ചെയ്യുന്ന വല്ല സ്ഥാപനങ്ങളോ ഉണ്ടെങ്കിൽ പൊലീസ് പരിശോധിക്കും. കണ്ണിൽപ്പെടുന്നവരെ മുഴുവനും പിടിച്ചുകൊണ്ടുപോയി പ്രമുഖരുടെ യാത്രാപരിപാടി കഴിയുവോളം തടവിൽ പാർപ്പിക്കും. അങ്ങനെയാണ് ഉണ്ണി പൊലീസ് പിടിയിലായത്.

നേരം അന്തിമയങ്ങിയിട്ടും ഉണ്ണി വീട്ടിൽ തിരിച്ചെത്തിയില്ല. പതിവില്ലാത്ത സംഭവം. ഏതു കാര്യത്തിലും ചിട്ട പുലർത്തിപ്പോരുന്ന ഉണ്ണി എന്നും വൈകീട്ട് ആറുമണിക്കുമുമ്പേ വീട്ടിലെത്തും. ഉറങ്ങുന്നതിനും ഉണരുന്നതിനും കൃത്യസമയമുണ്ട്; അതുപോലെ വായിക്കുന്നതിലും പഠിക്കുന്നതിലും. നേരം വൈകുന്തോറും ഉണ്ണിയുടെ അമ്മയ്ക്ക് പരിഭ്രമമായി. അധികാരി ഏറെനേരം ചിന്താധീനനായി മുറ്റത്തങ്ങട്ടുമിങ്ങട്ടും നടന്നു. പിന്നെ 'ഞെക്കുവിള'ക്കെടുത്തു പുറത്തിറങ്ങി.

"അല്ലാ എങ്ങട്ടാ?"

ഭാര്യ വിളിച്ചു ചോദിച്ചു. അധികാരി ഉത്തരം പറഞ്ഞില്ല. രാമകൃഷ്ണനാണ് പറഞ്ഞത്.

"ഓമനപ്പുത്രനെ അന്വേഷിച്ചാവും! കണ്ടവന്മാരുടെ കൈയിൽനിന്ന്

പീറക്കൊടിയും വാങ്ങി 'ജയ്' വിളിച്ചു നടക്കുന്നുണ്ടാവും. അച്ഛന്റെ ജോലി തെറിപ്പിച്ചല്ലാതെ മകൻ അടങ്ങുന്ന മട്ടില്ല.''

''മിണ്ടാതിരിക്കെടാ!''

അമ്മ ശാസിച്ചു.

''ഉണ്ണി അവന്റെ അച്ഛനെതിരായിട്ടൊന്നും ചെയ്യില്ല.''

''ഇല്ലില്ല. കണ്ടോളൂ. കണ്ണുമിഴിച്ച് അമ്മയും അച്ഛനും നല്ലോണം കണ്ടോളൂ.''

അമ്മയുടെ മറുപടി കേൾക്കാൻ നിൽക്കാതെ രാമകൃഷ്ണൻ സ്ഥലം വിട്ടു. രാത്രി ഏറെ വൈകീട്ടാണ് അധികാരി മടങ്ങിയെത്തിയത്. മിണ്ടാതെ, വിളിക്കാതെ വരാന്തയുടെ ഇരുട്ടിൽ ചിന്താഭാരവുമായി ഇരുന്നു. ഉറക്കം വരാതെ അകത്തുകിടക്കുന്ന മീനാക്ഷിക്കുട്ടിയമ്മ പുറത്തെന്തോ ശബ്ദം കേട്ട് വിളിച്ചുചോദിച്ചു:

''ആരാത്?''

അധികാരി കിണറ്റിൽനിന്നു വെള്ളം കോരിക്കുടിക്കുമ്പോൾ തൊട്ടിയുടെ ശബ്ദം കേട്ടാണ് മീനാക്ഷിക്കുട്ടിയമ്മ വിളിച്ചു ചോദിച്ചത്. മറുപടി കിട്ടാതെ വന്നപ്പോൾ ഒരുവട്ടംകൂടി ചോദിച്ചു. അതിനും മറുപടിയില്ല. അവർ രണ്ടും കല്പിച്ച് വാതിൽ തുറന്നു. വരാന്തയിലെ 'ചാരടി'യിൽ ഒരു കൽപ്രതിമപോലെ അധികാരി ഇരിക്കുന്നു. മീനാക്ഷിക്കുട്ടിയമ്മ അടുത്തു ചെന്നു ചോദിച്ചു:

''എന്തേ വിളിക്കാഞ്ഞത്?''

അധികാരിയുടെ മൗനം മീനാക്ഷിക്കുട്ടിയമ്മയിൽ പരിഭ്രാന്തി വളർത്തി.

''എന്റെ മോന് വല്ല അപകടോം പറ്റ്യോ?''

''അപകടം പറ്റ്യേത് മോനല്ല, അച്ഛനാണ്.''

''ഏ? എന്താണ്ടായത്?''

''ഉണ്ടായതോ?''

അധികാരി കലശലായി ക്ഷോഭിച്ചിരുന്നു: ''ഉണ്ടായത് കേട്ടോളൂ. മകനിപ്പം ജയിലിലാണ്!''

''ജയിലിലോ? എന്റെ നാരായണാ, മോനെന്തു പറ്റീന്ന് പറയൂ.''

''ഇത്രയും പറ്റിയതുകൊണ്ടു തൃപ്തിപ്പെട്ടുകൂടേ? മീനാക്ഷിക്കുട്ടീ, തട്ടാത്തവിധം വളരെ കരുതലോടെയാണ് ഞാനെന്റെ ജോലി നിർവ്വഹിച്ചത്. മേലധികാരത്തിലെ ഒരു കല്പനയും ഇന്നോളം ഞാൻ ധിക്കരിച്ചിട്ടില്ല. അതുപോലെ സത്യഗ്രഹം നടത്തുന്നവരെ പൊലീസിനെക്കൊണ്ടു ഞാൻ തല്ലിച്ചിട്ടില്ല.''

''നാളെ നേരം പുലരുമ്പോൾ അതിനുള്ള പ്രതിഫലം കൈയോടെ വാങ്ങിക്കോളൂ.''

ഉറക്കച്ചടവോടെ എഴുന്നേറ്റുവന്ന രാമകൃഷ്ണൻ പറയാൻ തുടങ്ങി:

‘‘എല്ലാവരെയും സന്തോഷിപ്പിച്ചു കഴിഞ്ഞുകൂടാമെന്നു വെച്ചു; ഇല്ലേ അച്ഛാ? ഇവിടെ ചുറ്റുപാടുമുള്ള ചെറുപ്പക്കാർ മുഴുവനും ഗവണ്മെന്റിന് എതിരാണെന്ന് അച്ഛനറിയില്ലേ? എന്തുകൊണ്ടച്ഛൻ വേണ്ട സമയത്ത് റിപ്പോർട്ട് ചെയ്തില്ല്യാ? എങ്കിൽ അച്ഛന്റെ ഓമനപ്പുത്രന് ഈ ഗതിവരുമായിരുന്നോ?’’

‘‘നീ കടന്ന് അകത്തുപോകുന്നുണ്ടോ രാമകൃഷ്ണാ. അച്ഛനെ ഉപദേശിക്കാൻ മാത്രം യോഗ്യനായിട്ടില്ല നീ. അകത്തു പോകാനാ പറഞ്ഞത്!’’

‘‘വരട്ടെ മീനാക്ഷിക്കുട്ടി.’’

‘‘അല്പം ശാന്തനായി അധികാരി പറഞ്ഞുതുടങ്ങി:

‘‘അവൻ പറഞ്ഞതിൽ കാര്യമുണ്ട്. ഉണ്ണിയെ എത്ര കാലത്തേക്ക് ശിക്ഷിക്കുമെന്നറിഞ്ഞുകൂടാ.’’

‘‘അല്ലാ, എന്താ അവൻ ചെയ്ത കുറ്റം?’’

ക്ഷമകേടോടെ മീനാക്ഷിക്കുട്ടിയമ്മ ചോദിച്ചു:

‘‘ഒന്നു പറഞ്ഞുതരൂ.’’

‘‘സത്യഗ്രഹികളുടെകൂടെ ചേരുന്നതുതന്നെ വലിയ കുറ്റമാണ്. മീനാക്ഷിക്കുട്ടി ഒന്നു മിണ്ടാതിരിക്ക്വോ? മോനേ രാമകൃഷ്ണാ, മേലധികാരത്തിൽ ഈ വിവരമെത്തുമ്പോൾ എന്നെ സസ്പെൻഡു ചെയ്തെന്നു വരും. അതുകൊണ്ട് ഞാൻ വിചാരിക്ക്യാണ്, ഒരാഴ്ച മുമ്പുള്ള തീയതി വെച്ച് നിന്നെ ബദൽവെയ്ക്കാം. നീയെങ്കിലും ഒന്നു വഴിപോലെ നിൽക്ക്.’’

അങ്ങനെ അധികാരിപ്പണി മകൻ രാമകൃഷ്ണനെ ഏല്പിച്ച് പത്മനാഭൻനമ്പ്യാർ തടി ശുദ്ധമാക്കാൻ ശ്രമിച്ചു. ഗവർണ്ണറുടെ വണ്ടി തിരിച്ചു പൊയ്ക്കഴിഞ്ഞപ്പോൾ ഉണ്ണികൃഷ്ണനടക്കം എല്ലാ സത്യഗ്രഹികളെയും ലോക്കപ്പിൽനിന്നു വിട്ടയച്ചു. ഉണ്ണി വീട്ടിൽ വന്നുകയറുമ്പോൾ അധികാരി കലശലായ ശുണ്ഠിപിടിച്ചിരിപ്പായിരുന്നു. സാധാരണനിലയിൽ ശാന്തനാണെങ്കിലും ഉണ്ണിയോടു വാത്സല്യക്കൂടുതലുണ്ടെങ്കിലും ശുണ്ഠി നിയന്ത്രിക്കാൻ അധികാരിക്കു കഴിഞ്ഞില്ല. വരാന്തയിൽനിന്ന് അകത്തു കടക്കാൻ തുടങ്ങുന്ന ഉണ്ണിയെ വിലക്കിക്കൊണ്ട് ചാരടിയിലിരിക്കുന്ന അധികാരി ചോദിച്ചു:

‘‘എടാ, എങ്ങട്ടാ?’’

ഉണ്ണി തിരിഞ്ഞുനോക്കി മുമ്പോട്ടുവെച്ച കാൽ പിൻവലിച്ച് ഒന്നും പറയാതെ നിന്നു.

‘‘നിന്റെ വീടിനി പൊലീസ് സ്റ്റേഷനാ. ഇവിടെ നീ പറ്റില്ല. പാരമ്പര്യമുള്ള തറവാടാണിത്. പദവിക്കും പ്രഭാവത്തിനും അധികാരിമാർക്കും ഇന്നോളമിവിടെ കുറവുണ്ടായിട്ടില്ല. നീയായിട്ട് ഈ തറവാടിന് കളങ്കം

വരുത്തി. വലിയ വലിയ ഉദ്യോഗസ്ഥന്മാരെയും പൊലീസ് ആപ്പീസർ മാരെയും സ്വീകരിച്ചിരുത്തി സൽക്കരിച്ച ഈ തറവാട്ടിൽ നാളെ പൊലീസ് പരിശോധനയും അറസ്റ്റും മറ്റും നടക്കുന്നത് മൺമറഞ്ഞ കാരണവന്മാർ സഹിക്കില്ല. വിശേഷിച്ച് തേജസ്വിയായ അധികാരി വല്യ മ്മാമൻ. ചങ്ങലവട്ട കത്തിച്ച് മുമ്പിൽ വഴികാട്ടുന്ന കാര്യസ്ഥനോടൊപ്പം സ്വർഗ്ഗത്തിലും അദ്ദേഹമിപ്പോൾ നടക്കുന്നുണ്ടാവും. അതാണന്തസ്സ്; പൂർവ്വികർ അവരുടെ പ്രവൃത്തിയിലൂടെ പെരുപ്പിച്ചെടുത്ത അന്തസ്സ്. വെറുതെയല്ല, ഇവിടത്തെ എട്ടുകെട്ടിലവരെ പൂജിച്ചിരുത്തിയത്. നീയാ യിട്ട് അവർക്ക് അപമാനം വരുത്തരുത്. ഈ തറവാട്ടിലെ ഒരംഗമെന്ന നിലയിൽ ഞാനതിന് സമ്മതിക്കില്ല.''

പറഞ്ഞുതീർന്ന് തലയുയർത്തിയപ്പോൾ ഉണ്ണിയെ കാണാനില്ല. ആർത്തുവിളിച്ച് മീനാക്ഷിക്കുട്ടിയമ്മ ഇരുട്ടിലൂടെ ഉണ്ണിയുടെ പിറകെ ഓടുകയാണ്. അവൻ വിളികേട്ടില്ല. തിരിഞ്ഞുനോക്കിയില്ല. പടിവരെ ചെന്ന് തേങ്ങിക്കൊണ്ടവർ തിരിച്ചുപോന്നു. വേദനയോടെ അവർ കട്ടി ലിൽ ചെന്നുവീണു. ചാവടിയിൽത്തന്നെയിരുന്ന് നേരം വെളുപ്പിച്ചു. അന്നു രാത്രി അവിടെ മനസ്സമാധാനത്തോടെ ഉറങ്ങിയത് രാമകൃഷ്ണൻ മാത്രം. അവന്റെ സ്വപ്നം പൂവണിഞ്ഞിരിക്കുന്നു. അധികാരിപ്പണി ഒര ദ്ധ്വാനവും കൂടാതെ സ്വന്തമാക്കാൻ കഴിഞ്ഞിരിക്കുന്നു.

ബാലകൃഷ്ണൻമാഷേ, ഇതൊക്കെ താങ്കളുടെ അച്ചുക്കുട്ടി മേനോൻ ജയിലിൽ കിടക്കുന്ന കാലത്ത് സംഭവിച്ചതാണ്. ഭവാനിയേടത്തി ഒന്നും വിട്ടുപോകാതെ പറഞ്ഞുതന്നു. മരിക്കുന്നതിനു രണ്ടു ദിവസം മുമ്പ് ഏടത്തി വന്ന് ഇവിടെ ഈ കട്ടിലിലിരുന്ന് കഥാശേഷം വിവരിച്ചത് ഇങ്ങനെയായിരുന്നു:

''അച്ചുട്ടീ, നീ ഉറങ്ങുകയാണോ? ആണെങ്കിൽ ഞാൻ ശല്യപ്പെടു ത്തുന്നില്ല.''

''ഇല്ലേടത്തീ, ഞാനുറങ്ങുന്നില്ല. ഏടത്തി പറഞ്ഞോളൂ.''

''ഉണ്ണി അച്ഛനോടു പിണങ്ങി നേരിട്ടിവിടെയാണു വന്നത്. അരു ന്ധതിയുടെ അച്ഛൻ വരാന്തയിലിരുന്ന് ആപ്പീസിൽനിന്ന് കൊണ്ടുവന്ന കടലാസുകൾ നോക്കുകയായിരുന്നു. എന്നും പാതിരാവരെ അതൊരു പതിവാണ്. അപ്പോൾ ഇരുട്ടിലൂടെ ആരോ വരുന്നതുകണ്ട് വിളിച്ചു ചോദിച്ചു:

''ആരാത്?''

ഉത്തരമില്ല. വരാന്തയിൽ കയറിയപ്പോൾ ഉണ്ണിയാണെന്നു മനസ്സി ലായി. പിന്നെ ഒന്നും ചോദിച്ചില്ല. അവൻ നേരെ അടുക്കളയിൽ കടന്നു വന്നു. അരുന്ധതിയാണ് കണ്ടത്.

''അമ്മേ, ഉണ്ണ്യേട്ടൻ.''

അവൾ ആഹ്ലാദത്തോടെ വിളിച്ചുപറഞ്ഞു. ഉണ്ണിയെ കൈയോടെ പിടിച്ചു കൊണ്ടുവന്ന് കട്ടിലിൽ ഇരുത്തി ഒരു വക്കീലിനെപ്പോലെ ചോദ്യങ്ങളിലൂടെ തെളിവെടുക്കാൻ തുടങ്ങി.

''ഉം? എന്തേ ഈ സമയത്ത്?''

''വെറുതെ.''

''കള്ളം പറയരുത്.''

''കള്ളം പറയാറില്ല. ഇവിടെയാണ് വരേണ്ടതെന്നു തോന്നി; വന്നു.''

''വീട്ടിൽ പോയില്ലേ?''

''പോയി.''

''വീട്ടിൽനിന്ന് ഈ രാത്രിനേരത്ത് ഇവിടെ വരാൻ കാരണം?''

''വീട്ടിൽ വേണ്ടെന്നു പറഞ്ഞു.''

''എന്ത്? ആരാ വേണ്ടെന്നു പറഞ്ഞത്?''

''വീട്ടുടമ. എന്റെ അച്ഛൻ.''

''അമ്മേ... അമ്മേ, ഇതുകേട്ടോ? ഉണ്ണ്യേട്ടനെ വീട്ടിൽനിന്നു പുറത്താക്കിയത്രെ.''

അരുന്ധതിയുടെ വക വലിയ ബഹളമായിരുന്നു പിന്നെ. അച്ഛന്റെ അടുത്തുചെല്ലുന്നു. ഏതോ വലിയ ആപത്ത് സംഭവിച്ചപോലെ കാര്യങ്ങൾ അറിവുള്ളിടത്തോളം പറയുന്നു. എല്ലാം കേട്ടുകഴിഞ്ഞ് വെറും സാധാരണമട്ടിൽ അദ്ദേഹം പറഞ്ഞു:

''ഓ, സാരമില്ല. മോള് പൊയ്ക്കോ. അകത്തുചെന്ന് ഉണ്ണ്യേട്ടന് വിശപ്പിന് വല്ലതും കൊടുക്കൂ. വാശിപിടിച്ച് ഇറങ്ങിപ്പോന്നതാവും.''

അദ്ദേഹത്തിന്റെ സ്വഭാവം നിനക്കറിയാല്ലോ അച്ചൂട്ടി. ഭൂമി കുലുങ്ങിയാലും അദ്ദേഹം കുലുങ്ങില്ല. എന്തും വരുന്നേടത്തുവെച്ചു കാണും. അധികാരിപ്പണി പോകുമെന്നു പേടിച്ച് പത്മനാഭൻനമ്പ്യാർ മകനെ വീട്ടിൽ നിന്നിറക്കിവിടുന്നു. നിയമലംഘനത്തിനിറങ്ങിത്തിരിച്ച മകൻ അമ്മാമന്റെ വീട്ടിൽ അഭയം തേടുന്നു. അമ്മാമനാകട്ടെ ഡെപ്യൂട്ടി താസിൽദാരും. ഇതിനൊക്കെ എന്താണ് പറയേണ്ടത്? അരുന്ധതീടെ അച്ഛൻ ഒന്നും സംഭവിക്കാത്തതുപോലെ ജോലിക്കു പോകുന്നു. തിരിച്ചു വരുന്നു. വൈകീട്ട് അരുന്ധതിയും ഉണ്ണിയുമൊത്ത് നേരമ്പോക്കു പറയുന്നു; പത്രം വായിക്കുന്നു. രാജ്യകാര്യങ്ങൾ അന്യോന്യം തർക്കിക്കുന്നു. ഉണ്ണിയുടെ സാന്നിധ്യത്തിൽ ഏറ്റവുമധികം സന്തോഷിച്ചത് അരുന്ധതിയായിരുന്നു. ഉണ്ണ്യേട്ടനെന്ന് തികച്ചും വിളിക്കില്ല. അവനാണെങ്കിൽ ഒരു മുരടനും. രാവിലെ കാപ്പി കുടിയും കഴിഞ്ഞു പുറത്തിറങ്ങിയാൽ രാത്രി ഏതുനേരത്തെങ്കിലും തിരിച്ചുവരും. ചിലപ്പോൾ ഒന്നുരണ്ടു ദിവസം തുടർച്ചയായി വീട്ടിൽ വരില്ല. അരുന്ധതി കാത്തിരിക്കും. കാത്തിരുന്നു മുഷിയുമ്പോൾ അവൾ പറയും:

''അമ്മേ, ഈ ഉണ്ണ്യേട്ടനെ ഇങ്ങനെ വിടരുത്. അച്ഛനോട് പറയണം, കാര്യമായെയൊന്നു ശാസിക്കാൻ.''

''അച്ഛനാരെയെങ്കിലും ശാസിക്കാറുണ്ടോ മോളേ.'' അദ്ദേഹത്തിന തറിഞ്ഞുകൂടാ. ഉണ്ണിയെപ്പറ്റി വല്ലതും പറയാൻ തുടങ്ങിയാൽ ഉടനെ അദ്ദേഹത്തിന്റെ മറുപടി വരും.''

''നിനക്കു ഭ്രാന്തുണ്ടോ? അവൻ തന്റേടമുള്ള കുട്ടിയാണ് ഒരിക്കലും നേർവഴി വിട്ട് സഞ്ചരിക്കില്ല. ആലോചിച്ചുനോക്കൂ, അവനെന്താണ് കുറ്റം ചെയ്തത്. രാജ്യസ്നേഹം കുറ്റമാണോ? എത്ര വലിയ വലിയ ആളുകൾ നിയമം ലംഘിക്കുന്നു! അറസ്റ്റു വരിച്ച് ജയിലിൽ കിടക്കുന്നു! ആരും അവനെ കുറ്റപ്പെടുത്തുന്നത് എനിക്കിഷ്ടമല്ല. എല്ലാം അവന്റെ വിധിപോലെ വരും.''

''പിന്നെ അങ്ങോട്ടൊന്നും പറയാൻ പറ്റില്ല അച്ചുക്കുട്ടീ. ഞാൻ മിണ്ടാതെ പോരും. പക്ഷേ, അരുന്ധതി അങ്ങനെയല്ല. അവൾ അച്ഛ നോടും ഉണ്ണിയോടും തർക്കിക്കും. താമസിച്ചുവരുന്ന ദിവസം അവൾ കാത്തിരിക്കും, വഴക്കുണ്ടാക്കാൻ.''

''ഉം? എവിടെയായിരുന്നു ഇതുവരെ? പൊലീസുകാർ ഓടിച്ചിട്ടു തല്ലിയോ?''

''തല്ലിയാൽ കൊള്ളും.''

ഉണ്ണിയുടെ വിശദീകരണം.

''പേടിച്ചോടില്ല. ഉശിരോടെ നിൽക്കും. ജനിച്ചാൽ ഒരു ദിവസം മരിക്കണ്ടേ?''

''ഉണ്ണ്യേട്ടാ, ഉണ്ണ്യേട്ടൻ മരിച്ചാൽ എനിക്കാരുണ്ട്?''

''നിനക്ക് അച്ഛനും അമ്മയുമില്ലേ?''

''അതു മതിയോ? ഉണ്ണ്യേട്ടൻ വേണ്ടേ? ഞാൻ ഒന്നു പറയാം, ഉണ്ണ്യേ ട്ടൻ ഇല്ലാതെ ഞാൻ ജീവിക്കില്ല, തീർച്ച.''

''കാര്യം അത്രയ്ക്കായോ? എന്നാൽ എന്റെ കുട്ടീ...''

''എന്നെ കുട്ടീന്ന് വിളിക്കണ്ട.''

''പിന്നെ?''

''മോളേന്ന് വിളിക്കൂ.''

''മോളേന്ന് വിളിക്കാൻ ഞാൻ നിന്റെ അച്ഛനാണോ?''

''ഉണ്ണ്യേട്ടൻ എന്റെ അച്ഛനും അമ്മയും. പിന്നെ... പിന്നെ...''

''പിന്നെന്താ?''

''ഉണ്ണ്യേട്ടൻ പിന്നെ... പിന്നെ എന്റെ...''

പറഞ്ഞു മുഴുമിക്കാതെ പൊട്ടിച്ചിരിച്ചുകൊണ്ട് അവൾ എന്റെ കട്ടി ലിൽ വന്നു കിടക്കും. അവൻ പിറകെ വരും. പറഞ്ഞതു മുഴുമിക്കാൻ അവളെ നിർബന്ധിക്കും. അവൾ പിണങ്ങും. അപ്പോൾ അവൻ പറയും:

''ക്ഷമിക്കൂ കുട്ടീ, ക്ഷമിക്കൂ. നമുക്കൊരുമിച്ച് കളിച്ചു ചിരിച്ച് ജീവിക്കാനുള്ള നല്ലകാലം വരും. അന്ന് ഈ നാടിനും നല്ലകാലമായിരിക്കും.''

ഇങ്ങനെ എത്രയെത്ര സന്ദർഭങ്ങൾ! ഒരിക്കൽ പത്മനാഭൻനമ്പ്യാർ വീട്ടിൽ വന്ന് ഉണ്ണിയെ വീട്ടിലേക്കു വിളിച്ചു. അവൻ പറഞ്ഞു:

''എനിക്കാരോടും ഒരു വിരോധവുമില്ല. എന്നെന്നപോലെ ഇന്നും അച്ഛനെയും അമ്മയെയും ഞാൻ സ്നേഹിക്കുന്നു; ആരാധിക്കുന്നു. വീടിന്റെ പടി ഞാനിനി ചവിട്ടണമെങ്കിൽ ഇന്ത്യ സ്വതന്ത്രമാവണം, തീർച്ച.''

അധികാരി തിരിച്ചുപോയി. അരുന്ധതിയുടെ അച്ഛൻ പതിവുപോലെ അക്ഷോഭ്യനായിരുന്നു. പിറ്റേദിവസം ഉണ്ണി കോഴിക്കോട്ടേക്കു പുറപ്പെട്ടു. അരുന്ധതി വിലക്കി:

''ഉണ്ണ്യേട്ടൻ പോവരുത്.''

''അരുതു കുട്ടീ, എന്നെ വിലക്കരുത്. അച്ഛനോടു പറഞ്ഞ മറുപടി നിന്നോടു ഞാൻ ആവർത്തിക്കുന്നു. ഞാൻ പോകുന്നത് നിയമം ലംഘിക്കാനാണ്. അവസാനസമരമാണ് നടക്കാൻ പോകുന്നത്. ഇതിൽ ഭാരതം ജയിക്കും. നമ്മളൊക്കെ സ്വതന്ത്രരാവും. ഞാൻ സന്തോഷത്തോടെ തിരിച്ചുവരും. നീയും ഞാനും നമ്മുടെ അച്ഛനമ്മമാരും അന്ന് സ്വതന്ത്രഭാരതത്തിലായിരിക്കും. എന്നെ സന്തോഷത്തോടെ പറഞ്ഞയയ്ക്കൂ. ഛീ! കരയുന്നോ? ചിരിച്ചുകൊണ്ടാണ് ഭാരതസ്ത്രീകൾ പുരുഷന്മാരെ എന്നും പടക്കളത്തിലേക്കയച്ചത്. ചിരിക്കൂ. എന്റെ അരുന്ധതിയല്ലേ?''

''ഉണ്ണി പോയതിൽ പിന്നെ, അച്ചുട്ടീ, എന്നും അരുന്ധതി കരയും. പതിവായി പത്രങ്ങൾ നോക്കും; ഉണ്ണ്യേട്ടന്റെ പേരുണ്ടോ? ഉണ്ണ്യേട്ടനെ അറസ്റ്റു ചെയ്തോ? ഉണ്ണ്യേട്ടനെ തല്ലിയോ എന്ന് അവൾ ആരോടെന്നില്ലാതെ ചോദിച്ചുകൊണ്ടിരിക്കും. അങ്ങനെയങ്ങനെയിരിക്കുമ്പോൾ കോഴിക്കോട്ടുനിന്നൊരു വാർത്ത വരുന്നു. ശേഖരേട്ടൻ എന്നൊരാളെ നിനക്കറിയാമോ അച്ചുട്ടീ?''

''അറിയാമല്ലോ ഏടത്തീ. ഞങ്ങൾ ഒരുമിച്ച് ജയിലിൽ ഒരേ സെല്ലിൽ കുറേക്കാലമുണ്ടായിരുന്നു. എന്തേ ചോദിക്കാൻ?''

''പറഞ്ഞുകേട്ട വാർത്തയാണ്. ഒരു ദിവസം ശേഖരേട്ടൻ എന്നു പറയുന്ന ആൾ, സമരസമിതി ആപ്പീസിൽനിന്ന് പുറപ്പെട്ടു. ഒപ്പം ഒന്നു രണ്ടുപേർ വേറെയുമുണ്ടായിരുന്നു. അതിൽ ഒരാൾ ഉണ്ണിയായിരുന്നത്രേ. ശേഖരേട്ടൻ കുപ്പായത്തിനടിയിൽ ഒരു ദേശീയപതാക ഒളിപ്പിച്ചുവെച്ചിരുന്നു. അവർ സംശയത്തിനിടകൊടുക്കാത്തവിധം പൊലീസിന്റെ രക്ഷാസന്നാഹത്തിന്റെ കണ്ണുവെട്ടിച്ച് ഹജൂരാപ്പീസിൽ കടന്നുകൂടി. കലക്ടർ സായിപ്പിരിക്കുന്ന മുറിക്കു മുന്നിലൂടെ കടന്നുപോവുമ്പോൾ അവിടെയും ഒട്ടനേകം പൊലീസുകാരുണ്ടായിരുന്നത്രേ.''

''ഏടത്തി പറയുന്ന ഈ സംഭവം ഞാൻ ജയിലിലുള്ളപ്പോൾ കേട്ടിരുന്നു. ധീരനായ ശേഖരേട്ടൻ ഹജൂർ കെട്ടിടത്തിന്റെ മുകളിൽ ദേശീയ പതാക ഉയർത്തിയ സംഭവം ഞങ്ങൾ തടവുകാർ അത്യാവേശത്തോടെയാണ് കേട്ടത്. അന്നു മുഴുവൻ ഞങ്ങൾ 'ജയ്' വിളിച്ചും ദേശഭക്തി ഗാനങ്ങൾ പാടിയും ഞങ്ങളുടെ ആഹ്ലാദം പ്രകടിപ്പിച്ചിരുന്നു. തമിഴനും തെലുങ്കനും കർണ്ണാടകക്കാരനുമൊക്കെ ഞങ്ങളുടെ സന്തോഷത്തിൽ പങ്കുകൊണ്ടു. കേരളത്തിന്റെ വീരപുത്രനെന്നു പറഞ്ഞ് ശേഖരേട്ടന് അവർ 'ജയ്' വിളിച്ചു. ഞങ്ങൾ മലയാളികൾക്ക് അത് അഭിമാനത്തിന്റെ ദിവസമായിരുന്നു. അതിരിക്കട്ടെ, ഏടത്തി ഉണ്ണിയെപ്പറ്റി എന്താ പറഞ്ഞത്?''

''ഉണ്ണിയുണ്ടായിരുന്നത്രേ ശേഖരേട്ടന്റെ ഒരുമിച്ച് കൊടിയുയർത്താൻ. ആ സംഭവം പൊലീസിന് വലിയ അപമാനമായി. അവർ സത്യഗ്രഹികളെ കണ്ണിൽച്ചോരയില്ലാതെ മർദ്ദച്ചെന്നാണ് പറയുന്നത്. മർദ്ദനമേറ്റ് ആശുപത്രിയിലായവരുടെ കൂട്ടത്തിൽ ഉണ്ണിയില്ല; അറസ്റ്റ് ചെയ്തവരുടെ കൂട്ടത്തിലുമില്ല. അപ്പോൾ...?''

''അപ്പോൾ?''

''അപ്പോൾ എന്താണച്ചൂട്ടി പറയേണ്ടത്? മർദ്ദനത്തിൽ പരിക്കേറ്റ ഉണ്ണി ലോക്കപ്പിൽ മരിച്ചുപോയെന്നു ജനം പറയുന്നു. എന്റെ അനിയാ, ഞാനിതെങ്ങനെ പൊറുക്കും? ഏറെക്കാലം ഇതുപോലൊരു സംഭവം മൂടിവെക്കാൻ കഴിയുമോ? ഒരു ദിവസം അരുന്ധതി കൈവളകളും കഴുത്തിലെ ചെയിനും കമ്മലും അഴിച്ചുമാറ്റി. വർണ്ണഭംഗിയുള്ള വസ്ത്രങ്ങൾ ഉപേക്ഷിച്ചു. അവൾ കരഞ്ഞില്ല. ആവലാതി പറഞ്ഞില്ല. അവളുടെ അച്ഛനോ എനിക്കോ അവളുടെ മുഖത്തുനോക്കി വല്ലതും പറയാനോ ഉപദേശിക്കാനോ കഴിഞ്ഞില്ല. അവളൊരു വിധവയായി വേഷംകൊണ്ടും ഭാവംകൊണ്ടും പെരുമാറ്റംകൊണ്ടും മാറിക്കഴിഞ്ഞു. അവളുടെ അച്ഛൻ പോയി. എന്റെ അച്ചൂട്ടിയാണെങ്കിൽ ഈ നിലയിലും. വയ്യ. എനിക്ക് ഒട്ടും വയ്യ. ഓരോ തവണയും എന്റെ മകളെ കാണുമ്പോൾ ഞാൻ ദഹിക്കുകയാണ്. എന്റെ കരൾ എരിയുകയാണ്. പറയൂ, അച്ചൂട്ടീ, ഞാനെന്തു ചെയ്യണം?''

''ഏടത്തി വിഷമിക്കരുത്. കരഞ്ഞതുകൊണ്ടെന്തു കാര്യം? നമ്മൾ മൂന്നുപേരും മൂന്നുതരത്തിൽ മരിച്ചവരാണ്. ആ വിചാരമേ ഇനി നമുക്കു രക്ഷയുള്ളൂ.''

മാഷേ, എന്റെ മകൾ, എന്റെ മകൾ എന്ന് ചിന്തിച്ചുകൊണ്ടും അവൾക്കാരുമില്ലെന്നു വിലപിച്ചുകൊണ്ടും എന്റെ ഭവാനിയേടത്തി എന്നെന്നേക്കുമായി കണ്ണടച്ചു. അമ്മ മരിച്ചപ്പോഴും അവൾ കരഞ്ഞില്ല. അവൾക്കു കണ്ണീരില്ലായിരുന്നു മാഷേ. ഒന്നും സംഭവിക്കാത്തതുപോലെ അവൾ എന്നെ ശുശ്രൂഷിച്ചുകൊണ്ട് സംതൃപ്തയായി ഇന്നു കഴിയുന്നു. പണ്ട് മാഷ്ക്ക് കുറച്ച് കവിതയുണ്ടായിരുന്നല്ലോ. ഇപ്പോഴും മനസ്സിലതുണ്ടെങ്കിൽ

കേട്ടോളൂ. നാലപ്പാടന്റെ ഈ വരി കേട്ടോളൂ. ''വരട്ടെ വന്നാലുമതിന്റെ കൂടെ എല്ലാ സഹിക്കുന്ന മനക്കരുത്തുണ്ടാവുന്നതല്ലോ ഭുവനസ്വഭാവം...''

'മനക്കരുത്ത്' കാപ്പിയുമായി കടന്നുവന്നു. അച്ചുക്കുട്ടിമേനോൻ ഉടനെ പറഞ്ഞു:

''മോളേ, അങ്കിളിന്ന് മടങ്ങിപ്പോകുന്നത്രെ.''

''അതുകൊണ്ടാണല്ലോ ഞാനല്പം നേരത്തെ കാപ്പിയുമായി വന്നത്. വൈകീട്ടുള്ള വണ്ടിക്കല്ലേ, അങ്കിൾ പോകുന്നത്?''

''അതെ.''

മുഖത്തു നോക്കാതെയാണ് മറുപടി പറഞ്ഞത്. എങ്ങനെയാ ദുഃഖ പുത്രിയുടെ മുഖത്തു നോക്കും? ആദ്യം അച്ഛൻ, പിന്നെ ആത്മതുല്യം സ്നേഹിച്ച ഉണ്ണ്യേട്ടൻ, ഒടുവിൽ അമ്മ. സമസ്തവേദനയും ഉള്ളിലൊതുക്കി അവസാനത്തെ ആശ്രയമായ അച്ചുക്കുട്ടിമേനോനെന്ന പുൽത്തുമ്പിൽ പിടിച്ചുനിൽക്കുന്ന ആ മനക്കരുത്തിന്റെ മുഖത്തെങ്ങനെ നോക്കും?''

''അങ്കിൾ!''

സ്നേഹപൂർവ്വമുള്ള വിളി.

''നേർത്തെ ചെന്നാൽ അന്ന് വൈകീട്ടേ വണ്ടി വരൂ. വൈകിച്ചെന്നാലോ, അന്നിത്തിരി നേർത്തെ പോയെന്നുമാവും. അതാണ് നമ്മുടെ വണ്ടി.''

എന്റെ കുഞ്ഞേ, ഈ ഫലിതം എന്റെ കണ്ണ് നനയ്ക്കുന്നു എന്നാണ് പറയേണ്ടത്; പറഞ്ഞില്ല.

''കേട്ടോ അങ്കിൾ.''

അരുന്ധതി വാചാലയാവുന്നു.

''ഓണം പോലെയാണ് അങ്കിൾ ഈ പടികയറിവന്നത്. ഈ വീട് മുഴുവനും സന്തോഷം നിറയ്ക്കാൻ. നന്ദിയുണ്ടെങ്കിൽ എന്റെയും അമ്മാമന്റെയും.''

വിജനമായ പ്ലാറ്റ്ഫോമിൽ, എപ്പോൾ വരുമെന്ന് ആർക്കും പറയാൻ കഴിയാത്ത വണ്ടിയും കാത്ത്, മരത്തണലിൽ തളർന്നിരിക്കുന്ന എന്റെ അകത്തും പുറത്തും കണ്ണീരു വറ്റിയ രണ്ടു ജോടി കണ്ണുകൾ എന്നെത്തന്നെ ഉറ്റുനോക്കുംപോലെ - അധികാരിയുടെ ഭാര്യ മീനാക്ഷിക്കുട്ടിയമ്മയുടെയും അരുന്ധതിയുടെയും കണ്ണുകൾ!

■

www.ingramcontent.com/pod-product-compliance
Lightning Source LLC
LaVergne TN
LVHW040817051026
849519LV00007BA/2656
* 9 7 8 9 3 8 9 6 7 1 4 6 9 *